# அமைதிப் புயல்

ஈஸ்வர சந்திர வித்யாசாகர்

# அமைதிப் புயல்

## ஈஸ்வர சந்திர வித்யாசாகர்

சு. கிருஷ்ணமூர்த்தி

கிழக்கு

அமைதிப் புயல்: ஈஸ்வர சந்திர வித்யாசாகர்
Amaidhippuyal : Eswara Chandra Vidyasagar
S. Krishnamoorthy ©

Kizhakku First Edition : June 2006
Previous Edition : 1997
196 Pages

ISBN 978-81-8368-138-4
Kizhakku - 139

Kizhakku Pathippagam
177/103, First Floor,
Ambal's Building, Lloyds Road,
Royapettah, Chennai 600 014.
Ph: +91-44-4200-9603
Email : support@nhm.in
Website : www.nhm.in

Kizhakku Pathippagam is an imprint of New Horizon Media Private Limited.

என் வங்காளிப் பயிற்சிக்கு வித்திட்ட அமரர் ஜோதிஷ் சந்திர கோஷ் அவர்களுக்கும் அதற்கு உரமூட்டிய அமரர் அஜித் கிருஷ்ண பாசு அவர்களுக்கும் என் பணியில் உற்ற துணையாக உள்ள என் தமிழ், வங்காளி நண்பர்களுக்கும் ஒரு சிறு காணிக்கை இந்த நூல்.

**- சு. கிருஷ்ணமூர்த்தி**

# உள்ளே


1. அறிமுகம் ... 9
2. முன்னோர் வரலாறு ... 11
3. பிறப்பும் தொடக்கப் படிப்பும் ... 18
4. 19-ம் நூற்றாண்டின் முற்பகுதியில் கல்கத்தா ... 21
5. கல்கத்தாவுக்கு வருகை ... 25
6. சம்ஸ்கிருதக் கல்லூரியில் கல்வி ... 30
7. வில்லியம் கோட்டைக் கல்லூரியில் ஆசிரியர் பணி ... 39
8. சம்ஸ்கிருதக் கல்லூரியின் துணைச் செயலாளர் ... 45
9. தொழில் முயற்சி ... 49
10. சம்ஸ்கிருதக் கல்லூரி முதல்வர் ... 53
11. விதவை மறுமண இயக்கம் ... 65
12. மாதிரிப் பள்ளிகள் அமைப்பு ... 78

| | | | |
|---|---|---|---|
| 13. | பெண் கல்விப் பணி | ... | 83 |
| 14. | இடைக்கால வாழ்க்கை | ... | 88 |
| 15. | பலதார மண எதிர்ப்பு இயக்கம் | ... | 97 |
| 16. | மெட்ரோபாலிட்டன் இன்ஸ்டிடியூஷன் அமைப்பு | ... | 105 |
| 17. | மைக்கேல் மதுசூதனுக்கு உதவி | ... | 116 |
| 18. | எழுத்துப் பணி | ... | 121 |
| 19. | பிற பணிகள் | ... | 130 |
| 20. | வாழ்க்கையின் பிற்பகுதி | ... | 135 |
| 21. | வித்யாசாகரின் நகைச்சுவை! | ... | 158 |
| 22. | கருணைக் கடல் | ... | 169 |
| 23. | வித்யாசாகர் என்ற மனிதர்! | ... | 179 |
| | வித்யாசாகரின் வாழ்க்கையில் முக்கிய நிகழ்ச்சிகள் | ... | 190 |
| | உதவிய நூல்கள் | ... | 193 |

# 1

## அறிமுகம்

இடம்- கல்கத்தா. காலம் கி.பி. 1846-47.

மேலைநாட்டு முறையில் கல்வி கற்பிக்கும் இந்துக் கல்லூரியும் இந்திய முறை கல்வி கற்பிக்கும் சம்ஸ்கிருதக் கல்லூரியும் ஒரே வளாகத்தில் அமைந் திருந்தன.

இந்துக் கல்லூரியின் தலைவர் கார் துரை ஒரு வெள்ளையர். அவருக்கு இந்தியர் என்றால் இளப்பம்.

சம்ஸ்கிருதக் கல்லூரியின் துணைச் செயலாளர் ஒரு வங்காளி இளைஞர். இந்தியமுறையில் உடையணி பவர் - முரட்டுக் கதராலான பஞ்சகச்ச வேட்டி, மேலுடம்பை மறைக்க ஒரு துண்டு, காலில் செருப்பு.

அவர் ஏதோ அலுவலாக கார் துரையிடம் வந்தார். அப்போது துரை தம் ஷூ அணிந்த கால்களை மேஜைமேல் போட்டுக் கொண்டு அமர்ந்திருந்தார். சம்ஸ்கிருதக் கல்லூரி துணைச் செயலாளர் வருவதைப் பார்த்தும் அவர் தம் கால்களை மேஜை மேலிருந்து அகற்றிக் கொள்ளவில்லை. துணைச் செயலாளரை உட்காரவும் சொல்லவில்லை. துணைச் செயலாளர் நின்றவாறே தம் வேலையை முடித்துக்கொண்டு திரும்பினார்.

இதன்பிறகு ஒரு நாள் கார் துரை ஏதோ காரியமாக சம்ஸ்கிருதக் கல்லூரித் துணைச் செயலாளரிடம் வந்தார். அவர் வருவது தெரிந்ததும் துணைச் செயலாளர் தம் கால்களில் செருப்பு அணிந்து கொண்டு அவற்றை மேஜை மேல் வைத்துக் கொண்டார். துரை வந்த பின்னும் கால்களை மேஜை மேலிருந்து எடுத்துக் கொள்ளவில்லை. கார் துரையை நிற்க வைத்தே பேசினார்.

கார் துரையால் இந்த அவமானத்தைப் பொறுத்துக் கொள்ள முடியவில்லை. அவர் கல்வி இலாகாச் செயலாளரிடம் புகார் செய்தார். கல்வி இலாகா சம்ஸ்கிருதக் கல்லூரித் துணைச் செயலாளரிடம் அவருடைய நடத்தைக்கு விளக்கம் கேட்டது.

துணைச் செயலாளர் இவ்வாறு விளக்கமளித்தார்: ‘இந்தியர்களாகிய நாங்கள் நாகரீகமற்றவர்கள். ஆகையால் எங்களுக்கு மற்றவர்களுடன் கண்ணியமாகப் பழகத் தெரியாது. நாங்கள் பிறருடன் பழகவேண்டிய முறையை வெள்ளையர்களிடமிருந்ததான் கற்றுக்கொள்ள வேண்டும். கார் துரை என்னிடம் நடந்து கொண்ட முறைதான் கண்ணிய மானவர்கள் கடைப்பிடிக்கத்தக்கது என்று நினைத்த நான் அவ்வாறே அவரிடம் நடந்து கொண்டேன். என் நடத்தையில் ஏதாவது குறையிருந் தால் அதற்குப் பொறுப்பு நானல்ல, கார் துரைதான்!’

சம்ஸ்கிருதக் கல்லூரித் துணைச் செயலாளரை நேரில் சந்தித்து இந்த தகராறைத் தீர்த்துக் கொள்ளும்படி கல்வி இலாகா கார் துரைக்கு யோசனை கூறியது. கார் துரை சம்ஸ்கிருதக் கல்லூரி துணைச் செயலாளரைச் சந்தித்து அவரிடம் தம் நடத்தைக்கு மன்னிப்பு கேட்டுக்கொண்டார்.

நாட்டில் வெள்ளையரின் ஆதிக்கம் உச்ச கட்டத்தில் இருந்த காலத்தில் இவ்வாறு ஒரு வெள்ளையனின் இனத்திமிருக்குச் சவால் விட்ட வங்காளி இளைஞர்தாம் ஈஸ்வரசந்திர வித்யாசாகர்.

வித்யாசாகர் என்ற சொற்றொடருக்கு ‘கல்விக் கடல்’ என்று பொருள். ஆனால் ஈஸ்வர சந்திர வித்யாசாகர் கல்விக்கடல் மட்டுமல்லர். அவர் கருணைக்கடல், புரட்சிக்கனல்!

2

## முன்னோர் வரலாறு

வித்யாசாகரின் தந்தைவழி முன்னோர் வங்காளத்தின் ஹுக்ளி மாவட்டத்திலுள்ள பனமாலிபூர் கிராமத்தைச் சேர்ந்தவர்கள். அவர்களது குலத்தொழில் 'டோல்' எனப்படும் சம்ஸ்கிருதப் பள்ளிகள் நடத்தி சம்ஸ்கிருதம் கற்பித்தல். சம்ஸ்கிருதத்தில் நியாய சாத்திரம் (தர்க்கம்), வியாகரணம் (இலக்கணம்), காவியம், ஸ்மிருதி முதலிய பலதுறைகள் உண்டு. இந்த டோல்களில் பயின்ற மாணவர்கள் தாங்கள் தேர்ச்சி பெற்ற துறைக்கேற்ப 'நியாயதீர்த்த', 'தர்க்கபூஷண்', 'தர்க்க வாகீச', 'காவியாலங்கார்', 'ஸ்மிருதிரத்னா' போன்ற பட்டங்கள் பெறுவர்.

வித்யாசாகரின் பாட்டனார் ராம்ஜய் தர்க்கபூஷனுக்கு இரண்டு அண்ணன்கள், இரண்டு தம்பிகள். அவர் தன் மானம் மிக்கவர். அவருடைய தந்தை இறந்த பின் அவருடைய அண்ணன்மார் அவரிடம் கடுமையாக நடந்து கொண்டனர். இதனால் அவர் அவர்களிடம் கோபித்துக்கொண்டு ஊரைவிட்டு எங்கோ போய்விட்டார். அப்போது அவருக்கு இரண்டு பிள்ளைகளும் நான்கு பெண்களும் இருந்தனர்.

ராம்ஜய் தர்க்கபூஷணின் மனைவி துர்க்காதேவி தம் கணவர் போனபிறகும் சிறிதுகாலம் தம் குழந்தை களுடன் புக்ககத்திலேயே இருந்தார். ஆனால் ராம்ஜய் தர்க்கபூஷணின் அண்ணன்மார்கள் அவரைச் சரியாக நடத்தாததால் அவரால் அங்கே தொடர்ந்து வாழமுடியவில்லை. அவர் தம் குழந்தைகளுடன் தம் தந்தையின் கிராமமான பீர்சிங்காவுக்கு வந்து சேர்ந்தார்.

குடும்பத்தின் நிர்வாகம் அவருடைய தந்தையின் கையில் இருந்த வரையில் துர்க்கா தேவிக்குப்

பிரச்னையெதுவும் ஏற்படவில்லை. தந்தை முதுமையால் தளர்ந்தபின் பிள்ளை ராம்சுந்தர் வித்தியாபூஷண் குடும்பத் தலைவரானார். சகோதரியையும் அவருடைய ஆறு குழந்தைகளையும் தொடர்ந்து பராமரிக்க அவர் விரும்பவில்லை. துர்க்காதேவியின் நிலைமை மோசமாகி விட்டது. தன்மானம்மிக்க அப்பெண்மணிக்கு அவமானத்தைப் பொறுத்துக்கொண்டு சகோதரனை அண்டியிருக்க இஷ்டமில்லை. அவருடைய தந்தை அவருக்கு ஒரு குடிசை அமைத்துக் கொடுத்தார். துர்க்காதேவி தக்ளியிலும் சர்க்காவிலும் நூல்நூற்று அதை விற்றுக் கிடைத்த சொற்ப வருமானத்தில், மிகவும் கஷ்டப்பட்டுத் தம் குடும்பத்தைக் காப்பாற்றி வந்தார்.

ராம்ஜய் தர்க்கபூஷண் துறவியாகப் பல இடங்களில் சுற்றியலைந்து விட்டு எட்டாண்டுகளுக்குப்பின் பனமாலிபூர் திரும்பி வந்தார். தம் மனைவியும் குழந்தைகளும் பீர்சிங்காவிலிருக்கும் செய்தி கேட்டு பீர்சிங்கா வந்து சேர்ந்தார்.

அவர் மறுபடி பனமாலிபூர் திரும்ப எண்ணினார். ஆனால் தம் அண்ணன்மார் தம் குடும்பத்துக்கு இழைத்த கொடுமை பற்றிக் கேள்விப் பட்டதும் தம் எண்ணத்தை மாற்றிக்கொண்டு பீர்சிங்காவிலேயே தங்கிவிட்டார்.

அவரது கல்வித்திறனைக் கண்டு வியந்த பீர்சிங்கா ஜமீன்தார் அவருக்கு வீடு கட்ட நிலம் தானமாக அளிக்க முன்வந்தார். ஆனால் ராம்ஜன் தர்க்கபூஷண் ஏற்றுக்கொள்ள விரும்பாமல் தாம் தங்கியிருந்த மனைக் குரிய வரியைச் செலுத்தத் தொடங்கினார். அவருடைய மைத்துனர் ராம்சுந்தர் கிராமத்தில் செல்வாக்குள்ளவர். தர்க்கபூஷன் சுதந்தரப் போக்கு அவருக்கு எரிச்சலூட்டியது. அவர் எப்போதும் தர்க்கபூஷணுக்கு தொந்திரவு கொடுத்து வந்தார். மற்ற கிராம மக்களும் அவரை எதிர்க்கத் துணியவில்லை. இதனால் தர்க்கபூஷணுக்கு கிராம மக்கள் மேல் வெறுப்பு ஏற்பட்டது.

ஒருசமயம் தர்க்கபூஷண் ஒரு வயல் வழியே போய்க் கொண்டிருந்தார். அப்போது ஒருவன் அவரிடம், 'அந்தப்பக்கம் போகாதீங்க. அங்கே ஒரே மலமாக இருக்கு' என்று சொன்னான். தர்க்கபூஷணுக்கு நிற்காமல் போய்க்கொண்டே சொன்னார்: 'மனுஷங்க இருந்தால்தானே மலம் இருக்கும்! இங்கே சாணிதான் என் கண்ணுக்குத் தெரியுது.'

தர்க்கபூஷண் துணிவு மிக்கவர். ஓர் இரும்புத்தடியைக் கையில் வைத்துக் கொண்டு எங்கும் தனியாகப் பிரயாணம் செய்வார். ஒருசமயம் அவர் கொள்ளைக்காரர்களால் தாக்கப்பட்டபோது அவர்களைத் தடியாலடித்து விரட்டிவிட்டார்.

ஒருசமயம் அவர் தம் இளமைப்பருவத்தில் காட்டு வழியே போய்க் கொண்டிருந்தபோது ஒரு கரடி அவரைத் தாக்கித் தன் கூரிய நகங்களால் அவரது உடலைக் குத்திக் குதறிவிட்டது. அவர் சற்றும் அஞ்சாமல் தம் தடியால் அதை அடித்துக் கொன்றுவிட்டார்.

ரவீந்திரர் தாமியற்றிய வித்யாசாகர் வரலாற்றில் தர்க்கபூஷணின் ஆண்மையை வியந்து பாராட்டுகிறார். இந்த ஆண்மையைத்தான் தர்க்கபூஷணின் மூத்த பேரன் வித்யாசாகர் பிறப்புரிமையாகப் பெற்றதாகக் கூறுகிறார்.

வித்யாசாகரின் தாய்வழிப் பாட்டனார் ராம்காந்த் தர்க்க வாகீசும் சாதாரண மனிதரல்லர். அவர் ஒரு சிறந்த சம்ஸ்கிருத அறிஞர். அவரும் ஒரு டோல் நடத்தி வந்தார். ஆனால் அவர் தாந்திரீக வழிபாட்டு முறையில் மேலும் மேலும் ஈடுபாடு கொண்டு ஆசிரியப் பணியில் கொஞ்சங்கொஞ்சமாக அக்கறையிழந்தார். அவருடைய மாணவர்கள் ஒவ்வொருவராக அவரது பள்ளியைவிட்டு விலகி விட்டார்கள்.

ராம்காந்த் ஒரு சமயம் மயானத்தில் ஒரு சவத்தின் மேலமர்ந்து தியானம் செய்யத் தொடங்கினார். இதன்பின் அவரது புத்தி பேதலித்து விட்டது. இதைக்கேட்டு அவருடைய மாமனார் அவரையும் அவரது குடும் பத்தையும் தம் சொந்தக்கிராமமான பாதுலுக்கு அழைத்துச் சென்று விட்டார். தர்க்கபூஷணின் மூத்தபிள்ளை டாகுர்தாஸ், ராம் காந்தின் பெண் பகவதி தேவியை மணந்துகொண்டார்.

சிறுவயதில் வித்யாசாகர் தம் தாயின் பிறந்தகத்தில் - அதாவது தம் மாமன்மார் வீட்டில்- அடிக்கடி போய்த் தங்குவதுண்டு. அவர் தம் சுய சரிதையில் தம் மாமன்மாரின் ஈகைக்குணத்தையும் விருந்தோம்பும் தன்மையையும் வியந்து பாராட்டுகிறார்.

சிறுவயதில் வித்யாசாகர் உடம்பு சரியில்லாத போதெல்லாம் சிகிச்சைக் காகப் பாதுலுக்கு வந்துவிடுவார். பாதுல் பீர்சிங்காவில் இருந்து பன்னிரண்டு மைல் தொலைவில் இருந்தது. மாமன் வீட்டாரிடம் அதிகம் பாசம் கொண்டிருந்த வித்யாசாகர் இந்தத் தொலைவை அனாயாசமாகக் கடந்து பாதுலுக்கு அடிக்கடி போய்விடுவார்.

டாகுர்தாஸ் பனமாலிபூரில் பிறந்து அங்கேயே பத்து வயதுவரை வாழ்ந்தார். அங்கே ஒரு சம்ஸ்கிருதப் பண்டிதரிடம் சிறிது சம்ஸ்கிருத இலக்கணம் கற்றார். பீர்சிங்கா வந்தபிறகு வங்காளியும் கணக்கும் கற்றதோடு, சம்ஸ்கிருத இலக்கணத்தையும் தொடர்ந்து பயிலத் தொடங்கினார். சம்ஸ்கிருதத்தை நன்கு பயின்று குலத்தொழிலான ஆசிரியப் பணி செய்ய வேண்டுமென்பது அவரது விருப்பம்.

ஆனால், கணவனால் கைவிடப்பட்டு உறவினர்களால் புறக்கணிக்கப் பட்ட துர்க்காதேவி ஆறு குழந்தைகளைப் பராமரிப்பதற்காகப்படும்

கஷ்டத்தைப் பார்க்க தாசுக்குப் பொறுக்கவில்லை. ஆகவே அவர் கல்கத்தாவுக்குப் போய் ஏதாவது வேலை செய்து சம்பாதித்து குடும்பத்துக்கு உதவத் தீர்மானித்தார். அப்போது அவருக்கு வயது 14-15 இருக்கும்.

டாகுர்தாசின் தூரத்து உறவினர் ஒருவர் கல்கத்தாவில் தம் வீட்டில் சம்ஸ்கிருதப் பள்ளி நடத்தி வந்தார். டாகுர்தாஸ் அவரது வீட்டில் தங்கினார்.

அந்தக் காலத்தில் பல வங்காளிகள் கிழக்கு இந்தியக் கம்பெனியின் துரைமார்களுக்கு மொழிபெயர்ப்பாளர்கள், கணக்கர்கள், தரகர்களாகப் பணி செய்து வாழ்க்கை நடத்திவந்தனர். ஆனால் அந்த வேலைகள் செய்ய ஓரளவாவது ஆங்கிலம் தெரிந்திருக்க வேண்டும். அப்போது கல்கத்தாவில் சில வெள்ளையர்கள் ஆங்கிலப் பள்ளிகள் நடத்தி வந்தனர். ஆனால் அவற்றில் சம்பளங்கொடுத்துப் படிக்க டாகுர்தாசுக்கு வசதியில்லை. அவருக்குப் புகலளித்த உறவினருக்குப் பழக்கமான தரகர் ஒருவர் தமக்குத் தெரிந்த ஓரளவு ஆங்கிலத்தை டாகுர்தாசுக்கும் கற்பிக்க இணங்கினார்.

ஆனால் அந்தத் தரகர் நாள்முழுவதும் தம் அலுவல் காரணமாக அலைந்து திரிந்துவிட்டு இரவில்தான் வீடு திரும்புவார். டாகுர்தாஸ் அவரிடம் ஆங்கிலம் பயின்றுவிட்டுத் தம் இருப்பிடத்துக்குத் திரும்பும் போது இரவு வெகுநேரமாகிவிடும். இதற்குள் அவருடைய உறவினர் வீட்டில் மாணவர்களும் மற்ற விருந்தினர்களும் சாப்பாட்டை முடித்துக் கொண்டு உறங்கிப் போயிருப்பார்கள். ஆகவே டாகுர்தாசுக்கு இரவுச் சாப்பாடு கிடைக்காது. பொறுமைமிக்க டாகுர்தாஸ் தம் கஷ்டத்தை யாரிடமும் சொல்லாமல் இரவுகளில் பட்டினி கிடந்தார். அவரது உடம்பு இளைத்து மெலிந்தது.

டாகுர்தாசின் உடம்பு நாளுக்கு நாள் இளைத்துவருவதைக் கவனித்த அவருடைய ஆசான் அவரை விசாரித்து உண்மைநிலையை அறிந்து கொண்டார். இரக்க குணம் படைத்த அவர் டாகுர்தாசிடம், 'நீயே சமைத்துக்கொள்வதாயிருந்தால் என் வீட்டிலேலே தங்கிக்கொள்' என்றார். டாகுர்தாஸ் இதற்கிணங்கி அவருடைய வீட்டுக்கு வந்து சேர்ந்தார்.

டாகுர்தாசுக்குப் புகலளித்தவர் அப்படியொன்றும் வசதி படைத்த வரல்லர். அவருடைய வருமானமும் நிரந்தரமானதல்ல. அவர் சில நாள்கள் ஏதாவது பணம் சம்பாதித்துக்கொண்டு நண்பகலிலேயே வீடு திரும்புவார். சிலசமயம் மாலையில்தான் திரும்புவார். சிலசமயம் அவர் திரும்புவதற்குள் இருட்டிவிடும். அவர் வந்தபின் அவர் கொண்டு வரும் பணத்தைக் கொண்டு உணவுப் பொருள்கள் வாங்கி இருவரும்

சமைத்துச் சாப்பிட வேண்டும். வருமானமில்லாத நாள்களில் சாப்பாடு கிடைக்காது.

அப்போது டாகுர்தாசிடம் இருந்த சொத்துகள் ஒரு வெண்கலத்தட்டும் ஒரு செம்புந்தான். அந்தத் தட்டை விற்றால் அதில் கிடைக்கும் பணத்தைக் கொண்டு சாப்பாடு கிடைக்காத நாள்களில் ஏதாவது உண்ண வாங்கிக் கொள்ளலாம், சாப்பிடத் தையல் இலையை உபயோகித்துக் கொள்ளலாம் என்று டாகுர்தாஸ் நினைத்தார். அவர் வெண்கலக் கடையில் தம் தட்டை விற்க முயற்சி செய்தார். இதற்கு முன்வந்த சிலர் வெண்கலப் பாத்திரங்களைத் திருடிக்கொண்டுபோய் கடைக்காரர் களுக்கு விற்றிருந்தார்கள். திருட்டுப் பொருள்களை வாங்கிய கடைக் காரர்கள் சங்கடத்துக்கு உள்ளாகியிருந்தனர். ஆகையால் அவர்களில் எவரும் டாகுர்தாசின் தட்டை வாங்கிக்கொள்ள இணங்கவில்லை. டாகுர்தாசின் முயற்சி தோல்வியுற்றது.

ஒருநாள் நண்பகல் நேரம். டாகுர்தாசின் புரவலர் இன்னும் வீடு திரும்பவில்லை. டாகுர்தாசுக்கு நல்ல பசி. வெளியே சுற்றித் திரிந்து கொண்டிருந்தால் சற்றுநேரம் பசியை மறக்கலாம் என்று நினைத்து டாகுர்தாஸ் தெருத்தெருவாக அலைந்தார்.

ஓரிடத்தில் ஒரு பொரிகடலைக் கடை. கடைக்காரி நடுத்தர வயதுப் பெண்மணி. டாகுர்தாஸ் பசி தாகத்தால் களைத்துப்போய் அந்தக் கடை வாசலில் நின்றார்.

கடைக்காரி வெறும் தண்ணீர் மட்டும் கொடுக்கவிரும்பாமல் கொஞ்சம் பாதாசாவும் தண்ணீரும் கொடுத்தாள். பாதாசா என்பது அரிசிமாவுடன் சீனி அல்லது வெல்லம் சேர்த்து செய்யப்பட்ட ஒரு தின்பண்டம். வடஇந்தியக் கோவில்களில் பாதாசாவைக் கடவுளுக்கு நிவேதனம் செய்துவிட்டுப் பக்தர்களுக்குப் பிரசாதமாகக் கொடுப்பார்கள்.

டாகுர்தாஸ் பாதாசாவை அவசர அவசரமாகத் தின்பதைக் கவனித்த கடைக்காரிக்கு அவர் மிகவும் பசியாக இருக்கிறார் என்று புரிந்து விட்டது. அவள் அவரை விசாரித்து, அவர் காலையில் இருந்து ஒன்றும் சாப்பிடவில்லை என்று தெரிந்துகொண்டாள். அவள் அவரிடம் 'வெறும் வயத்திலே தண்ணி குடிக்காதே. கொஞ்சம் இரு!' என்று சொல்லிவிட்டு பக்கத்துக் கடையிலிருந்து அவருக்கு தயிர் வாங்கி கொடுத்து இன்னுங்கொஞ்சம் பாதாசாவும் கொடுத்தாள். பிறகு அவள் டாகுர்தாசின் முழுக்கதையையும் கேட்டுவிட்டுச் சொன்னாள். 'இனிமேல் உனக்குச் சாப்பாடு கிடைக்கலேன்னா, நேரே இங்கே வந்து ஏதாவது சாப்பிட்டுப்போ.'

வித்யாசாகர் தம் சுயசரிதையில் இந்த நிகழ்ச்சியை விவரித்துவிட்டு இவ்வாறு எழுதுகிறார் - 'என்தந்தை கூறிய இந்த உருக்கமான

நிகழ்ச்சியைக் கேட்டு என்னுள்ளத்தில் பொறுக்கவியலாத துன்பத்தீ பற்றிக்கொண்டது. கூடவே, அதே அளவுக்குப் பெண்ணினத்தின் பால் ஆழ்ந்த பக்தியும் ஏற்பட்டது. அந்தக் கடைக்காரர் பெண்ணாயிராமல் ஆணாயிருந்திருந்தால் நிச்சயம் என் தந்தையிடம் இவ்வளவு பரிவு காட்டியிருக்க மாட்டார்!''

வித்யாசாகருக்குப் பெண்ணினத்தின்பால் இருந்த பரிவுக்கும் மதிப்புக்கும் மேற்கண்ட நிகழ்ச்சியும் ஒரு காரணமாகும்.

குழந்தை குட்டிகளுடன் கிராமத்தில் சிரமப்பட்டுக் கொண்டிருந்த தாயின் நினைவு எப்போதும் டாகுர்தாசை வருத்திக்கொண்டிருந்தது. அவர் தமக்கு ஏதாவதொரு வேலை தேடித்தரும்படி தம் புரவலரைக் கேட்டுக்கொண்டார். அப்புரவலரின் முயற்சியால் டாகுர்தாசுக்கு மாதம் இரண்டு ரூபாய் சம்பளத்தில் ஒரு வேலை கிடைத்தது.

பிள்ளைக்கு வேலை கிடைத்த செய்தி கேட்டு துர்க்காதேவி அடைந்த மகிழ்ச்சிக்கு அளவில்லை.

டாகுர்தாஸ் முன்போலவே அரைப்பட்டினியும் முழுப்பட்டினியுமாகக் காலங்கடத்திக்கொண்டு தம் முழுச் சம்பளத்தையும் தாய்க்கு அனுப்பினார்.

அவருடைய உண்மையான உழைப்பால் மகிழ்ந்த அவருடைய எசமானர் சிறிது காலத்துக்குப்பின் அவருடைய சம்பளத்தை ஐந்து ரூபாயாக உயர்த்தினார்.

இந்தச் சமயத்தில்தான் டாகுர்தாசின் தந்தை ராம்ஜய் தர்க்கபூஷண் பீர்சிங்காவுக்குத் திரும்பிவந்தார். டாகுர்தாஸ் கல்கத்தாவிலிருக்கும் செய்திகேட்டு அவர் கல்கத்தா வந்தார்.

தர்க்கபூஷணுக்குப் பரிச்சயமான பாகவத் சரண்சின்ஹா என்பவர் கல்கத்தா படாபஜார்ப்பகுதியில் வசித்து வந்தார். தர்க்க பூஷண்மூலம் டாகுர்தாசின் நிலையைப் பற்றிக் கேள்விப்பட்ட பாகவத் சரண் டாகுர்தாசுக்குத் தம் வீட்டில் அடைக்கலமளித்தார். எட்டு ரூபாய் சம்பளத்துக்கு ஒரு வேலையும் வாங்கிக் கொடுத்தார். சுமார் எட்டாண்டு களாக டாகுர்தாஸ் அனுபவித்த சோற்றுக் கஷ்டத்துக்கு ஒரு முடிவு ஏற்பட்டது. தர்க்கபூஷண் ராம்காந்த் தர்க்கவாகீசின் பெண் பகவதி தேவியை டாகுர்தாசுக்கு மணம் செய்வித்தார்.

விருந்தோம்பலுக்குப் பெயர் பெற்ற குடும்பத்தில் பிறந்த பகவதி தேவியும் ஈகையிலும் விருந்தோம்பலிலும் சிறந்து விளங்கினார். திருமணமாகி பீர்சிங்கா வந்தபின் அவர் அந்தக் கிராமம் முழுவதையும் தம் குடும்பமாகக் கருதத் தொடங்கினார். ஏழைகளுக்கு உதவுவதும்

நோயுற்றோருக்குப் பணிவிடை செய்வதும் அவருடைய அன்றாட வேலைகளாகிவிட்டன.

பிற்காலத்தில் வித்யாசாகர் பீர்சிங்காவில் பள்ளி அமைத்தபோது ஏராளமான ஏழைக்குழந்தைகள் வெளியூர்களிலிருந்து அங்கு வந்து வித்யாசாகரின் வீட்டில் இலவசமாக இருப்பிடமும் உணவும் பெற்று பள்ளியில் கல்வி கற்றனர். அவர்கள் வித்யாசாகரின் குடும்பத்துடன் சேர்ந்து அமர்ந்து உணவுண்டனர். பகவதிதேவி அவர்கள் எல்லோரையும் தம் குழந்தைகள் போலக் கவனித்துக் கொண்டார்.

பகவதி தேவி ஓர் அசாதாரணப் பெண்மணி. அவருக்கு நகைகளிலோ நல்ல ஆடைகளிலோ சற்றும் ஈடுபாடு இல்லை. பெண்கள் நகையணிந்தால் திருடர் பயம் ஏற்படும், மேலும் நகையணியும் பெண்களுக்கு அகம்பாவம் உண்டாகும், அவர்கள் ஏழைகளை அவமதிப்பார்கள் என்று பகவதி தேவி நினைத்தார்.

பிற்காலத்தில் ஒருசமயம் வித்யாசாகர் தம் தாயைக் கேட்டார், 'வருஷத்துக்கொரு தடவை 700-800 ரூபாய் செலவு பண்ணி ஆடம்பரமா பூஜை பண்றது மேலா அல்லது அந்தப் பணத்திலே ஏழை எளியவங்களுக்கு மாதாமாதம் பணஉதவி செய்யற மேலா?''

தயக்கமின்றிப் பதிலளித்தார் பகவதிதேவி: 'ஏழைகளுக்கு உதவி செய்யறதே மேல்!'

அவ்வாறே ஏழைகளுக்கு மாதாமாதம் உதவி செய்ய ஏற்பாடு செய்தார் வித்யாசாகர்.

ஒரு சமயம் வித்யாசாகர் கல்கத்தாவில் ஆறு ரஜாயிகள் தைத்து ஊருக்கு அனுப்பினார் (பஞ்சு உள்ளே வைத்துத் தைக்கப்படும் போர்வைக்கு 'ரஜாயி' என்றுபெயர். இந்த வகைப் போர்வை குளிர்காலத்துக்கு ஏற்றது). பகவதி தேவி அவற்றைத் தம் குடும்பத்தின் உபயோகத்துக்கு வைத்துக்கொள்ளாமல் ஊரிலுள்ள எளியவர்களுக்குக் கொடுத்துவிட்டு, வித்யாசாகருக்கு எழுதினார்: 'ஈஸ்வர், நீ அனுப்பிய ரஜாயிகளை இங்கே சிலபேருக்குக் கொடுத்துவிட்டேன். நீ புதிதாக ரஜாயிகள் தைத்துக் கொண்டு வா.'

'என் தாயின் நற்குணங்களில் நூறில் ஒரு பங்காவது நான் பெற்றிருந்தால் மிகவும் பேறு பெற்றவனாவேன்' என்று பிற்காலத்தில் அடிக்கடி சொல்வார் வித்யாசாகர். உண்மையில் தாயின் இரக்கமும் ஈகையும் வித்யாசாகரிடமும் முழுமையாகக் குடிகொண்டிருந்தன.

# 3

## பிறப்பும் தொடக்கப் படிப்பும்

1820-ம் ஆண்டு செப்டம்பர் 26-ம் நாள் பீர்சிங்கா கிராமத்தில் டாகுர்தாஸ் - பகவதிதேவி தம்பதியின் மூத்த குழந்தையாக ஈஸ்வரசந்திர பந்த்யோபாத்தியாய் பிறந்தார்.

அந்த சமயத்தில் டாகுர்தாஸ் கல்கத்தாவிலிருந்து பீர்சிங்காவுக்கு வந்திருந்தார். ஈஸ்வர் பிறந்த அன்று அவர் பக்கத்துக் கிராமத்து சந்தைக்குப் போயிருந்தார். அவர் சந்தையிலிருந்து திரும்பிவந்து கொண்டிருந்த போது தர்க்கபூஷண் அவரைச் சந்தித்து, 'நம் வீட்டிலே ஒரு காளைக்கன்னு பொறந்திருக்கு' என்றார்.

அப்போது உண்மையிலேயே அவர்கள் வீட்டுப்பசு ஒன்று சினையாக இருந்தது. வீடு வந்து சேர்ந்தும் டாகுர்தாஸ் பிறந்த கன்றைப் பார்க்கத் தொழுவத்தை நோக்கிச் சென்றார். தர்க்கபூஷண் அவரை வீட்டுக்குள் அழைத்துவந்து, 'இன்னிக்குப் பொறந்த காளைக்கன்னு இதுதான்!' என்று ஈஸ்வரைக் காட்டினார்.

பிற்காலத்தில் வித்யாசாகர் தம் சுயசரிதையில் தம் பாட்டனார் தம்மைக் 'காளைக்கன்னு' என்று குறிப்பிட்டது பொருத்தந்தான் என்றுகூறி இவ்வாறு எழுதுகிறார்: 'சிலசமயம் என் தந்தை என்னை எவ்வளவு திட்டினாலும் அடித்தாலும் நான் அவருக்குக் கீழ்ப்படியாமல் பிடிவாதம் பிடிப்ப துண்டு. அப்போதெல்லாம் அவர் தம் அருகிலிருப்பவர் களிடம் தம் தந்தை என்னைக் 'காளைக்கன்னு' என்று வர்ணித்ததைக் குறிப்பிட்டுச் சொல்வார். என் அப்பா வேடிக்கையாகத்தான் சொன்னாரென்றாலும் அவர்

ஒரு ரிஷி. ஆகையால் அவருடைய வேடிக்கைப் பேச்சுக்கூடப் பலித்து விட்டது! நான் பிறந்தது ரிஷப ராசியில். மாட்டின் குணமான வீம்புத்தன்மை என் செய்கைகளிலும் வெளிப்பட்டது.''

சிலசமயம் டாகுர்தாஸ் பையனைக் குளிக்கச் சொன்னால் அவன் குளிக்கமாட்டான்; சாப்பிடச் சொன்னால் சாப்பிடாமல் முரண்டு பண்ணுவான்; சுத்தமான ஆடையணியச் சொன்னால் அழுக்கு ஆடையணிந்து திரிவான். அவர் அவனை எவ்வளவு அடித்தாலும் அசையாமல் கழுத்தைத் திருப்பிக்கொண்டு நிற்பான்.

ஈஸ்வர் ஐந்தாம் வயதில் சநாதன் பிஸ்வாஸ் என்பவரின் பள்ளியில் சேர்க்கப்பட்டான். அந்த ஆசிரியர் 'அடியாத மாடு படியாது' என்ற கொள்கையுடையவர். மாணவர்களைக் கடுமையாக அடிப்பார். டாகுர்தாசுக்குப் பிள்ளையை அந்தப் பள்ளியில் வைத்திருக்க இஷ்ட மில்லை. அவர் வெளியூரிலிருந்து காளிகாந்த சட்டோ பாத்தியாய் என்பவரைப் பீர்சிங்காவுக்கு அழைத்துவந்து அவருக்கு ஒரு பள்ளி வைத்துக்கொடுத்து அப்பள்ளியில் ஈஸ்வரைச் சேர்த்தார்.

ஈஸ்வர் பாடங்களை நன்றாகப் படித்தான். ஆனால் மிகவும் விஷமக் காரனாக இருந்தான். பள்ளிக்குப் போகும்போது பக்கத்து வீட்டு வாசலில் குப்பைக் கூளங்களைப் போட்டுவிட்டுப் போவான். சிலசமயம் மலங்கழித்துவிட்டுப் போய்விடுவான். பக்கத்துவீட்டுப் பெண்கள் துர்க்கா தேவியிடம் ஈஸ்வரைப் பற்றிப் புகார் செய்வார்கள்.

பள்ளிக்குச் செல்லும் வழியில் வயல்களில் விளைந்திருக்கும் தானியங்களை பறித்துத் தின்றுவிடுவான் ஈஸ்வர். ஒருசமயம் இவ்வாறு அவன் தின்ற நெல்மணிகள் அவன் தொண்டையில் சிக்கிக் கொள்ள, துர்க்காதேவி அவனுடைய தொண்டைக்குள் விரலைவிட்டு நெல்லை வெளியே எடுத்து அவனுடைய உயிரைக் காப்பாற்றினார்.

வயல்களில் உள்ள தானியங்களின் நிலையே இப்படியென்றால் மரங்களிலுள்ள காய், பழங்களைப் பற்றிக் கூறவாவேண்டும்? மா-பலா-கொய்யா-நாவல் எந்தப் பழத்தையும் விட்டு வைக்கமாட்டான் விஷமக்கார ஈஸ்வர்.

பீர்சிங்காவில் உயர்சாதிக்குடும்பங்கள் அதிகமில்லை. கிராம வாசிகளில் பெரும்பாலோர் தாழ்ந்த சாதியினர் எனக்கருதப்பட்ட உழைப்பாளி வர்க்கத்தினர் - உழவர்கள், மீனவர்கள், கைத்தொழில் செய்பவர்கள். அவர்களுடைய பையன்களுடன்தான் ஈஸ்வரின் சிறுபிராயம் கழிந்தது. ஈஸ்வர் சாதி வேற்றுமை பாராமல் அவர்களுடன் பழகினான். சடுகுடு, கிட்டிப்புள் விளையாடினான். குஸ்தி பழகினான், மரமேறிப் பழங்கள் பறித்து அவர்களுடன் பகிர்ந்துகொண்டான்.

இந்த அனுபவங்கள் காரணமாகத்தான் வித்யாசாகர் பிற்காலத்தில் விஷமக்காரப் பையன்களிடமும் பரிவுகாட்டினார். பையன்களின் விஷமம் அவருக்குப் பிடித்தமானது. அவர் சம்ஸ்கிருதக் கல்லூரித் தலைவராக இருந்தபோது அக்கல்லூரி மாணவர்களுக்கும் இந்துக் கல்லூரி மாணவர்களுக்குமிடையே சிலசமயம் சண்டைநேரும். அவர்கள் ஒருவர் மற்றொருவர்மேல் கல்லெறிந்து சண்டையிடு வார்கள். சிலசமயம் இந்தச் சண்டையை அடக்கப் போலீஸ் வர நேரும். அப்போதுகூட வித்யாசாகர் சிறுவர்களைக் கண்டிக்காமல் சண்டையை ரசிப்பார்.

ஈஸ்வர் பள்ளியில் வங்காளியும் கணக்கும் கற்றான். கணக்கில் வங்காளி எழுத்துகளே பயன்படுத்தப்பட்டன, அரபு எழுத்துகள் அல்ல. முடிந்ததையெல்லாம் அவனுக்குக் கற்பித்துவிட்டார்.

பிறகு அவர் டாகுர்தாசிடம் சொன்னார்: 'நான் எனக்குத் தெரிஞ்சதை யெல்லாம் ஈஸ்வருக்குச் சொல்லிக் கொடுத்துட்டேன். இனிமேல் நீங்க அவனைக் கல்கத்தாவுக்குக் கூட்டிக்கிட்டுப்போய் அவனுக்கு இங்கிலீஷ் கத்துக்கொடுக்க ஏற்பாடு செய்யுங்க.''

டாகுர்தாஸ் ஈஸ்வரைக் கல்கத்தாவுக்கு கூட்டிச்செல்லத் தீர்மானித்தார்.

# 4

## 19-ம் நூற்றாண்டின் முற்பகுதியில் கல்கத்தா

சிறுவன் ஈஸ்வர் கல்கத்தா வந்தபோது கல்கத்தாவின் சமூக, கல்விநிலை எவ்வாறிருந்தது என்பது ஆராயத்தக்கது.

19-ம் நூற்றாண்டின் தொடக்கத்தில் கிழக்கு இந்தியக் கம்பெனி வங்காளத்தில் ஆட்சிப் பொறுப்பிலிருந்தது. அப்போது பொதுமக்களுக்குக் கல்வி கற்பிக்கும் பள்ளிகளெதுவும் கம்பெனியின் நேரடி நிர்வாகத்தில் இல்லை. 'டோல்' அல்லது 'பாடசாலா' என்று அழைக்கப்பட்ட இந்து மரபுவழிப் பள்ளிகளில் இந்து மாணவர்கள் சம்ஸ்கிருதம், வங்காளி, அடிப்படைக் கணக்கு ஆகியவற்றைக் கற்றனர். அதுபோல் 'மதர்சா' அல்லது 'மக்தப்' எனப்பட்ட பள்ளிகளில் முஸ்லிம்கள் அரபுமொழி, கொரான், கணக்கு இவற்றைப் பயின்றனர்.

வங்காளத்தில் மொகலாய ஆட்சியும் அதைத் தொடர்ந்து சுல்தான்களின் ஆட்சியும் நடைபெற்ற காலத்தில், ஆட்சி மொழியாக இருந்த பாரசீக மொழியைப் பிராமணர்களும், காயஸ்தர் என்ற உயர் சாதியினரும் கற்று அரசுப் பணி புரிந்து வந்தனர். ஆங்கில ஆட்சி நிலைபெற்ற பின் பாரசீக மொழி கொஞ்சங்கொஞ்சமாக அரசாங்க ஆதரவையிழந்தது. கல்கத்தாவில் பல இடங்களில் வெள்ளையர் நடத்திய பள்ளிகளில், ஓரளவு ஆங்கிலம் கற்றவர்கள் கம்பெனி அரசாங்கத்துக்கும் மற்ற வெள்ளைய வியாபாரி களுக்கும் மொழிபெயர்ப்பாளர்கள், கணக்கர்கள் அல்லது தரகர்களாகப் பணிபுரிந்து செல்வமீட்டினர். ரவீந்திரநாத் தாகூரின் பாட்டனார் துவாரகநாத் தாகூரும் ராம்மோகன் ராயும் இவ்வாறுதான் செல்வராயினர்.

ராம்மோகனும் முற்போக்குச் சிந்தனை கொண்ட சில இந்தியர்களும் நாட்டு மக்களிடையே முற்போக்குச் சிந்தனையைப் பரப்புவதற்காக 1815-ம் ஆண்டில் 'ஆத்மீயசபா' என்ற அமைப்பை நிறுவினர். இந்தியர் களை நேசித்த, பரந்தமனப்பான்மை கொண்ட வெள்ளையர் சிலர் இந்தியர்களின் சமூகச் சீர்திருந்த முயற்சிகளை ஆதரித்தனர். கல்கத்தா வில் கடிகாரத் தொழிலில் ஈடுபட்டிருந்த டேவிட்ஹேர் என்பவர் ஒரு பள்ளியை நடத்தினார். டேவிட் ஹேரும், கல்கத்தா உயர் நீதிமன்றத்தின் தலைமை நீதிபதி ஹைட் ஈஸ்ட் என்பவரும் இன்னும் சில வெள்ளையரும் இந்தியரும் 1817-ம் ஆண்டில் இந்துக் கல்லூரி என்ற ஆங்கிலப் பள்ளியை நிறுவினர். இந்தக் கல்லூரியில் இந்துக்கள் மட்டுமே கற்க அனுமதிக்கப்பட்டனர். எனினும் வெள்ளையர் அதில் ஆசிரியர்களாக இருந்தனர்.

பள்ளிகளுக்குத் தேவையான பாடப் புத்தகங்களைத் தயாரித்து அவற்றை சகாயவிலையில் விற்பனை செய்வதற்காக 1817-ம் ஆண்டில் 'கல்கத்தா ஸ்கூல் சொசைட்டி' பிறந்தது. இந்துக் கல்லூரியைத் தொடர்ந்து கல்கத்தாவில் வேறுசில பகுதிகளிலும் ஆங்கிலப் பள்ளிகள் தொடங்கப் பெற்றன. இவற்றுள் பல கிருத்துவப் பாதிரிகளால் நடத்தப்பட்டன.

இதே சமயத்தில் பெண்கல்விக்கான முதல் முயற்சியும் மேற்கொள்ளப் பட்டது. கல்கத்தாவின் பாப்டிஸ்ட் மிஷனரி சொசைட்டி 1819-ம் ஆண்டில் 'ஃபீமேல் ஜுவெனைல் சொசைட்டி' என்ற மகளிர் சங்கத்தை அமைத்தது. மிஸ் குக் என்று ஆங்கிலேயப் பெண்மணி கல்கத்தாவிலும் அதன் புறநகர்ப் பகுதிகளிலும் பெண் பள்ளிகள் அமைப்பதற்காக 1821-ம் ஆண்டில் 'லேடீஸ் சொசைட்டி ஃபார் நேட்டிவ் ஃபீமேல் எஜுகேஷன் இன் கல்கத்தா அண்ட் இட்ஸ் விசினிட்டி' என்ற பெயரில் ஒரு சங்கம் அமைத்தார். இந்தச் சங்கங்கள் கல்கத்தாவின் பல பகுதிகளில் மகளிர் பள்ளிகளை அமைத்தன.

அந்தக் காலத்தில் இந்துக்களிடையே சிறுவயதிலேயே பெண்களுக்குத் திருமணம் செய்துவைக்கும் வழக்கம் அமலில் இருந்தது. ஏழெட்டு வயதானபின் பெண்கள் வீட்டுக்கு வெளியே அனுமதிக்கப் படுவதில்லை. அவர்கள் பிறர் கண்ணில் படக்கூடாது. பருவமடைந்த பெண்கள் கங்கையில் ஸ்நானம் செய்ய விரும்பினால் அவர்களைப் பல்லக்கில் வைத்துக் கொண்டு போய் பல்லக்கோடு தண்ணீரில் அமிழ்த்துவார்களாம்! இந்த நிலையில் பொதுமக்களிடையே பெண்கள் கல்வி கற்றால் ஒழுக்கங்கெட்டுப் போவார்கள் என்ற கருத்து பரவலாக இருந்தது. அத்துடன் கல்வி கற்கும் பெண்கள் விரைவில் விதவைகளாகி விடுவார்கள் என்ற மூடநம்பிக்கையும் பரவியிருந்தது.

கௌர்மோகன் வித்தியாலங்கார் என்ற புகழ்பெற்ற சம்ஸ்கிருத அறிஞர் ஒருவர் இந்தத் தவறான கருத்துகளை அகற்ற 'ஸ்திரீசிட்சா விதாயக்' என்ற

நூலை எழுதினார். இந்த நூலில் இந்தியாவின் பழைய வரலாற்றிலிருந்தும் புராணங்களிலிருந்தும் மேற்கோள்கள் மூலம் பெண்கல்வியின் அவசியம் வலியுறுத்தப்பட்டது. ஃபீமேல் ஜுவெனைல் சொசைட்டியின் ஆதரவில் இந்த நூல் 1822-ம் ஆண்டில் பிரசுரிக்கப் பெற்றது.

இந்தியர்களுக்கு எந்த வகையான கல்வி அளிக்கப்பட வேண்டும் என்பது குறித்து இருவகைக் கருத்துகள் அப்போது நிலவின. மக்களின் மூட நம்பிக்கைகளும் பிற்போக்குத்தன்மையும் ஒழிய வேண்டுமானால் அவர்களுக்கு ஆங்கிலக்கல்வியும் விஞ்ஞானமும் கற்பிக்கப்பட வேண்டும் என்பது ராம்மோகன் போன்ற முற்போக்குவாதிகளின் கருத்து. ஆனால் இந்தியப் பண்பாட்டில் பெருமதிப்பு வைத்திருந்த வெள்ளையர்களில் சிலர் கூட இந்தியர்களுக்கு மரபு வழிக் கல்வி அளிக்கப்பட வேண்டும் என்று கருதினர். கம்பெனி நிர்வாகத்தில் இளநிலைச் செயலாளராகப் பணிபுரிந்துவந்த ஹொரேஸ் ஹேமான் வில்சன் இந்தியர்களுக்கு மரபுமுறைக் கல்வியளிக்க சம்ஸ்கிருதக் கல்லூரி ஒன்றை நிறுவுமாறு அரசாங்கத்துக்கு யோசனை கூறினார். இத்தகைய கல்லூரியால் மக்களின் மூடநம்பிக்கைகளும் பிற்போக்குத் தன்மையுமே வலுப்பெறும் என்று கருதிய ராம்மோகன் இந்த யோசனையை எதிர்த்து கவர்னர் ஜெனரல் ஆம்ஹெர்ஸ்ட் பிரபுவுக்கு ஒரு கடிதம் எழுதினார்.

இருந்தாலும் அரசாங்கம் வில்சனின் யோசனையை ஏற்று 1824-ம் ஆண்டு ஜனவரி மாதம் சம்ஸ்கிருதக் கல்லூரியை நிறுவியது. பிறகு கல்லூரிக்காகத் தனிக்கட்டடம் கட்டப்பட்டது. சம்ஸ்கிருதக் கல்லூரி கல்லூரித் தெருவில் இப்போதுள்ள அதன் சொந்தக் கட்டடத்துக்கு 1826-ம் ஆண்டு மே மாதத்தில் வந்து சேர்ந்தது.

சம்ஸ்கிருதக் கல்லூரியில் வேதங்கள், சாத்திரங்கள் போன்ற நூல்கள் கற்பிக்கப்பட்டதால் அதில் கல்வி பெறும் உரிமை பிராமணரல்லாதாருக்கு இல்லை. இருந்தாலும் வைத்திய சாதியினர் மட்டும், அவர்கள் பிராமணரல்லாதாராயினும், அனுமதிக்கப்பட்டனர். மருத்துவம் அவர்களது குலத்தொழில். ஆயுர்வேத நூல்கள் சம்ஸ்கிருதத்தில் இருந்ததால், அவர்கள் சம்ஸ்கிருதம் கற்பது அவசியமாக இருந்தது. எனினும் அவர்கள் ஸ்மிருதி, வேதாந்தம் போன்ற விஷயங்களைக் கற்க அனுமதிக்கப்படவில்லை. சம்ஸ்கிருதக் கல்லூரியில் சம்ஸ்கிருத இலக்கணம், இலக்கியம், தத்துவம், தர்க்கம் போன்ற மரபுத்துறைகளுடன் புவியியல், வரலாறு, கணக்கு போன்ற புதிய கலைத்துறைகளும் இடம்பெற்றன.

ஹென்றி விவியன் டிரோஸியோ என்ற ஆங்கிலோ இந்திய இளைஞர் 1826-ம் ஆண்டு இந்துக் கல்லூரியில் ஆசிரியராகச் சேர்ந்தார். அவர்

மூடநம்பிக்கைகளை எதிர்க்கவும் புதிய கருத்துகளை வரவேற்கவும் மாணவர்களுக்கு உற்சாகமளித்தார். இவ்வாறு புரட்சி மனப்பான்மை யோடு செயல்பட்ட மாணவர்கள் 'இளம் வங்காளி' (Young Bengal) என்றழைக்கப்பட்டனர். இவர்கள் புதுமைக்கருத்துகளைப் பரப்பு வதற்காக 1827-28ல் 'அகாடமிக் அசோசியேஷன்' என்ற அமைப்பை நிறுவினர்.

1830-ம் ஆண்டில் அலெக்சாந்தர் டஃப் என்ற வெள்ளைப்பாதிரி கல்கத்தா வந்து ராம் மோகனின் உதவியுடன் 'ஜெனரல் அசெம்ப்ளீஸ் இன்ஸ்டி டியூஷன்'' என்ற பள்ளியை நிறுவினார். அவரது உண்மையான நோக்கம் கிருத்துவ மதத்தைப் பிரசாரம் செய்வதுதான். அவர் ஏற்பாடு செய்த மதப்பிரசாரக் கூட்டங்களில் 'இளம் வங்காளிகள்' உற்சாகத்தோடு கலந்து கொண்டனர். அவர்கள் இந்துமத நம்பிக்கைகளை எதிர்த்து பிரசாரம் செய்ததோடு மரபுக்கு மாறுபட்ட புலால்வகைகளை உண்ணவும் மதுஅருந்தவும் முற்பட்டனர். இது அவர்களுடைய பெற்றோருக்கு அச்ச மூட்டியது. இதன் விளைவாக இந்துக் கல்லூரி நிர்வாகம் மாணவர்கள் மதப் பிரசாரக் கூட்டங்களில் கலந்துகொள்வதைத் தடைசெய்தது. அப்படியும் பல மாணவர்கள் 1830 முதலே கிருத்துவ மதத்தில் சேரத் தொடங்கிவிட்டனர். இதனால் கலக்கமடைந்த பெற்றோர் தங்கள் பிள்ளைகளை இந்துக் கல்லூரிக்கு அனுப்புவதை நிறுத்திக் கொண்டனர். கல்லூரியில் மாணவர்களின் எண்ணிக்கை 450-ல் இருந்து 250 ஆகக் குறைந்துவிட்டது. மக்களின் எதிர்ப்பின் விளைவாக டிரோஸியோ 1831-ஆம் ஆண்டில் வேலையிலிருந்து நீக்கப்பட்டார். அதே ஆண்டின் இறுதியில் அவர் நோய்வாய்ப்பட்டு இறந்தார். ஆனால் அவர் இறந்த பின்னும் இளம் வங்காளிகளின் இந்து மத எதிர்ப்பு குறையவில்லை.

இவ்வாறு ஒருபுறம் கிருத்துவப் பாதிரிகளாலும் இன்னொரு புறம் இளம் வங்காளிகளாலும் தாக்குதலுக்குள்ளான இந்து மதத்தைக் காப்பாற்ற இருவகை இயக்கங்கள் தோன்றின. உருவ வழிபாட்டையும் பல கடவுள்களைப் பூசிப்பதையும் மூடநம்பிக்கைகளையும் துறந்து உண்மையான இந்து மதத்தைப் பரப்ப 1828ம் ஆண்டில் நிறுவப்பட்ட பிரும்ம சமாஜத்தில் ராம்மோகன் ராய், மகரிஷி தேவேந்திரநாத் போன்றோரின் முயற்சியால் 'சதி' என்ற உடன்கட்டையேறும் பழக்கம் 1829-ம் ஆண்டில் சட்டபூர்வமாகத் தடைசெய்யப்பட்டது.

இந்து மதத்தின் சார்பில் தோன்றிய மற்றோர் இயக்கம் பழைமை வாதிகளின் இயக்கமாகும். இவர்கள் 1830-ம் ஆண்டில் 'தர்மசபா' என்ற அமைப்பை நிறுவி சதித்தடைச் சட்டத்துக்கு எதிராகப் பிரிவி கவுன்சிலுக்கு மேல்முறையீடு செய்தார்கள். இந்த முறையீடு வெற்றிபெறவில்லை.

# 5

## கல்கத்தாவுக்கு வருகை

கல்கத்தாவிலிருந்து பீர்சிங்கா 52 மைல். கல்கத்தாவிலிருந்து சுமார் 20 மைல் வரை பக்கா ரஸ்தா இருந்தது. மீதித் தொலைவை வசதியுள்ளவர்கள் பல்லக்கிலும் மற்றவர்கள் நடந்தும் தான்கடக்க வேண்டும். படகிலும் பிரயாணம் செய்யலாம். ஆனால் நிலவழி, நீர்வழி இரண்டிலுமே கள்ளர் பயம் உண்டு. நிலவழியில் காடுகள் இருந்ததால் வனவிலங்குகளின் ஆபத்தும் உண்டு.

பகவதி தேவியின் பிறந்த ஊர் பாதுல் வழியில்தான் இருந்தது. வழியில் சில பயணியர் விடுதிகளும் இருந்தன.

டாகுர்தாஸ் ஈஸ்வரைக் கூட்டிக்கொண்டு கால் நடையாகப் புறப்பட்டார். கூடவே ஈஸ்வரின் ஆசிரியர் காளிகாந்த பாபுவும் வீட்டு வேலைக்காரன் ஆனந்தராமும் வந்தனர்.

அவர்கள் பக்கா ரஸ்தாவை அடைந்தார்கள். ரஸ்தா ஓரத்தில் ஓரிடத்தில் அம்மிக்கல் ஒன்று நிறுத்தி வைக்கப் படிருப்பதைக் கண்டு வியப்படைந்த சிறுவன் தந்தையைக் கேட்டான், 'அப்பா, அம்மிக்கல்லை ஏன் இங்கே நட்டு வச்சிருக்காங்க?''

டாகுர்தாஸ் சிரித்துவிட்டுப் பதில் சொன்னார்: 'இது அம்மிக்கல் இல்லேப்பா, மைல் கல். ஒரு மைல்னா அரைக் கோச தூரம். இங்கேயிருந்து கல்கத்தா எவ்வளவு மைல் என்பதை எழுதியிருக்காங்க. இதுதான் இல்கிலீஷ் எண் 19. அதாவது இங்கே இருந்து கல்கத்தா 19 மைல். இந்த மாதிரி ஒவ்வொரு மைலுக்கும் ஒரு கல் இருக்கும்.'

அதுவரை ஈஸ்வருக்கு 'இங்கிலீஷ் எண்' என்று டாகுர்தாஸ் குறிப்பிட்ட அரபு எண்கள் தெரியாது. அந்த மைல் கல்லில் எழுதப்பட்டிருக்கும் முதல் எண் ஒன்று, இரண்டாவது எண் ஒன்பது என்று அவன் புரிந்து கொண்டான். இவ்வாறு ஒவ்வொரு மைல் கல்லையும் கவனித்து அவற்றின் எண்களைப் பார்த்துக் கொண்டான். பத்தாம் மைல் கல் வந்ததும் அவன் தன் தந்தையிடம் சொன்னான்: 'அப்பா, நான் இங்கிலீஷ் எண்களைக் கத்துக்கிட்டாச்சு!'

பையனைச் சோதிக்க விரும்பிய டாகுர்தாஸ் அடுத்து வந்த மைல் கற்களைக்காட்டி அவற்றில் எழுதப்பட்டிருந்த எண்களைப் படிக்கச் சொன்னார். சிறுவன் சரியாகப் பதில் சொன்னான். ஒன்பது, எட்டு, ஏழு என்று.

டாகுர்தாசுக்கு ஒரு சந்தேகம் - பையன் உண்மையிலேயே எண்களைக் கற்றுக் கொண்டிருக்கிறானா, அல்லது வெறும் ஊகத்தில் எண்களை வரிசையாகச் சொல்லி வருகிறானா? அவர் அவனுக்கு ஆறாம் மைல் கல்லைக் காட்டாமல் பிரயாணத்தைத் தொடர்ந்து பிறகு ஐந்தாம் மைல் கல்லைக்காட்டி 'இது என்ன?' என்று கேட்டார்.

ஈஸ்வர் பதில் சொன்னான்: 'அப்பா, இதிலே ஏதோ பிசகு இருக்கு இதிலே 6 எழுதியிருக்கணும். ஆனால் 5 எழுதியிருக்கு.''

இதைக் கேட்டு டாகுர்தாசுக்கும் மற்றவர்களுக்கும் அவன் உண்மையிலேயே எண்களைக் கற்றுக்கொண்டுவிட்டான் என்ற நம்பிக்கை ஏற்பட்டது. பையனின் அறிவுத்திறனைக் கண்ட அவர்கள், அடைந்த மகிழ்ச்சிக்கு எல்லையில்லை.

காளிகாந்தபாபு டாகுர்தாசிடம் சொன்னார்: 'ஈஸ்வர் ரொம்ப புத்திசாலி. அவனை நல்லாப் படிக்க வையுங்க. அவன் எதிர்காலத்தில் சிறந்து விளங்குவான்.'

அவர்கள் கல்கத்தாவுக்குப் பிரயாணம் செய்தது 1828-ம் ஆண்டு நவம்பர் மாதத்தில். அப்போது குளிர்காலமாதலால் நடப்பது அவர்களுக்குச் சிரமமாக இல்லை. சிறுவனுக்குக் கால் வலித்தால் ஆனந்தராம் அவனைச் சிறிது தூரம் தூக்கிக்கொண்டு போவான்.

ஈஸ்வர் கல்கத்தாவில் தன் தந்தையுடன் பாகவத் சரண் சின்ஹாவின் வீட்டில் தங்கினான். அப்போது பாகவத் சரண் காலமாகியிருந்தார். அவருடைய பிள்ளை ஜகத்துர்லப சின்ஹாதான் அப்போது குடும்பத் தலைவர். அக்குடும்பத்தினர் யாவரும் டாகுர்தாசிடம் பெருமதிப்பு வைத்திருந்தார்கள்.

சிறுவன் ஈஸ்வர் தன் குடும்பத்திடம் - குறிப்பாக, தன் பாட்டியிடம் - நிரம்பப் பாசம் கொண்டிருந்தான். தன் குடும்பத்தினரிடமிருந்து

பிரிந்திருப்பது அவனுக்கு மிகவும் கஷ்டமாக இருந்தது. ஜகத்துர்லப சின்ஹாவின் குடும்பத்தினர் சிறுவனிடம் மிகவும் பரிவு காட்டினர். சின்ஹாவின் தங்கை ராயிமணிக்கு ஈஸ்வரின் வயதில் ஒரு பிள்ளை இருந்தான். ராயிமணி ஈஸ்வரையும் தன் பிள்ளைபோல் வளர்த்தாள். குடும்பத்திலிருந்து பிரிந்திருக்கும் துன்பம் அவனை அதிகம் வருத்தாதபடி பார்த்துக்கொண்டாள்.

'ராயிமணியின் அற்புதமான அன்பையும் சேவையையும் என்னால் ஒரு போதும் மறக்கமுடியாது' என்று பிற்காலத்தில் வித்யாசாகர் தம் சுயசரிதையில் எழுதுகிறார். அவர் ராயிமணியை தாய்மை, பரிவு, விவேகம் இவற்றின் மொத்த வெளிப்பாடாகக் கண்டார். ராயி மணியைப் பற்றிப் பேசும்போது அவரது கண்களில் நீர் துளிர்த்துவிடும்.

அவர் மேலும் எழுதுகிறார்: 'நான் பெண்ணினத்துக்குச் சலுகை காட்டுவதாகப் பலர் சொல்கிறார்கள். இது ஓரளவு உண்மைதான். ராயிமணியின் பரிவு, இரக்கம், பண்பு இவற்றைப் பார்த்தவன். இவற்றால் பலன் பெற்றவன் - பெண்ணினத்துக்கு ஆதரவு காட்டாவிட்டால் அவன் போன்ற நன்றி கெட்டவன் உலகத்தில் இருக்கமாட்டான்.'

ஈஸ்வர் கல்கத்தா வந்ததும் சுவரூப் சந்திரதாஸ் என்பவரின் பள்ளியில் சேர்க்கப்பட்டான். ஆனால் மூன்று மாதங்களுக்குள் நகரத்தின் சுகாதாரக் கேடான சூழ்நிலை காரணமாக அவனுக்கு இரத்தபேதி ஏற்பட்டது. ஆயுர்வேத மருத்துவம் பலனளிக்கவில்லை. டாகுர்தாஸ் கிராமத்துக்குச் செய்தியனுப்பினார். உடனே துர்க்காதேவி கல்கத்தாவுக்கு வந்து பேரனை கிராமத்துக்குக் கூட்டிச் சென்றார். அங்கே போய்ச் சேர்ந்த சில நாள்களில் ஈஸ்வர் மருத்துவமின்றியே குணமாகிவிட்டான்.

1829-ம் ஆண்டு மே மாதத்தில் டாகுர்தாஸ் மறுபடி கிராமத்துக்குப் போய் ஈஸ்வரை கல்கத்தாவுக்கு அழைத்துவந்தார். புறப்படுமுன் அவர் அவனைக் கேட்டார் - கூடவே வேலைக்காரனையும் கூட்டிவர வேண்டுமா என்று. சிறுவன் ஜம்பமாகச் சொல்லிவிட்டான்: 'வேலைக் காரன் வேண்டாம். நானே நடந்து வருவேன்.'

தந்தையும் மகனும் பீர்சிங்காவிலிருந்து புறப்பட்டு வழியில் பாதுலில் ஈஸ்வரின் மாமா வீட்டில் இரவைக் கழித்துவிட்டு பயணத்தைத் தொடர்ந்தனர். அங்கிருந்து 12 மைல் தொலைவில் ராம்நகர் என்ற ஊரில் அவர்களுடைய உறவினர் ஒருவர் நோயுற்று இருந்தார். அவரைப் பார்ப்பதற்காக அவர்கள் ராம்நகர் நோக்கிச் சென்றனர். ஈஸ்வர் முதல் ஐந்தாறு மைல்களைச் சிரமமில்லாமல் கடந்துவிட்டான். அதற்குமேல் அவனால் நடக்க முடியவில்லை. கஷ்டப்பட்டு நடந்தான். நண்பகலாகியும் ஏழெட்டு மைல்களுக்கு மேல் கடக்க முடியவில்லை.

அப்போது கடுமையான கோடைகாலம். டாகுர்தாசுக்குத் திண்டாட்ட மாகிவிட்டது. அவர் பிள்ளைக்கு ஆசை காட்டினார். 'எப்படியாவது நடந்து வா. கொஞ்சதூரம் போனா வயல்லே தருபூசனிப்பழம் பழுத்திருக்கும். உனக்கு வாங்கித் தரேன்.'

பழம் தின்னும் ஆசை தூண்ட ஈஸ்வர் தொடர்ந்து நடந்தான். இனிப்பான பழம் சாப்பிடக் கிடைத்தது. இருந்தாலும் கால்வலி குறையவில்லை. அவனால் நிற்கக்கூட முடியவில்லை. டாகுர்தாஸ் அவனைத் திட்டினார். 'உன்னை இங்கேயே விட்டுவிட்டுப் போயிடுவேன்!' என்று பயமுறுத்தவும் செய்தார். அவனை விட்டுவிட்டு கொஞ்ச தூரம் போய்ப் பார்த்தார். பையன் தரையில் உட்கார்ந்துகொண்டு பலமாக அழத்தொடங்கிவிட்டான்.

டாகுர்தாசுக்கு எரிச்சல் ஏற்பட்டது. 'நீ ஏன் வேலைக்காரனைக் கூட்டிக் கிட்டு வர வேண்டாம்னு சொன்னே?' என்று திட்டிவிட்டு இரண்டு அடிகளும் கொடுத்தார். கடைசியில் வேறுவழியின்றி அவனைத் தூக்கிக்கொண்டு நடக்கத் தொடங்கினார்.

ஆனால் நோஞ்சலான உடல்வாகு படைத்த அவரால் வெகுதூரம் எட்டுவயதுப் பையனைத் தூக்கிக்கொண்டு அந்த வெயிலில் நடக்க முடியவில்லை. ஆகவே கொஞ்சதூரம் சென்றபின் பையனைக் கீழே இறக்கிவிட்டு நடந்துவரச் சொன்னார். சிறிதுதூரம் நடந்தபின் மறுபடி அவனைத் தூக்கிக் கொண்டார். இவ்வாறு மிகவும் கஷ்டப்பட்டு அவர்கள் இருட்டுமுன் ராம்நகர் போய்ச் சேர்ந்தனர். மறுநாள் அங்கு தங்கிவிட்டு அதற்கு மறுநாள் கல்கத்தா சேர்ந்தனர்.

பிற்காலத்தில் வித்யாசாகர் சிறந்த நடைவீரராக விளங்கினார். எங்கு போவதானாலும் நடப்பதையே அவர் பெரிதும் விரும்பினார். எவ்வளவு நடந்தாலும் அவருக்குச் சோர்வு ஏற்படாது.

ஒரு சமயம் அவருக்கு அஜீரணக்கோளாறு ஏற்பட்டது. மருத்துவர் 'நீங்க நிறைய நடந்தால் உடம்புக்கு நல்லது' என்றார்.

'நான் எவ்வளவு நடக்கணும்?' வித்யாசாகர் கேட்டார்.

'உங்களுக்குக் களைப்பு ஏற்படறவரை நடங்களேன்.'

'அப்படீன்னா நான் நடந்துக்கிட்டேயிருக்க வேண்டியதுதான்! ஏன்னா எனக்கு நடக்கறதிலே களைப்பே ஏற்படாது' என்றார் வித்யாசாகர்.

டாகுர்தாசின் நண்பர் பலர் ஈஸ்வரை ஆங்கிலப் பள்ளியில் சேர்க்கும்படி கூறினார்கள். டாகுர்தாசுக்கோ தம் பிள்ளை நன்றாக சம்ஸ்கிருதம் படித்து சொந்த ஊரில் ஒரு டோல் வைக்க வேண்டுமென்று விருப்பம். அவருக்கே தம் இளவயதில் சம்ஸ்கிருதம் படித்து குலத்தொழிலான

ஆசிரியப்பணி செய்யும் ஆர்வமிருந்தது. ஆனால் குடும்பத்தின் வறியநிலை காரணமாக அவர் படிப்பைவிட்டு வேலைபார்க்க நேர்ந்தது. தம் நிறைவேறாக் கனவைத் தம் பிள்ளை மூலம் நிறைவேற்றிக் கொள்ள விரும்பினார் அவர்.

பகவதி தேவியின் உறவினர் ஒருவர் சம்ஸ்கிருதக் கல்லூரியில் ஆசிரியராக இருந்தார். ஈஸ்வரை அக்கல்லூரியில் சேர்க்கும்படி அவர் டாகுர்தாசுக்கு யோசனை கூறினார். படிப்பு முடிந்ததும் ஈஸ்வர் கிராமத்தில் பள்ளி நடத்தலாம் அல்லது வேலைபார்க்க விரும்பினால் சட்டக் கமிட்டி நடத்தும் தேர்வு எழுதி நீதிமன்றத்தில் ஜட்ஜ் பண்டிதராகலாம் என்று அவர் சொன்னார். இந்தச் சட்டவிதிகள் பற்றி நீதிபதிக்கு ஆலோசனை கூறுவதே ஜட்ஜ் பண்டிதரின் வேலை.

டாகுர்தாஸ் இந்த யோசனையை ஏற்றுக்கொண்டார். 1829-ம் ஆண்டு ஜூன் முதல்நாளில் ஈஸ்வர் சம்ஸ்கிருதக் கல்லூரியில் சேர்ந்தான்.

# 6

## சம்ஸ்கிருதக் கல்லூரியில் கல்வி

ஈஸ்வர் தங்கியிருந்தது படாபஜார்ப் பகுதியில். அங்கிருந்து சம்ஸ்கிருதக் கல்லூரிக்கு நேர்வழி இல்லை. சந்து பொந்துகள் வழியேதான் நடந்து செல்ல வேண்டும். சுமார் ஆறுமாத காலம் டாகுர்தாஸ் தாமே பையனைக் காலையில் கூட்டிக்கொண்டு போய் கல்லூரியில் விட்டார். மாலையில் திரும்பக் கூட்டி வந்தார். இதன்பிறகு ஈஸ்வர் தானே கல்லூரிக்குப் போய்வரத் தொடங்கினார்.

அவன் ஒல்லியாக குட்டையாக இருப்பான். ஓலைச் சுவடிகளை ஒரு துணியில் சுற்றி கட்கத்தில் வைத்துக் கொண்டு ஒரு பெரிய குடையைக் கையில் பிடித்துக் கொண்டு அவன் வேகமாக நடந்து வருவதைத் தொலைவிலிருந்து பார்த்தால் ஒரு குடை தெருவில் நடந்துவருவது போல் தோன்றும்.

கிழக்கு வங்காளத்தில் (தற்போதைய பங்களாதேஷ்) ஜெசூர் என்றோர் ஊர் இருக்கிறது. இந்த ஊர் 'கோயி' என்ற மீன் வகைக்குப் பெயர் பெற்றது. இந்த மீன் உடல் மெலிந்து தலை பெருத்திருக்கும். ஈஸ்வரின் தலையும் அவனது மெலிந்த உடலுக்குப் பொருத் தமில்லாமல் பெரிதாக இருக்கும். அதனால் அவனுடைய சகமாணவர்கள் அவனை 'ஜெசுரே கோயி' என்றழைத்து அவனுக்குக் கோபமூட்டுவர். ஈஸ்வர் கோபத்தில் அவர்களைத் திட்டுவான். இயற்கையிலேயே அவனுக்குச் சற்று திக்குவாய். உணர்ச்சி வசப்பட்டால் அவனது திக்குவாய்த்தனம் அதிகமாகிவிடும். அவனுடைய பேச்சு திக்கித்திக்கி வெளிப்படும். அவனைக் கேலி செய்பவர்களுக்கு உற்சாகம் இன்னும் அதிகமாகும்.

டாகுர்தாஸ் ஒரு வணிகரிடம் பில் கலெக்டராகப் பணி செய்துவந்தார். அவர் நாள்முழுதும் பண வசூலுக்காக அலைந்து திரிந்துவிட்டு இரவு ஒன்பது மணிக்குத்தான் வீடு திரும்புவார். அதன் பிறகு அவர் சமைத்து அவரும் ஈஸ்வரும் சாப்பிடுவார்கள்.

டாகுர்தாஸ் பையனின் படிப்பு விஷயத்தில் மிகவும் கண்டிப்பாக இருந்தார். அவர் இரவில் திரும்பும்வரை ஈஸ்வர் படித்துக்கொண்டிருக்க வேண்டும். அவர் சமையல் செய்துகொண்டே அவன் என்னென்ன படித்தான் என்று கேட்பார். அவன் படித்த பாடங்களை ஒப்பிக்கச் சொல்வார்.

ஏற்கெனவே குறிப்பிட்டுள்ளபடி சம்ஸ்கிருதக் கல்லூரியின் பாடத் திட்டத்தில் இலக்கணம், இலக்கியம், தத்துவம், நியாயம் (தர்க்கம்), ஸ்மிருதி (இந்துச் சட்டம்) போன்ற பலதுறைகள் இருந்தன. ஒவ்வொரு மாணவனும் ஒவ்வொரு துறையில் ஒரு குறிப்பிட்ட காலம் படிக்கவேண்டும்.

ஈஸ்வர் முதலில் இலக்கணம் வகுப்பில் சேர்ந்தான். மிகவும் கடினமான துறை அது. 'முக்தபோதம்' என்ற கடினமான நூலை அவன் பயில வேண்டியிருந்தது. ஆனால், அது சிறுவர்களுக்குப் புரியாத முறையில் சூத்திரங்களாக எழுதப்பட்டிருந்ததால், மாணவர்கள் அந்தச் சூத்திரங் களைப் புரிந்துகொள்ளாமல் உருப்போட நேர்ந்தது. ஈஸ்வர் புத்திசாலி தான். இருந்தாலும் அவன் புரிந்துகொள்ளாமல் மனப்பாடம் செய்த சூத்தி ரங்களைச் சில நாள்களில் மறந்துவிடுவான். அவன் அவற்றை ஒப்பிக்கத் தவறினால் டாகுர்தாஸ் கோபங்கொண்டு அவனை அடித்துவிடுவார்.

சிலநாள்கள் அவர் இரவு வெகு நேரங்கழித்து வீடு திரும்புவார். பாவம், ஈஸ்வர்! தூக்கம் அவன் கண்களை அழுத்தும். தூக்கத்தை விரட்ட அவன் தன் கண்களில் கடுகெண்ணெயைத் தடவிக்கொள்வான். அப்படியும் சில நாள்கள் அவனைத் தூக்கம் ஆட்கொண்டுவிடும். எரியும் விளக்கின் முன்னால் தூங்கி வழிந்துகொண்டிருக்கும் பையனைப் பார்த்து டாகுர்தாஸ் கோபங்கொண்டு அவனை நையப் புடைத்துவிடுவார். வலி தாங்காமல் கதறுவான் பையன். இந்த அரவத்தில் அக்கம்பக்கத்தவர் உறக்கத்திலிருந்து விழித்துக்கொண்ட ஓடிவருவார்கள். ஜகத்துர்லப பாபுவின் மனைவியும் தங்கை ராயிமணியும் ஓடிவந்து டாகுர்தாஸைத் தடுப்பார்கள். ராயிமணி சொல்லுவாள்: 'நீங்க இப்படி அடிச்சா பையன் செத்துப் போயிடுவான். நீங்க குழந்தைய இப்படி அடிக்கறதாயிருந்தால் வேறே இடம் பார்த்துக்கிட்டுப் போயிடுங்க. நாங்க குழந்தை அடிபட்டுச் சாகற கண்றாவியைப் பார்க்காம இருப்போம்.''

'முக்தபோதம்' நூலால் தமக்கு மாணவப்பருவத்தில் ஏற்பட்ட துன்பத்தைப் பிற்காலத்தில் வித்யாசாகர் மறக்கவில்லை. அவர்

சம்ஸ்கிருதக் கல்லூரி முதல்வரான பிறகு சிறுவர்களுக்கும் எளிதில் புரியும் முறையில் 'உபக்கிரமணிகா' என்ற சம்ஸ்கிருத இலக்கண அறிமுகநூலும், நான்கு பாகங்களில் 'வியாகரண் கவுமுதி' என்ற இலக்கண நூலும் இயற்றினார். முக்தபேதம் பாடத் திட்டத்திலிருந்து எடுக்கப்பட்டு இந்த இருநூல்களும் பாடத் திட்டத்தில் சேர்க்கப்பட்டன.

ஈஸ்வர் இலக்கண வகுப்பில் சுமார் 3 ½ ஆண்டுகள் பயின்றான். ஒவ்வோராண்டுத் தேர்விலும் முதலிடம் பெற்று, புத்தகங்களும் ரொக்கமும் பரிசாகப் பெற்றான். 1830-31ம் ஆண்டுத் தேர்வில் முதலிடம் பெற்றதற்காக அவனுக்கு ஐந்து ரூபாய் மாதாந்தர உபகாரச் சம்பளம் கிடைத்தது.

இடையில் ஒரு தேர்வில் அவனுக்கு முதலிடம் கிடைக்கவில்லை. இதனால் மிகவும் வருத்தமடைந்த ஈஸ்வர் கல்லூரிப் படிப்பை விட்டு விட்டு கிராமத்துக்குத் திரும்பிப் போய் கிராமத்துப் பள்ளியில் சேரத் தீர்மானித்து விட்டான்! அவனுடைய ஆசிரியர்கள் அவனைத் தேற்றி அவனது முடிவை மாற்றினர்.

இலக்கணத்துறை ஆசிரியர் கங்காதர் தர்க்கவாகீஷ் வேடிக்கையான சம்ஸ்கிருதச் செய்யுள்கள் இயற்றுவதில் விருப்பங்கொண்டவர். அவர் தினம் பாடங்கள் முடிந்ததும் வேடிக்கையான சம்ஸ்கிருதச் செய்யுள் களைச் சொல்லி அவற்றை மாணவர்களுக்கு விளக்குவார். மாணவர் களையும் அத்தகைய செய்யுள்கள் இயற்றத் தூண்டுவார். ஈஸ்வருக்கு இந்தச் செய்யுள்களைக் கற்பதில் ஆர்வமேற்பட்டது. அவன் ஆசிரியரிடம் நிறையக் கவிதைகள் கற்றுக்கொண்டு அவற்றை எழுதிவைத்துக் கொண்டான். டாகுர்தாசும் அவனுக்கு இத்தகைய பல கவிதைகள் கற்றுக்கொடுத்தார். இவ்வாறு ஈஸ்வரிடம் 200-க்கும் மேற்பட்ட செய்யுள்கள் சேர்ந்தன. பிற்காலத்தில் வித்யாசாகர் அவற்றைத் தொகுத்து 'சுலோக மஞ்சரி' என்ற நூலாக வெளியிட்டார்.

தொடக்கத்தில் சம்ஸ்கிருதக் கல்லூரியில் ஆங்கிலம் கற்பிக்கப் படவில்லை. பின்னர் 1827-ம் ஆண்டில் அது விருப்பப் பாடமாக பாடத் திட்டத்தில் சேர்க்கப்பட்டது. ஆங்கிலம் கற்பிக்க ஒரு வெள்ளையரும் அவருக்கு உதவியாக இரு வங்காளி ஆசிரியர்களும் நியமிக்கப்பட்டனர். ஈஸ்வரன் ஆங்கிலம் கற்று வந்தான். ஆனால் 1835-ம் ஆண்டில் ஆங்கிலம் பாடத் திட்டத்திலிருந்து எடுக்கப்பட்டது. ஈஸ்வரும் மற்ற மாணவர்களும் ஆங்கிலம் கற்பிக்கப்பட வேண்டும் என்று நிர்வாகத்துக்கு விண்ணப்பம் செய்தனர். ஆனால் அக்கோரிக்கை ஏற்றுக்கொள்ளப்படவில்லை. ஆகவே ஈஸ்வர் கல்லூரியில் போதிய ஆங்கிலக் கல்வி பெறவில்லை.

அக்காலத்தில் பெரும்பாலான பாடநூல்கள் அச்சாகியிருக்கவில்லை. அவை ஏட்டுக்சுவடிகளாகவே இருந்தன. மாணவர்களே அவற்றைப்

பிரதி செய்து கொள்ள வேண்டும். ஈஸ்வர் ஏராளமான ஏட்டுச் சுவடிகளைப் பிரதி செய்தான். அவனுடைய கையெழுத்து மணி மணியாக இருக்கும். ஆசிரியர்கள் அவனது கையெழுத்தின் நேர்த்தியைப் பாராட்டினர்.

1833-ம் ஆண்டில் ஈஸ்வர் இலக்கிய வகுப்பில் சேர்ந்தான். இந்த சமயத்தில் அவனுடைய தம்பி தீனபந்துவும் கல்விப் பயிற்சிக்காகக் கல்கத்தாவுக்கு வந்துவிட்டான். டாகுர்தாஸ் அதிகாலையில் வேலைக்குப் புறப்பட்டுப் போய்விடுவார். ஆகவே, காலையில் சமையல் செய்யும் பொறுப்பும் மற்ற வீட்டு அலுவல்களும் ஈஸ்வரின் தலையில் விழுந்தன. அவன் அதிகாலையில் ஸ்நானம் செய்துவிட்டு கடைக்குப் போய் காய்கறிகளும் மீனும் வாங்கிவருவான். அடுப்புக்கு விறகையுடைத்து தீ மூட்டி சமையல் தொடங்குவான். சமையலுக்கு மிளகாய், மஞ்சள் அரைப்பான். சாப்பிட்ட பிறகு சாப்பிட்ட இடத்தைச் சுத்தம்செய்து, சமையல் பாத்திரங்களைத் தேய்த்து வைத்துவிட்டு கல்லூரிக்குப் புறப்படுவான்.

அப்போது அவர்கள் வாழ்ந்த இடம் வீட்டின் கீழ்ப்பகுதி. சாளரம் இல்லாததால் அறை எப்போதும் இருட்டாக இருக்கும். பக்கத்திலேயே சுகாதார வசதியற்ற இரண்டு கழிப்பறைகள். ஆகவே, அங்கே எப்போதும் துர்நாற்றம் நிறைந்திருப்பதோடு கழிப்பறைகளிலிருந்து புழுக்கள் அறைக்குள் வந்துவிடும். ஈஸ்வர் சமையல் செய்யும்போது பக்கத்தில் ஒரு பாத்திரம் நிறைத் தண்ணீர் வைத்திருப்பான். புழுக்கள் அறைக்குள் நெளிந்து வந்தால் தண்ணீரையூற்றி அவற்றை விரட்டுவான். அறையெங்கும் கரப்புப்பூச்சிகள் பறந்து கொண்டிருக்கும், சில சமயம் சாப்பாட்டிலும் விழுந்துவிடும்.

ஒரு சமயம் ஈஸ்வர் கவனக்குறைவாக ஒரு கரப்பையும் சேர்த்துச் சமைத்துவிட்டான். கறியைச் சாப்பிடும்போதுதான் அவன் கரப்பைக் கவனித்தான். அதை மற்றவர்கள் பார்த்துவிட்டால் அவர்கள் சாப்பிடாமல் எழுந்துவிடுவார்களென்று பயந்த ஈஸ்வர் கறியோடு கரப்பையும் சேர்த்துச் சாப்பிட்டுவிட்டான்!

சாதாரணமாக, இரவுச்சமையல் டாகுர்தாசின் பொறுப்பு. ஆனால் ஒருசமயம் சிறிது காலத்துக்கு ஈஸ்வரே இரண்டு வேளைகளும் சமைக்க நேர்ந்தது. கடுமையான உழைப்பாலும் போதிய போஷாக்கின்மையாலும் அவனது உடல்நிலைகெட்டு அவனுக்கு இரத்தபேதி கண்டது. கல்கத்தாவில் சிகிச்சை பலனளிக்காமல் போகவே அவன் கிராமத்துக்குச் சென்றான். சிலநாள்களில் சொஸ்தமாகி கல்கத்தா திரும்பினான்.

மறுபடி கடின உழைப்பு, படிப்பு. இப்போது தீனபந்து ஈஸ்வருக்கு உதவியாக கடையிலிருந்து காய்கறிகள் வாங்கிவரத் தொடங்கினான்.

ஒருநாள் மாலையில் காய்கறி வாங்கப் போனவன் களைப்பு மிகுதியால் அங்கேயே ஓரிடத்தில் படுத்துத் தூங்கிவிட்டான். ஈஸ்வர் வெகுநேரம் தேடியலைந்து அவனைக் கண்டுபிடித்தான். அதுமுதல் ஈஸ்வர் தீனபந்துவைத் தனியே எங்கும் அனுப்புவதில்லை.

ஈஸ்வருக்குப் படிக்க அதிகநேரம் கிடைக்கவில்லை. அவன் கல்லூரிக்குப் போகும்போதும், அங்கிருந்து திரும்பிவரும்போதும் நடந்துகொண்டே படிப்பான்.

ஈஸ்வரின் இலக்கிய ஆசிரியர் ஜயகோபால் தர்க்காலங்கார் ஒருசிறந்த இலக்கிய ரசிகர் மட்டுமல்ல. சம்ஸ்கிருதக் கவிதை இயற்றுவதிலும் வல்லவர். அவர் மாணவர்களுக்கு இலக்கியத்தரம் வாய்ந்த கதைகள், கவிதைகள் கூறி அவர்களது இலக்கிய ஆர்வத்தை வளர்த்தார். இத்தகைய ஆசிரியரிடம் பயிலும் வாய்ப்புக் கிடைத்தது ஈஸ்வருக்கு ஒரு பெரும் பேறுதான்.

ஜயகோபால் அடிக்கடி மாணவர்களைக் கவிதை இயற்றத் தூண்டுவார். ஈஸ்வருக்குக் கவிதையும் உரைநடையும் நன்றாக எழுதவருமெனினும் கூச்சங்காரணமாக எழுத முன்வருவதில்லை. ஆனால் ஒரு சமயம் ஜயகோபால் அவன் கவிதை எழுதத்தான் வேண்டுமென்று வற்புறுத்தினார். 'கோபாலாய நமோஸ்து மே' (கோபாலனுக்கு என் நமஸ்காரம்) என்ற சொற்றொடரை ஈற்றடியாகக் கொண்ட சம்ஸ்கிருதச் செய்யுள்கள் சில இயற்றுமாறு அவர் சொன்னார்.

குறும்புக்கார ஈஸ்வர் கேட்டான்: 'எந்தக் கோபாலனைப் பத்தி கவிதை எழுதணும்? என் முன்னாலே இருக்கிற கோபாலனைப் பத்தியா, ஒரு காலத்திலே பிருந்தாவனத்திலே லீலைகள் பண்ணின கோபாலனைப் பத்தியா?'

ஆசிரியர் சிரித்துக்கொண்டே, 'பிருந்தாவன கோபாலனைப் பத்தியே எழுது' என்றார்.

ஈஸ்வர் ஒரு மணிநேரத்தில் ஐந்து செய்யுள்கள் இயற்றினான். அவை இலக்கணப் பிழையின்றியும், தரமாகவும் இருந்தன. ஆசிரியர் அவனை மிகவும் பாராட்டினார்.

ஜயகோபால் ஆண்டுதோறும் தம் வீட்டில் சரஸ்வதி பூஜையை விமரிசையாகக் கொண்டாடுவார். அப்போது தம் மாணவர்களையும் பழைய மாணவர்களையும் அழைத்து பகலிலும் இரவிலும் விருந்தளிப்பார். மாலையிலும் இரவிலும் மாணவர்கள் பாட்டும் விளையாட்டுமாகப் பொழுது போக்குவர்.

அவர் இந்த சமயத்தில் மாணவர்களை சரஸ்வதியைப் போற்றி கவிதை இயற்றச் சொல்வார். ஒருமுறை ஈஸ்வரும் ஒரு கவிதை இயற்றினான்.

இக்கவிதையில் பக்தியை விட குறும்பும் நகைச்சுவையுமே அதிகம் இடம்பெற்றன. கவிதையின் கருத்து இதுதான் - 'எந்தத் தேவியின் அருளால் இன்று எங்களுக்கு லுச்சி, கச்சோரி, ஜிலேபி போன்ற பல தின்பண்டங்கள் கிடைத்துள்ளனவோ அந்த சரஸ்வதி தேவி வாழ்க!'

கவிதையைக் கேட்டு மகிழ்ந்த ஆசிரியர் அவனைப் பாராட்டிவிட்டு, மற்றவர்களுக்கும் கவிதையைப் படித்துக் காட்டினார்.

1834-ம் ஆண்டு ஈஸ்வருக்குத் திருமணம் நடைபெற்றது. மணப்பெண் தினமயி தேவிக்கு அப்போது வயது ஏழு. ஈஸ்வர் 1835-ம் ஆண்டு அணித் துறையில் சேர்ந்தான். அதன் ஆசிரியர் பிரேம் சந்திர தர்க்கவாகீஷ் கவிதை இயற்றுவதில் வல்லவர். அவரும் மாணவர்களை சம்ஸ்கிருதத்தில் கவிதையும் உரைநடையும் இயற்றத் தூண்டினார்.

அந்த வகுப்பில் பாடப் புத்தகமாக இருந்த 'சாகித்திய தர்ப்பண்' என்ற நூலின் உரை அச்சில் இல்லை. ஓலையில் எழுதப்பட்ட உரையொன்று ஆசிரியரிடம் இருந்தது. அவர் அதை மாணவர்களின் உபயோகத்துக்காகக் கல்லூரியில் வைத்திருந்தார். மாணவர்கள் தங்களுக்குத் தேவையான சுவடிகளை வீட்டுக்கு எடுத்துச்செல்லத் தொடங்கினர். சில சுவடிகள் காணாமற்போய்விட்டன. ஆகையால் ஆசிரியர் மாணவர்கள் சுவடிகளை வீட்டுக்கு எடுத்துச் செல்வதை தடை செய்துவிட்டார்.

ஒருசமயம் ஈஸ்வருக்குச் சில சுவடிகள் தேவைப்பட்டன. அவன் அவற்றை வீட்டுக்குக் கொண்டுபோய் படித்து விட்டு மறுநாள் கல்லூரியில் திருப்பிக் கொண்டுவைத்துவிடும் எண்ணத்துடன் அவற்றை எடுத்துக்கொண்டு வீட்டுக்குப் புறப்பட்டான். போகும் வழியில் திடீரென்று மழைபிடித்துக்கொண்டு அவனையும் சுவடிகளையும் நனைத்துவிட்டது. மறுநாள் ஆசிரியர் தன்னைத் திட்டுவாரோ என்று பயந்தான் சிறுவன்.

வழியில் ஒரு பொரிகடலைக் கடை இருந்தது. ஈஸ்வர் அக்கடையில் நுழைந்து அடுப்புக்கருகில் தன் மேல்தண்டை விரித்து அதன் மேல் ஓலைச்சுவடிகளைப் பரப்பிக் காயவைத்தான். அப்போது எதிர்பாராத விதமாக அவனுடைய ஆசிரியர் அந்த வழியே வந்துவிட்டார். ஈஸ்வர் திறந்த மேலுடம்புடன் கடையில் உட்கார்ந்திருப்பதைக் கண்டு அவர் கேட்டார்: 'ஈஸ்வர், ஏன் இப்படி உக்காந்திருக்கே?'

ஈஸ்வர் சற்றுத் தயங்கிவிட்டுப் பிறகு உண்மையை ஒப்புக் கொண்டு தன் செயலுக்கு வருத்தம் தெரிவித்தான். ஆசிரியர் தம் மேலாடையை அவனிடம் கொடுத்து, 'மொதல்லே உன் ஈர வேஷ்டியை மாத்திக்கோ. அப்புறம் வருத்தம் தெரிவிக்கலாம்' என்று சொன்னார். பிறகு அவர் ஒரு குதிரைவண்டியில் ஈஸ்வரைத் தம் வீட்டுக்கு அழைத்துச் சென்றார்.

ஆசிரியரின் பெருந்தன்மையை வித்யாசாகர் தம் வாழ்நாள் முழுதும் மறக்கவில்லை.

'கவிகான்' என்பது மக்கள் பாடல்வகைகளில் ஒன்று. உடனுக்குடன் பாடல் புனையவல்ல கவிகள் இருகட்சிகளாகப் பிரிந்து ஏதாவது ஒரு பொருளைப் பற்றி பாடல்களாலேயே நிகழ்த்தும் வாதந்தான் 'கவிகான்'. பிரேம்சந்திரருக்குக் கவிகானில் ஈடுபாடு அதிகம். அவர் விழாக் காலங்களில் தம் வீட்டில் கவிகானுக்கு ஏற்பாடு செய்வார். கவிகானில் ஆர்வங் கொண்ட ஈஸ்வர் இந்த நிகழ்ச்சியில் தவறாது கலந்துகொள்வான்.

பீர்சிங்கா கிராமத்தையொட்டிய பிரதேசம் கவிகானுக்குப் பெயர் பெற்றிருந்தது. இனிப்புத் தின்பண்டங்கள் தயாரிக்கும் தொழில் செய்துவந்த போலாநாத் என்பவர் கவிகானில் வல்லவராகத் திகழ்ந்தார். அவருடைய பாடல்கள் ஈஸ்வரை ஈர்த்தன. பிற்காலத்தில் வித்யாசாகர் போலாநாத்தின் கவி புனையும் திறனைப் பாராட்டிப் பேசுவதை அவருடைய நண்பர்கள் பலர் கேட்டிருக்கிறார்கள்.

இந்தச் சமயத்தில் ஈஸ்வரின் உபகாரச் சம்பளம் எட்டு ரூபாயாக உயர்ந்தது. அவன் தனக்குக் கிடைக்கும் பணத்தை அப்படியே தந்தையிடம் கொடுத்து வந்தான். கிராமத்தில் ஈஸ்வரை ஆசிரியராகக் கொண்டு ஒரு பள்ளி தொடங்க விரும்பிய டாகுர்தாஸ் அந்தப் பணத்தைக் கொண்டு பள்ளி கட்டுவதற்காகச் சிறிது நிலம் வாங்கினார். சிறிதுகாலங்கழித்து அவர் உபகாரச் சம்பளத்தின் ஒரு பகுதியை மட்டும் தாம் எடுத்துக் கொண்டு பாக்கியை ஈஸ்வரிடமே கொடுக்கத் தொடங்கினார். ஈஸ்வர் இந்தப் பணத்தில் தனக்கு வேண்டிய ஏட்டுச்சுவடிகள் வாங்கிக் கொண்டான்.

அவனது இரக்கமும் ஈகையும் இந்தப் பருவத்திலேயே வெளிப்பட்டன. அவன் உணவில்லாத சகமாணவர்களுக்கு உணவும், துணியில்லாதவர்களுக்குத் துணியும் தன் பணத்தில் வாங்கிக்கொடுத்தான். கையில் பணமில்லாவிட்டால் கல்லூரிக் காவலமிடமிருந்து கடன் வாங்கியாவது பரோபகாரம் செய்து விட்டு பிறகு தன் உபகாரச் சம்பளம் கிடைத்ததும் கடனைத் தீர்த்தான்.

அவன் ஓராண்டுக் காலம் 'அணி' பயின்று சிறப்பாகத் தேர்ச்சிபெற்றுப் பல புத்தகங்களைப் பரிசாகப் பெற்றான்.

1836-ம் ஆண்டில் அவன் வேதாந்த வகுப்பில் சேர்ந்து இரண்டாண்டுகள் பயின்று அந்தத் தேர்விலும் முதன்மையாகத் தேறினான். இந்தச் சமயத்தில் சுமார் இரண்டு மாதங்கள் இலக்கண ஆசிரியர் பதவி காலியாக இருந்தது. அந்த இரண்டு மாதங்களும் ஈஸ்வர் இலக்கண ஆசிரியராகப் பணியாற்றினான்.

பிறகு 1838-ல் ஸ்மிதி வகுப்பில் சேர்ந்து ஓராண்டு பயின்றான். இதே ஆண்டில் சில துறை மாணவர்களுக்காக ஒரு சம்ஸ்கிருதக் கட்டுரைப் போட்டியும் ஒரு கவிதைப் போட்டியும் தொடங்கப் பட்டது. ஒரே நாளில் காலை பத்து மணி முதல் மூன்று மணிநேரம் கட்டுரைப் போட்டி, பிறகு மூன்று மணிநேரம் கவிதைப் போட்டி.

அப்போது பிரேம்சந்திர தர்க்கவாகீஷ் ஈஸ்வருடைய ஆசிரியர்அல்ல. இருந்தாலும் ஈஸ்வரின் திறமையில் உறுதியான நம்பிக்கை கொண்டிருந்த அவர் அவன் கட்டுரைப் போட்டியில் கலந்து கொள்ள வேண்டுமென்று விரும்பினார் அவனோ கூச்சங்காரணமாகப் போட்டி நடைபெறும் அறைக்கே வரவில்லை. தர்க்க வாகீஷ் மாணவர்களை அனுப்பி அவனை வலுக்கட்டாயமாக அழைத்து வரச்செய்தார்.

இதற்குள் கட்டுரை எழுத அனுமதிக்கப்பட்ட மூன்று மணிநேரத்தில் ஒரு மணி கடந்துவிட்டது. ஈஸ்வர் எவ்வளவு முரண்டு செய்தும் ஆசிரியர் அவனை விடவில்லை.

கட்டுரையின் தலைப்பு: 'உண்மை பேசுவதன் பெருமை.'

ஈஸ்வர் யோசித்துக்கொண்டே ஒன்றும் எழுதாமல் இன்னும் ஒரு மணி நேரத்தைக் கடத்திவிட்டான். அப்போது அங்கு வந்த ஆசிரியர் அவனைக் கடிந்து கொண்டார். 'எனக்கு ஒண்ணும் தோணலே' என்றான் ஈஸ்வர்.

'சத்யம் ஹி நாமன்னு ஆரம்பிச்சு தைரியமா எழுது!' என்று சொல்லி விட்டுப் போனார் ஆசிரியர்.

ஈஸ்வர் அவ்வாறே தொடங்கி கட்டுரை எழுதினான். அவனது கட்டுரைதான் பரிசு பெற்றது.

இதற்குப்பிறகு கவிதை, கட்டுரை எழுதுவதில் ஈஸ்வரின் கூச்சம் குறைந்தது. அடுத்த ஆண்டில் 'கல்வியின் பெருமை' என்ற தலைப்பில் அவன் எழுதிய சம்ஸ்கிருதக் கவிதைக்குப் பரிசு கிடைத்தது.

1839-ம் ஆண்டில் ஈஸ்வர் நியாய சாத்திரம் பயிலத் தொடங்கினான். இந்த ஆண்டில்தான் அவன் இந்து சட்டக் கமிட்டி நடத்திய தேர்வில் தேறினான்.

நியாயசாத்திர ஆசிரியர் ஜயநாராயண் தர்க்க பஞ்சானன் சிறந்த அறிவாளி, ஆசார சீலர், பழக இனியவர். அவரது பெருஞ்சிறப்பு- அவர் வறட்டுப் பழைமைவாதியல்லர். மரபுக்கல்வியில் ஊறியவராயினும் புதுமைக் கருத்துகளுக்கும் அவர் மதிப்பளித்தார்.

அந்தச் சமயத்தில் கேசவசந்திரசென் பிரும்ம சமாஜக் கருத்துகளைப் பரப்புவதில் தீவிரமாக இருந்தார். ஜயநாராயண் ஒரு சமயம்

சொன்னாராம்: 'இந்தக் கேசவன் ஏனிப்படி சாமி, சாமின்னு அலையறான்? இதுக்குப் பதிலா மேலைநாட்டு இயந்திரங்களை இங்கேயே பண்ண ஏற்பாடு செஞ்சால் நாட்டுக்குப் பிரயோசனமாக இருக்குமே!'

இத்தகைய புதுமை மனப்போக்குடைய ஆசிரியரின் தாக்கம் ஈஸ்வரின் மேலும் ஏற்பட்டது. அவன் அவரை மிகவும் மதித்தான். அவரும் அவனிடம் பெருமதிப்பு வைத்திருந்தார். பிற்காலத்தில் அவர் 'சங்கர விஜயம்' என்ற நூல் எழுதியபோது அந்நூலின் முன்னுரையில் தம்மை 'வித்யாசாகர் என்று புகழ்பெற்றுள்ள ஈஸ்வரசந்திரனுக்கு நியாய சாத்திரம் கற்பித்தவன்' என்று பெருமையுடன் கூறிக்கொண்டார்.

ஈஸ்வரின் சம்ஸ்கிருதக் கல்லூரிப் பயிற்சி 1841-ம் ஆண்டின் டிசம்பர் மாதத் தொடக்கத்தில் நிறைவுற்றது. 12 ½ ஆண்டுகாலப் பயிற்சிக்குப் பிறகு ஈஸ்வர் கல்லூரியை விட்டு வெளியே வந்தான்.

1839-ம் ஆண்டில் இந்து சட்டத் தேர்வில் தேறியதற்காக ஈஸ்வருக்கு அளிக்கப்பட்ட நற்சான்றிதழிலும், 1841-ம் ஆண்டில் சம்ஸ்கிருதக் கல்லூரிப் பயிற்சி நிறைவுற்றது பற்றிப் பொதுக்கல்விக் குழு அளித்த சான்றிதழிலும் அவனது பெயர் 'ஈஸ்வர் சந்திர வித்யாசாகர்' என்று குறிப்பிடப்பட்டிருந்தது. ஆகவே ஈஸ்வர் 1839-ம் ஆண்டுக்கு முன்பு ஏதோ ஒரு துறைக்கான தேர்வில் சிறப்பாகத் தேறியதற்காக அவனுக்கு 'வித்யாசாகர்' என்ற பட்டம் அளிக்கப்பட்டிருக்க வேண்டும்.

# 7

## வில்லியம் கோட்டைக் கல்லூரியில் ஆசிரியர் பணி

பிரிட்டனிலிருந்து இந்தியாவுக்கு வந்து கிழக்கு இந்திய கம்பெனியில் பணிபுரிய விரும்பும் இளைஞர்களுக்கு இந்திய மொழிகள் கற்பிப்பதற்காக 1800-ம் ஆண்டில் வில்லியம் கோட்டைக் கல்லூரி நிறுவப்பட்டது. இக்கல்லூரியில் அரபு, பாரசீக, இந்துஸ்தானி, வங்காளி மொழிகள் கற்பிக்கப்பட்டன. தற்போது, மேற்கு வங்க அரசின் தலைமைச் செயலகம் உள்ள 'ரைட்டர்ஸ் பில்டிங்' என்ற கட்டடத்தின் ஒரு பகுதியில் இக்கல்லூரி அமைந்திருந்தது.

1814-ம் ஆண்டில் இந்தக் கல்லூரியின் செயலாளராக இருந்தவர் ஜி.டி. மார்ஷல். ஈஸ்வர் சம்ஸ்கிருதக் கல்லூரி மாணவனாக இருந்தபோது மார்ஷல்துரை சிறிது காலம் அக்கல்லூரியின் செயலாளராக இருந்தார். அப்போதே அவர் ஈஸ்வரின் அறிவுத் திறமையால் ஈர்க்கப்பட்டிருந்தார். ஆகவே அவர் ஈஸ்வரின் படிப்பு முடிந்ததும் 1814-ம் ஆண்டு டிசம்பர் மாத இறுதியில் அவரை வில்லியம் கோட்டைக் கல்லூரியின் தலைமைப் பண்டிதராக நியமித்தார். இந்தப் பதவிக்குச் சம்பளம் 50 ரூபாய்.

அப்போதும் டாகுர்தாசுக்குச் சம்பளம் 10 ரூபாய்தான். நாள் முழுதும் அலைந்துதிரியும் வேலை. அவருக்கு வயதும் ஐம்பதாகிவிட்டது. அவரது உடல்நிலை கெட்டுப் போய்விட்டது. இனியும் அவர் தம் உடலை வருத்திக்கொண்டு வேலை செய்வது வித்யாசாகருக்கு இஷ்டமில்லை. ஆகையால் வித்யாசாகர் தம் தந்தையை கிராமத்துக்குப் போய்விடச் சொன்னார். கிராமத்தில் வீட்டுச் செலவுக்கான பணத்தை மாதா மாதம் தாம் அனுப்ப ஒப்புக்கொண்டார். டாகுர்தாஸ் தம் பிள்ளையின் யோசனையை ஏற்றுக்கொண்டு கிராமத்துக்குத் திரும்பிப் போனார்.

வித்யாசாகரின் மாணவப்பருவத்தின் இறுதிக் கட்டத்திலேயே அவருக்கு இருப்பிடக் கஷ்டம் தோன்றிவிட்டது. சின்ஹா குடும்பத்தின் பொருளாதார நிலை சீர்கெட்டதால் அவர்கள் தங்கள் வீட்டின் ஒரு பகுதியை வாடகைக்கு விட நேர்ந்தது. வசதிக்குறைவான மிகச்சிறிய இடத்தில் டாகுர்தாஸ், வித்யாசாகர், அவருடைய இரு தம்பிகள் தீனபந்து, சம்புசந்திரர் ஆக நால்வர் வசிக்க நேர்ந்தது. ஆகையால் டாகுர்தாஸ் பகுபஜாரில் ஒருவீட்டுக்குக் குடி பெயர்ந்தார். மூன்றாண்டு களுக்குப்பின் பகுபஜாரிலேயே இன்னொரு வீட்டுக்கு மாறினார்.

டாகுர்தாஸ் கிராமத்துக்குப் போனபிறகு வித்யாசாகர் இன்னொரு வீட்டில் குடியேறினார். இதற்குள் வித்யாசாகரின் ஒன்றுவிட்ட சகோதரர் மூவரும் ஒரு வேலைக்காரனும் அங்கு வந்து சேர்ந்தனர். சம்ஸ்கிருதக் கல்லூரியில் படித்துவந்த தீனபந்துவுக்கு மாதம் எட்டு ரூபாய் உபகாரச் சம்பளம் கிடைத்தது. பிறகு இது பதினைந்து ரூபாயாக உயர்ந்தது. வித்யாசாகர் தம் சம்பளம், தீனபந்துவின் உபகாரச்சம்பளம் இவற்றிலிருந்து கிராமத்துக்குக் கொஞ்சம் பணம் அனுப்பிவிட்டு மிச்சப் பணத்தில் ஏழெட்டுப் பேர் அடங்கிய தம் குடும்பத்தைப் பராமரித்தார்.

இந்தச் சமயத்தில் வித்யாசாகரின் உறவினர்களும் கிராமத்தைச் சேர்ந்த மற்றவர்களும் கல்கத்தாவில் படிப்பதற்காகவோ அல்லது வேலை தேடியோ வந்து அவருடன் தங்குவதுண்டு. அவர்களெல்லோருக்கும் இருக்க இடமும் உண்ண உணவும் தாராளமாக அளித்தார் வித்யாசாகர்.

அப்போது கல்வி நிர்வாகம் கல்விக்குழுவின் (Council of Education) பொறுப்பில் இருந்தது. அக்குழுவின் செயலாளர் டாக்டர் எஃப். ஜே. மோவாட்டுக்கு மார்ஷல் வித்யாசாகரை அறிமுகம் செய்து வைத்தார். மோவாட்டின் ஆலோசனைப்படி வித்யாசாகர் ஆங்கிலமும் இந்துஸ் தானியும் கற்கத் தொடங்கினார். அவர் ஓர் இந்துஸ்தானி பண்டிதருக்கு மாதம் பத்து ரூபாய் சம்பளம் கொடுத்து இந்துஸ்தானி கற்றார். பிற்காலத்தில் தேசபக்தராகப் புகழ்பெற்ற சுரேந்திரநாத் பானர்ஜியின் தந்தை துர்க்கா சரண் பானர்ஜி வித்யாசாகரின் நண்பர். அவர் டேவிட் ஹேர் நிறுவிய பள்ளியில் ஆசிரியராக இருந்தார். அவர் தினம் மாலையில் வித்யாசாகரின் வீட்டுக்கு வந்து அவருடன் உரையாடி விட்டுச் செல்வார். வித்யாசாகர் ஆங்கிலம் கற்கவிரும்புவதையறிந்து அவர் தாமே கற்பிக்க முன்வந்தார். சிறிதுகாலத்துக்குப் பின் வித்யாசாகர் துர்க்கா சரணின் மாணவர் நீல் மாதவ் முகர்ஜியிடம் ஆங்கிலம் கற்கத் தொடங்கினார். பின்னர் இந்துக் கல்லூரி மாணவர் ராஜ்நாராயண் குப்தா சிறிது ஊதியம் பெற்றுக் கொண்டு வித்யாசாகருக்கு ஆங்கிலம் கற்பிக்கத் தொடங்கினார்.

இந்த சமயத்தில் வித்யாசாகரின் சம்ஸ்கிருதப் பயிற்சியும் தொடர்ந்தது. அவர் சாங்கியத் தத்துவத்தையும் புராணங்களையும் கற்றார். பலர் அவரிடம் சம்ஸ்கிருதம் கற்க வந்தனர். கடினமான மொழியான சம்ஸ்கிருதத்தை எளியமுறையில் கற்பிக்கும் கலை அவருக்குக் கைவந்திருந்தது.

அவரது வீட்டுக்கு எதிர்வீட்டில் ராஜ்கிருஷ்ணபந்த்யோ பாத்தியாய் என்பவர் இருந்தார். அவர் வித்யாசாகரின் வீட்டுக்கு அடிக்கடி வருவார். வித்யாசாகர் கம்பீரமான குரலில் சம்ஸ்கிருத சுலோகங்களைச் சொல்வதையும் பலர் அவரிடம் சம்ஸ்கிருதம் கற்பதையும் கவனித்த அவருக்கு தாமும் அந்த மொழியைக் கற்க வேண்டும் என்ற ஆர்வம் ஏற்பட்டது. கூடவே, சம்ஸ்கிருதம் ஒரு கடினமான மொழியாயிற்றே! அதைத் தம்மால் கற்கமுடியுமா என்ற தயக்கமும் ஏற்பட்டது. அவரது விருப்பத்தையுணர்ந்த வித்யாசாகர் அவருக்கு தைரியமூட்டினார். 'நீ கொஞ்சங்கூடக் கவலைப்படாதே. முக்தபோத் இலக்கணத்தோட கஷ்டத்தை அனுபவிச்சவன் நான். உனக்குச் சுலபமா நான் சம்ஸ்கிருதம் கத்துத்தரேன்.'

அந்தக் காலத்தில் சம்ஸ்கிருதக் கல்லூரியில் 'ஜூனியர்', 'சீனியர்', என்று இரண்டு சம்ஸ்கிருத மொழித்தேர்வுகள் நடத்தப்பெற்றன. கல்லூரி மாணவர்களைத் தவிர வெளியாரும் அந்தத் தேர்வுகளை எழுதலாம். ஜூனியர் தேர்வு எழுதாமலே சீனியர் தேர்வு எழுதவும் அனுமதி இருந்தது. வித்யாசாகர் ராஜ்கிருஷ்ணரை நேரே சீனியர் தேர்வில் கலந்துகொள்ளச் சொன்னார். அவ்வாறு எழுத ராஜ்கிருஷ்ணருக்குத் துணிவு ஏற்படவில்லை.

வித்யாசாகர் அவரிடம், 'நீ தினம் என்னோடு வில்லியம் கோட்டைக் கல்லூரிக்கு வா. எனக்கு நேரம் கிடைக்கறபோதெல்லாம் உனக்கு சம்ஸ்கிருதம் கத்துத்தரேன்' என்று சொன்னார்.

ராஜ்கிருஷ்ணரும் அவ்வாறே செய்தார். மாலையிலும் வித்யாசாகரின் வீட்டுக்கு வந்து மொழியைப் பயின்றார். சிலநாள்கள் வெகுநேரம் படித்துவிட்டு அங்கேயே தூங்கிவிடுவார். இவ்வாறு அவர் கடினமாக உழைத்து நான்காண்டுப் பாடத்தை இரண்டே ஆண்டுகளில் முடித்து சீனியர் தேர்வில் தேறிவிட்டார்.

இந்த அற்புதச் சாதனை பற்றிய செய்தி ஊரெங்கும் பரவியது. வித்யாசாகரின் புகழ் பரவியது. அவரது வீடு ஒரு கல்விச்சாலையாக ஆகிவிட்டது.

இந்த சமயத்தில் நிகழ்ந்த சிலநிகழ்ச்சிகள் வித்யாசாகரின் குணச் சிறப்புகளைக் காட்டுகின்றன.

வில்லியம் கோட்டைக் கல்லூரியில் பயின்ற பிரிட்டிஷ் மாணவர்களுக்கு அவர்கள் படித்த விஷயங்களில் தேர்வுகள் நடத்தப்பெற்றன. தேர்வுகளில் தேர்ச்சிபெற்றவர்களுக்குக் கம்பெனியில் வேலை கிடைக்கும். தேறாதவர்கள் பிரிட்டனுக்குத் திருப்பி அனுப்பப்படுவர்.

வித்யாசாகர் வங்காளி விடைத்தாள்களை மதிப்பீடு செய்வார். அவர் இவ்விஷயத்தில் முறை தவறாது நடந்துகொண்டதால் பல மாணவர்கள் குறைந்த மதிப்பெண்களே பெறுவர். பல்லாயிரம் மைல்கள் கடல்கடந்து வந்துள்ள மாணவர்கள் தேர்வில் தேறாவிட்டால் வேலையின்றி ஊர் திரும்ப நேருமென்பதைக் கருத்தில் கொண்டு அவர்களுக்கு சற்று தாராளமாக மதிப்பெண்கள் அளிக்கும்படி மார்ஷல் வித்யாசாகரைக் கேட்டுக்கொண்டார். ஆனால் வித்யாசாகர் தம் மேலாளரின் இக்கோரிக்கையை ஏற்கவில்லை. அவரது இந்த மறுப்பால் அவர் தம் வேலையையே இழக்க நேர்ந்திருக்கலாம். ஆனால், மார்ஷல் வித்யாசாகரின் நேர்மையைக்கண்டு அவரை இன்னும் மதிக்கத் தொடங்கினார்.

ராபர்ட் காஸ்ட் என்ற பிரிட்டிஷ் இளைஞன் வித்தயாசாகருடன் நெருங்கிப் பழகினான். அவன் தன்னைப்பற்றி இரண்டு சம்ஸ்கிருத சுலோகங்கள் இயற்றும்படி வித்யாசாகரைக் கேட்டுக்கொண்டான். வித்யாசாகரும் அவ்வாறே இரண்டு சுலோகங்கள் எழுதிக்கொடுத்தார். இதனால் மகிழ்ந்த காஸ்ட் அவருக்கு 200 ரூபாய் பரிசளித்தான். வித்யாசாகர் இந்தப் பணத்தைத் தாமே எடுத்துக்கொள்ளாமல், சம்ஸ்கிருதத்தில் சிறந்த கட்டுரை எழுதும் சம்ஸ்கிருதக் கல்லூரி மாணவனுக்கு ஒவ்வோர் ஆண்டும் 50 ரூபாய் பரிசாகக் கொடுக்க ஏற்பாடு செய்தார். இந்தப் பரிசு நான்காண்டுகள் வழங்கப் பெற்றது.

ஓராண்டில் இந்தக் கட்டுரைப் போட்டியில் வித்யாசாகரின் தம்பி தீனபந்துவும், ஸ்ரீசசந்திரர் என்ற இன்னொரு மாணவரும் மிகச் சிறப்பாகக் கட்டுரை எழுதியிருந்தனர். இப்போட்டியல் வித்யாசாகரே நடுவராக இருந்ததால் அவர் பரிசை தம் தம்பிக்கு அளிக்காமல் ஸ்ரீசசந்திரருக்கே அளித்தார்.

சம்ஸ்கிருதக் கல்லூரியில் உயர்நிலை இலக்கண ஆசிரியர் பதவி காலியாயிற்று. இந்தப் பதவிக்குச் சம்பளம் 90 ரூபாய். அப்போது கோட்டைக் கல்லூரியில் வித்யாசாகர் வாங்கிவந்த சம்பளம் 50 ரூபாய்தான். மோவாட் இந்தப் பதவியில் வித்யாசாகரை நியமிக்க எண்ணினார். மார்ஷல் இச்செய்தியை வித்யாசாகரிடம் தெரிவித்த போது அவர் சொன்னார்: ‘இந்த வேலைக்கு என்னைவிடத் தகுதி பெற்றவர் ஒருவர் இருக்கிறார். அவர் பெயர் தாராநாத் தர்க்கவாசஸ்பதி. அவர் இப்போது கால்னாவில் வசிக்கிறார்.’

'அவருக்கு இந்த வேலையில் சேர இஷ்டமா என்று உடனே தெரியவேண்டுமே' என்றார் மார்ஷல்.

தாமே போய்த் தெரிந்துகொண்டு வருவதாகச் சொல்லி வித்யாசாகர் அன்று மாலையே தம் சித்தி பிள்ளை சர்வேஸ்வர் உடன் கால் நடையாகக் கால்னாவுக்குப் புறப்பட்டார். கால்னா கல்கத்தாவிலிருந்து சுமார் 60 மைல். இருவரும் இரவு முழுவதும் நடந்து மறுநாள் பிற்பகலில் கால்னாவை அடைந்தார்கள்.

தாராநாத் வேலையை ஏற்றுக்கொள்ள இணங்கினார். வித்யாசாகர் தமக்காக இந்த வேலையை விட்டுக்கொடுத்தது மட்டுமன்றி, இவ்வளவுதூரம் நடந்து வந்து தமக்குச் செய்தி தெரிவித்ததற்கு நன்றி தெரிவித்தார் அவர். வித்யாசாகர் தாராநாத்தின் தகுதி பற்றிய சான்றிதழ்களையும் வேலைக்கான மனுவையும் வாங்கிக்கொண்டு கல்கத்தாவுக்குப் புறப்பட்டார். நீண்டதூரம் நடந்ததால் சர்வேஸ்வரின் கால்கள் வீங்கிப்போய்விட்டன. ஆகையால் வித்யாசாகரும் சர்வேஸ் வரும் படகிலேறி கல்கத்தா திரும்பினர். தாராநாத்துக்கு இலக்கண ஆசிரியர் வேலை கிடைத்தது.

ஏறக்குறைய இதே சமயத்தில் சம்ஸ்கிருதக் கல்லூரியில் கீழ்நிலை இலக்கண ஆசிரியர் பதவியும் நூலகர் பதவியும் காலியாயின. ஏற்கெனவே சொந்தப்பள்ளி வைத்து நடத்தும் மரபுவழிப் பண்டிதர் இருவரை இந்தப் பதவிகளில் நியமிக்க விரும்பினார் கல்லூரிச் செயலாளர். இந்த விஷயத்தில் மோவாட் மார்ஷலின் யோசனையைக் கேட்க, மார்ஷல் வித்யாசாகரைக் கலந்தாலோசித்தார். மரபு வழிப் பண்டிதர்கள் இப்பதவிகளுக்குத் தருந்தவர்களல்லர் எனக் கருதிய வித்யாசாகர் ஒரு தேர்வு வைத்து அதில் முதலிரண்டு இடங்களைப் பெறுபவர்களுக்கு இந்தப் பதவிகளை அளிக்கலாமென்று யோசனை கூறினார். அவரது யோசனை செயல்படுத்தப்பட்டது.

இவ்வாறு நூலகராக நியமிக்கப்பட்டவரின் பெயர் கிரிஷ் சந்திரர். இதற்குமுன் அவர் சம்ஸ்கிருதக் கல்லூரியில் படிப்பை முடித்து விட்டு தம் கிராமத்துக்குத் திரும்பிப் போயிருந்தார். பிறகு அவருடைய தந்தை இறந்துவிட்டார். அவரும் நோய்வாய்ப்பட்டு கடும் வறுமையில் உழன்றார். உடல்நிலை குணமானதும் அவர் கல்கத்தா வந்து வித்யாசாகரிடம் தம் நிலைமையை விவரித்தார். வித்யாசாகர் அவரிடம், 'நீ உனக்கு ஒரு வேலை கிடைக்கும் வரையில் என் வீட்டில் சாப்பிட்டுக்கொண்டு இரு' என்று சொன்னார்.

சிறிதுகாலம் இவ்வாறு வித்யாசாகரோடு தங்கியிருந்த பிறகு தான் கிரிஷ் சந்திரருக்கு நூலகர் வேலை கிடைத்தது.

வித்யாசாகரின் தம்பி சம்புசந்திரருக்குத் திருமணம் நிச்சயமாயிற்று. கல்யாணத்துக்கு நிச்சயம் வரும்படி பகவதி தேவி வித்யாசாகரிடம் சொல்லியிருந்தார். வித்யாசாகர் மார்ஷலிடம் சென்று ஊருக்குப் போக விடுப்பு வேண்டினார். கல்லூரியில் அதிகவேலையிருந்ததால் விடுப் பளிக்க மறுத்துவிட்டார் மார்ஷல். வித்யாசாகர் சொன்னார்: 'நான் திருமணத்துக்குப் போகாவிட்டால் என் தாய் மிகவும் வருத்தப்படுவார். ஆகையால் நான் போகத்தான் வேண்டும். நீங்கள் விடுப்பு அளிக்கா விட்டால் நான் வேலையை விடத்தயார்!' வித்யாசாகரின் உறுதியையும் அவருக்குத் தாயிடம் இருந்த பக்தியையும் கண்டு வியந்த மார்ஷல் விடுப்பு அளிக்க இசைந்தார்.

உடனே வித்யாசாகர் ஊருக்குப் புறப்பட்டார். வழியில் அவர் தாமோதர் ஆற்றைக் கடக்கவேண்டும். அவர் கரையை அடைந்தபோது ஆற்றைக் கடக்கப் படகு இல்லை. வித்யாசாகர் ஆற்றை நீந்திக் கடந்து உரிய நேரத்தில் கல்யாணத்தில் கலந்துகொண்டார்.

1843-ம் ஆண்டின் கோடைகாலத்தில் வித்யாசாகரின் முன்னாள் ஆசிரியர் கங்காதர் தர்க்கவாகீசுக்கு வாந்திபேதி நோய் கண்டது. அப்போது அவருடைய உறவினர் யாரும் அருகிலில்லை. அந்தக்காலத்தில் இந்த நோய்கண்டவர்களை எவரும் அணுகத் தயங்குவர்.

இந்தச் செய்தி கேட்ட வித்யாசாகர் இரண்டு மருத்துவர்களை அழைத்துக்கொண்டு கங்காதரின் வீட்டுக்குச் சென்று அவரது சிகிச்சைக்கு ஏற்பாடு செய்தார். தாமும் மூன்று நாள்கள் அங்கேயே தங்கி நோயாளிக்குப் பணிவிடை செய்தார். அவரது முயற்சி வீணாயிற்று. கங்காதர் இறந்துவிட்டார்.

இதற்குச் சில நாள்களுக்குப் பின் வித்யாசாகரின் இன்னொரு முன்னாள் ஆசிரியரின் உறவினருக்கு இந்த நோய் கண்டது. நோயாளியின் குடும் பத்தினர் அந்தக்கால வழக்கப்படி நோயாளியை வீட்டின் ஒரு மூலையில் பாயில் கிடத்தி வைத்திருந்தனர்.

இச்செய்தி கிடைத்ததும் வித்யாசாகர் தம் மருத்துவ நண்பர் துர்க்கா சரண் பானர்ஜியை அழைத்துப்போய் நோயாளிக்கு சிகிச்சையும் பணி விடையும் செய்தார். தம் தம்பி மூலம் தம் வீட்டிலிருந்து மெத்தை, தலையணை கொண்டுவரச் செய்து நோயாளியை அதில் படுக்க வைத்தார். நோயாளி குணமடைந்தார்.

# 8

## சம்ஸ்கிருதக் கல்லூரியின் துணைச் செயலாளர்

*1846*-ம் ஆண்டில் சம்ஸ்கிருதக் கல்லூரியின் துணைச் செயலாளர் பதவி காலியாயிற்று. வித்யாசாகரை அப்பதவியில் நியமிக்க விரும்பினார் மோவாட். மார்ஷலின் விருப்பமும் அதுவே. ஆனால், அந்தப் பதவியின் சம்பளமும் 50 ரூபாய்தான். ஆகையால் அந்த வேலையை ஏற்றுக்கொள்வதில் வித்யாசாகருக்கு லாபமெதுவுமில்லை. இருந்தாலும் மார்ஷலின் விருப்பப்படி வித்யாசாகர் அந்த வேலைக்கு மனு செய்தார். தாம் ஏற்கெனவே 50 ரூபாய் சம்பளம் வாங்குவதால் துணைச் செயலாளரின் சம்பளத்தை உயர்த்தும்படி அவர் தம் மனுவில் கேட்டுக் கொண்டார்.

வித்யாசாகரின் சம்பள உயர்வுக் கோரிக்கை ஏற்றுக் கொள்ளப்படவில்லை. எனினும் வித்யாசாகர் அந்த வேலையில் சேர இசைந்தார். இதற்குக் காரண மிருந்தது. வில்லியம் கோட்டைக் கல்லூரி ஒரு குறிப் பிட்ட நோக்கத்துக்காக இயங்கி வந்ததால் அக்கல்லூரியில் சீர்திருத்தங்கள் செய்ய வாய்ப் பில்லை, அவற்றுக்குத் தேவையுமில்லை. வித்யா சாகர் சம்ஸ்கிருதக் கல்லூரியின் முன்னாள் மாணவர் என்ற முறையில் அக்கல்லூரியின் குறைநிறைகளை அறிந்திருந்தார். அதன் நிர்வாகத்திலும் பாடத் திட்டத்திலும் சில சீர்திருத்தங்கள் செய்தால் அது ஒரு முதல் தரமான கல்விச்சாலையாக மாறும், அதன் மூலம் நாட்டுக்கும் மக்களுக்கும் பல நன்மைகள் செய்யலாம் என்று வித்யாசாகர் கருதினார். துணைச் செயலாளர் பதவியை ஏற்றுக்கொண்டால் அவர் விரும்பிய சீர்திருத்தங்கள் செய்ய அவருக்கு வாய்ப்பு கிடைக்கும்.

ஆனால், கல்லூரிச் செயலாளர் ரசமய் தத்தா தம்மைச் சுதந்தரமாகப் பணியாற்ற விடுவாரா என்ற சந்தேகமும் அவருக்கிருந்தது. அவர் தம் விருப்பப்படி செயல்பட முடியாவிட்டால் தம் வேலையை விட்டுவிட நேரும். அப்போது அவரது குடும்பத்தின் நிலையும் அவரையண்டி யிருந்த உறவினர்களின் நிலையும் என்னாகும்?

இதை மனத்தில் கொண்டு வித்யாசாகர் தாம் உதவிச் செயலாளர் வேலையில் சேர ஒரு நிபந்தனை விதித்தார். வில்லியம் கோட்டைக் கல்லூரியில் தம் இடத்தில் தம் தம்பி தீனபந்துவை நியமிக்க வேண்டும் என்பதுதான் அந்த நிபந்தனை. அந்த நிபந்தனையை மார்ஷல் ஏற்றுக் கொள்ளவே வித்யாசாகர் 1846-ம் ஆண்டு ஏப்ரல் மாதத்தில் சம்ஸ்கிருதக் கல்லூரியின் துணைச் செயலாளரானார்.

கல்லூரிச் செயலாளர் பதவி பகுதிநேரப் பதவிதான். செயலாளர் ரசமய் தத்தா ஒரு நீதிமன்றத்தில் நீதிபதியாக முழுநேரப் பணி புரிந்துவந்தார். ஆகையால் அவரால் தினம் கல்லூரிக்கு வர முடியவில்லை, கல்லூரி நிர்வாகத்தில் போதிய கவனமும் செலுத்த முடியவில்லை.

வித்யாசாகர் துணைச் செயலாளரானதும் கல்லூரி நிர்வாகத்தையும் பாடத் திட்டத்தையும் சீர்திருந்த முனைந்தார்.

இந்தச் சமயத்தில் கல்லூரியில் இலக்கிய ஆசிரியர் பதவி காலியாயிற்று. வித்யாசாகரை இந்த வேலையில் அமர்த்த விரும்பினார் செயலாளர். ஆனால் இந்த வேலையில் சேர்ந்தால் கல்லூரியில் மாற்றங்கள் கொண்டுவர வாய்ப்பு கிடைக்காது என்றுணர்ந்த வித்யாசாகர் இந்தப் பதவியை ஏற்க இணங்கவில்லை. அவர் வெளியூர் கல்லூரியொன்றில் பணிபுரிந்து வந்த தம் நண்பர் மதன்மோகன் தர்க்காலங்காரை இப்பதவியில் அமர்த்தச் செய்தார்.

அப்போது கல்லூரி ஆசிரியர்களும் மாணவர்களும் உரிய நேரத்தில் கல்லூரிக்கு வருவதில்லை. வகுப்புகள் ஒழுங்காக நடைபெறுவ தில்லை. ஆசிரியர்கள் வகுப்பில் பாடம் நடத்தாமல் தூங்குவதுண்டு. மாணவர்களும் தங்கள் இஷ்டப்படி வகுப்புகளிலிருந்து வெளியே போவார்கள்.

இந்த ஒழுங்கீனங்களுக்கு முற்றுப்புள்ளி வைத்தார் வித்யாசாகர். மாணவர்களும் ஆசிரியர்களும் குறித்த நேரத்துக்கு வரவும் வகுப்புகள் ஒழுங்காக நடைபெறவும் ஏற்பாடு செய்தார். மாணவர்களின் கட்டுப் பாடற்ற நடத்தையை தயைச்செய்தார்.

கல்லூரிப் பாடத் திட்டத்தைச் சீரமைக்க அவர் ஒரு திட்டம் தயாரித்து, அதுபற்றி மார்ஷலிடமும் கலந்து பேசினார். மார்ஷல் அத்திட்டத்தை

வரவேற்றார். பிறகு வித்யாசாகர் தம் திட்டத்தைச் செயலாளரிடம் கொடுத்தார். இத்திட்டத்தின் முக்கிய அம்சங்களாவன:

1. இலக்கணப் பாடப் புத்தகங்களிலும் கல்விமுறையிலும் பல மாற்றங்கள் செய்து இலக்கணக் கல்விக்காலத்தைப் பாதியாகக் குறைத்தல்

2. ஆங்கிலப் பாடப் புத்தகங்களிலும் கல்விமுறையிலும் சில சீர்திருத்தங்கள் செய்தல்.

மாணவர்கள் இன்னும் நல்ல சம்ஸ்கிருத, ஆங்கில அறிவு பெறுவதோடு மேலைநாட்டு விஞ்ஞான அறிவும் பெறத் தம் திட்டம் வழி செய்யும் என்று வித்யாசாகர் தம் அறிக்கையில் குறிப்பிட்டார்.

ஆனால், செயலாளருக்கு வித்யாசாகரின் திட்டத்தைச் செயலாக்குவதில் ஆர்வமில்லை. வித்யாசாகரின் அறிக்கை அவருக்கு எரிச்சலூட்டியது. அப்போதிருந்த கல்விமுறையின் குறைகளைச் சுட்டிக்காட்டுவதன் மூலம் தம்மைவிட அதிக முக்கியத்துவம் பெற நினைப்பதாகவும் ரசமய் தத்தா நினைத்தார். அவர் வித்யாசாகருக்குத் தொந்திரவளிப் பதற்காக அவருடைய அன்றாடப் பொறுப்புகளை அதிகமாக்கினார். ரசமய் தத்தா வித்யாசாகரின் திட்டத்தைத் தாமே செயல்படுத்தவு மில்லை. கல்விக் குழுவுக்கு அனுப்பவுமில்லை. இதனால் மனம் நொந்த வித்யாசாகர் 1847-ம் ஆண்டு ஏப்ரல் மாதம் தம் பதவியை ராஜிநாமா செய்து கல்விக் குழுவுக்குக் கடிதம் எழுதினார்.

ராஜிநாமா கடிதத்தை செயலாளர் மூலம் அனுப்பும்படி கல்விக்குழு கூறியது.

வித்யாசாகர் ராஜிநாமா கடிதத்தை செயலாளரிடம் அனுப்பினார். செயலாளருக்குச் சங்கடமாகிவிட்டது. ராஜிநாமாவுக்கான காரணங்களைத் தெரிவிக்கும்படி அவர் வித்யாசாகருக்கு எழுதினார்.

வித்யாசாகர் பதிலெழுதினார்:

'மற்ற பொறுப்புகள் காரணமாக நீங்கள் கல்லூரிக்கு ஒழுங்காக வருவதில்லை. ஆகையால் கல்லூரிப் பாடத் திட்டத்திலும் நிர்வா கத்திலும் நான் சில மாற்றங்களைத் தங்களிடம் சொல்லாமலே செய்ய நேர்ந்தது. இது தங்களுக்குப் பிடிக்கவில்லை. நான் என் திட்டத்தைத் தங்களிடம் தந்தபோது அதில் இடம் பெற்ற யோசனைகளைச் செயல் படுத்தும் அதிகாரம் தங்களிடமே இருப்பதாகவும் அதைக் கல்விக் குழுவுக்கு அனுப்பத் தேவையில்லையென்றும் நீங்கள் முதலில் சொன்னீர்கள். பின்னர், இலக்கணப் பாடத் திட்டம் தவிர மற்ற மாற்றங்

களுக்கு கல்விக்குழுவின் அனுமதி தேவையென்று கூறினீர்கள். பிறகு இலக்கணப் பாடத் திட்ட மாற்றத்துக்கும் கல்விக்குழுவின் அனுமதி தேவைப்படும் என்றும் அதைமட்டும் கல்விக்குழுவுக்கு அனுப்புவதாகவும் சொன்னீர்கள். முழுத்திட்டத்தையும் அனுப்பும்படி நான் விடுத்த கோரிக்கையை நீங்கள் ஏற்கவில்லை. அதுமட்டுமல்ல, இலக்கணப் பாடத் திட்டம் பற்றி என் யோசனைகளை அனுப்பும்போது அதில் பல திருத்தங்கள் செய்து உருக்குலைத்து விட்டீர்கள்.

'இன்னொரு விஷயம் - தேர்வுச் சமயத்தில் இந்துக் கல்லூரி நம் கல்லூரியின் மேஜை நாற்காலிகளை தன் உபயோகத்துக்கு எடுத்துக் கொள்கிறது. இதனால் நம் மாணவர்களுக்கு அசவுகரியம் ஏற்படுகிறது. இவ்வாறு நம் கல்லூரியின் உரிமைகளும் நம் மாணவர்களின் வசதிகளும் புறக்கணிக்கப்படுவது எனக்குச் சற்றும் பிடிக்கவில்லை.

'ஒரு மனிதன் உண்மையாக உழைத்தும் அவனுடைய பணிக்கு ஒரு சிறிதாவது அங்கீகாரம் கிடைக்காவிட்டால் அவனுக்கு எப்படி திருப்தி ஏற்படும்?'

இக்கடிதத்திலிருந்து வித்யாசாகரின் சுதந்தர மனப்பான்மையும் கொள்கையில் உறுதியும் புலப்படுகின்றன.

வித்யாசாகர் வேலையை விடும் செய்தி ஆசிரியர்களுக்கும் மாணவர்களுக்கும் கலக்கமூட்டியது. 13 ஆசிரியர்கள் கூட்டாகச் செயலாளருக்கு விண்ணப்பம் செய்து வித்யாசாகர் கல்லூரியில் தொடர்ந்து பணிபுரிய வேண்டும் என்று கேட்டுக்கொண்டனர்.

கல்விக்குழுவுக்கும் வித்யாசாகரை இழக்க மனமில்லைதான். ஆனால், செயலாளரைப் புறக்கணிக்கவும் அது துணியவில்லை. வித்யாசாகரின் ராஜிநாமா 1847 ஜூலைமாதம் ஏற்றுக்கொள்ளப்பட்டது.

இந்தச் சமயத்தில் ரசமய் தத்தா ஒருவரிடம் சொன்னாராம்: 'வித்யாசாகர் இப்படிப்பட்ட நல்ல வேலையை விட்டுவிட்டாரே! இனிமேல் சாப்பாட்டுக்கு என்ன செய்வார்?'

இதைக் கேள்விப்பட்ட வித்யாசாகர் பதிலளித்தார்: 'நான் உருளைக் கிழங்கும் பொட்டலும் (பொட்டல் என்பது சமையலில் பயன்படும் ஒருகாய்) விற்றாவது பிழைச்சுக்குவேன். எனக்காக ரசமய் தத்தா கவலைப்பட வேண்டாம்!'

# 9

## தொழில் முயற்சி

வித்யாசாகர் காய்கறி விற்றாவது பிழைத்துக் கொள்வதாக வீராப்பாகப் பேசிவிட்டாலும் அவரது பொருளாதார நிலைமை நெருக்கடியாகத்தானிருந்தது. அப்போது அவரது குடும்பத்துக்குக் கிடைத்த ஒரே வருமானம் தீனபந்துவின் 50 ரூபாய்ச் சம்பளந்தான். அதில் ஒரு பகுதியைக் கிராமத்துக்கு அனுப்பிவிட்டு மிச்சத் தொகையில் கல்கத்தா குடித்தனத்தை நடத்த வேண்டும்.

அப்போது வித்யாசாகர் உறவினர்களும் கிராமத்தாரு மாக 20 பேர் அவருடன் தங்கியிருந்தனர். அவர்களைப் பராமரிக்க வேண்டிய பொறுப்பும் அவருக்கு இருந்தது.

இவ்வளவு தட்டுப்பாட்டிலும் அவர்தம் இயற்கை யான நட்புணர்வையும் தன்மானத்தையும் கைவிட வில்லையென்பதை ஒரு நிகழ்ச்சியின் மூலம் தெரிந்துகொள்ளலாம்.

டாக்டர் மோவாட்டின் நண்பரான காப்டன் பேங்க் என்ற வெள்ளையர் சம்ஸ்கிருதம், வங்காளி, இந்துஸ்தானி கற்றுக் கொள்ளவிரும்பித் தமக்கு ஒரு தகுந்த ஆசிரியரைச் சிபாரிசு செய்யும்படி மோவாட்டிடம் கூறினார். வேலையை விட்டுவிட்ட வித்யாசாகருக்கு ஏதாவது பணஉதவி கிடைக்கட்டுமே என்ற எண்ணத்தில் மோவாட் காப்டன் பேங்கை வித்யாசாகரிடம் அனுப்பினார். பேங்க் சிலமாதங்கள் வித்யாசாகரிடம் மொழிகளைக் கற்றுக்கொண்டு இறுதியில் மாதத்துக்கு 50 ரூபாய் விகிதத்தில் அவருக்கு சன்மானம் அளித்தார்.

ஆனால், அதை வாங்கிக் கொள்ள மறுத்துவிட்டார் வித்யாசாகர். அவர் சொன்னார்: 'நீங்க டாக்டர் மோவாட்டோட நண்பர். டாக்டர் மோவாட் என் நண்பர். என் நண்பரோட நண்பருக்குப் பாடம் சொல்லிக் கொடுக்க நான் பணம் வாங்கிக்கொள்ள மாட்டேன்!'

அந்தக் காலத்தில் கல்வியறிவுபெற்ற உயர்சாதியினர் தங்கள் குலத் தொழிலை விட்டு வாணிகத்தில் ஈடுபடத் தயங்கவில்லை. மரபுக்கல்வி பெற்ற பிராமணர்கள் கூட வியாபாரம் செய்யத் துணிந்தனர்.

வித்யாசாகரின் குலத்தொழில் ஆசிரியப் பணியே. ஆயினும் அவர் காலத்தின் தேவைக்கேற்ப வேறு தொழிலில் ஈடுபடத் தயங்கவில்லை. ஆனால், தொழில் தொடங்க மூலதனம் வேண்டுமே! அவரிடமிருந்த ஒரே முதல் கல்விதான். அதைக்கொண்டு செய்யக்கூடிய ஒரே தொழில் புத்தகம் எழுதி வெளியிடுவதுதான். ஆகவே இந்தத் தொழிலில் இறங்கினார் வித்யாசாகர்.

சம்ஸ்கிருதக் கல்லூரியில் பணிபுரியும்போதே அவருக்கு ஓர் அச்சுப் பொறி வாங்கி புத்தகங்கள் அச்சிடும் யோசனை தோன்றியது. அவர் தம் நண்பரும் சம்ஸ்கிருதக் கல்லூரி ஆசிரியருமான மதன்மோகன் தர்க்காலங்காருடன் சேர்ந்து கொண்டு 600 ரூபாய் கடன்வாங்கி அந்தப் பணத்தில் ஓர் அச்சுப்பொறி வாங்கினார்.

ஒரு சமயம் அவர் மார்ஷலுடன் பேசிக்கொண்டிருக்கும்போது தாம் அச்சுப்பொறி வாங்கியுள்ள செய்தியைக் கூறி ஏதாவது அச்சு வேலையிருந்தால் தமக்குத் தரும்படி கேட்டுக்கொண்டார்.

பாரத் சந்திர ராய் என்ற வங்காளிக்கவியின் 'அன்னதா மங்கள்' என்ற காவியம் அப்போது வில்லியம் கோட்டைக் கல்லூரியில் பாடமாக இருந்தது. ஆனால், அப்போது பயன்படுத்தப்பட்டு வந்த புத்தகத்தில் பிழைகள் மலிந்திருந்தது. அந்தக் காவியத்தின் மூலப்பிரதியை வாங்கி வந்து காவியத்தைப் பிழையின்றி அச்சிட்டுக் கொடுத்தால் தாம் வில்லியம் கோட்டைக் கல்லூரிக்காக நூறு பிரதிகள் வாங்கிக்கொண்டு 600 ரூபாய் கொடுப்பதாக மார்ஷல் கூறினார்.

வித்யாசாகர் அவ்வாறே செய்து தாம் வாங்கியிருந்த கடனைத் தீர்த்தார்.

இதன் பிறகு வில்லியம் கோட்டைக் கல்லூரிக்கும் சம்ஸ்கிருதக் கல்லூரிக்கும் தேவைப்பட்ட பாடப் புத்தகங்கள் வித்யாசாகரின் அச்சகத்திலேயே அச்சிடப்பட்டன. பிற்காலத்தில் வங்காளத்தில் பொதுப் பள்ளிகளும் பெண் பள்ளிகளும் பெருகின. அவற்றுக்காகத் தேவைப்பட்ட புத்தகங்களில் பெரும்பாலானவை வித்யாசாகரின் அச்சகத்தில் அச்சிடப்பட்டதால் அவருக்கு நிறைய வருமானம் கிடைத்தது.

‘அன்னதா மங்கள்’ மூலப்பிரதிக்காகக் கிருஷ்ணநகர் ஜமீன்தாரின் வீட்டுக்குச் சென்றதில் வித்யாசாகருக்கு இன்னொரு லாபமும் ஏற்பட்டது. கிருஷ்ணநகர் ஜமீன்தார் ராஜா ஸ்ரீசசந்திரர் (அந்தக் காலத்தில் கிருஷ்ணநகர், வர்த்தமான், சோபா பஜார் போன்ற ஊர்களின் ஜமீன்தார்களுக்கு ராஜா, மகாராஜா முதலிய பட்டங்கள் வழங்கப் பட்டிருந்தன) வித்யாசாகரின் இனிய நண்பராகி அவருடைய சமூகச் சீர்திருத்த முயற்சிகளுக்குப் பெரும் ஆதரவு அளித்தார்.

பிற்காலத்தில் கவியாகவும் நாடகாசிரியராகவும் புகழ்பெற்ற துவிஜேந் திரலால் ராயின் தந்தை கார்த்திகேய சந்திரராய் அப்போது கிருஷ்ணநகர் ஜமீனில் திவானாக இருந்தார். அவரும் வித்யாசாகரின் நெருங்கிய நண்பரானார்.

அக்காலத்தில் இலக்கியம், தத்துவம் போன்ற பல துறைகளில் சிறந்த சம்ஸ்கிருத நூல்கள் ஓலைச்சுவடிகளிலும் மரப்பட்டைகளிலும் எழுதப்பெற்றிருந்தன. அவற்றைப் பிரதியெடுக்கும்போது பிரதி யெடுப்பவர்களின் கவனக்குறைவால் பிழைகள் ஏற்பட்டன. அச்சிடப்பட்ட நூல்களில் இப்பிழைகள் தொடர்ந்தன.

வித்யாசாகர் பாடப் புத்தகங்களை அச்சிட்டு வெளியிடுவதோடு நின்றுவிடவில்லை. அவர் பழைய சம்ஸ்கிருத நூல்களின் ஓலைச் சுவடிகளைச் சேகரித்து அவற்றை ஒப்புநோக்கி பிழைகளைத் திருத்தி நல்ல முறையில் அச்சிட்டு வெளியிட்டார்.

தாம் அச்சிட்ட புத்தகங்களை தாமே விற்பனை செய்யவும் அவர் முனைந்தார். இதற்காக அவர் ‘சம்ஸ்கிருத பிரஸ் டெபாசிட்டரி’ என்ற புத்தகக்கடையை அமைத்தார். இக்கடையில் அவர் வெளியிட்ட புத்தகங்களோடு பிற வெளியீட்டாளர்களின் புத்தகங்களும் கமிஷன் முறையில் விற்பனை செய்யப்பட்டன.

இவ்வாறு புத்தக வெளியீட்டு விற்பனைத் துறையில் வித்யாசாகர் ஒரு முன்னோடியாகத் திகழ்ந்தார்.

வித்யாசாகர் இந்தத் தொழிலை ஒரு பொருளீட்டும் சாதனமாக மட்டும் கருதவில்லை. மக்களின் கல்வியையும் அறிவையும் வளர்க்கும் ஒரு சமூகப் பணியாகக் கருதி ஆழ்ந்த ஈடுபாட்டுடன் உழைத்தார். அச்சிடு வதிலும் புத்தகத் தயாரிப்பிலும் சிறந்த தரத்தை எட்டப் பாடுபட்டார்.

அவர் உழைக்க அஞ்சவில்லை. தம் புத்தகங்களில் பிழைகளை பெரும்பாலும் தாமே திருத்தினார். அவரது புத்தகங்கள் பல பதிப்புகள் வெளியாயின. ஒவ்வொரு பதிப்பும் வெளியாகுமுன்னர் அவர் அந்தப் புத்தகத்தை மேலும் திருத்தி அதன் உள்ளடக்கத்தை மேலும் தெளிவாக்கவும் நடையை இன்னும் எளிமையாக்கவும் முயற்சி செய்தார்.

ஆகையால் அவர் வெளியிட்ட ஒவ்வொரு பதிப்பும் முந்தைய பதிப்பைவிடச் சிறந்து விளங்கியது.

வங்காளியில் முற்றுப்புள்ளிக்குப் பதிலாக ஒரு செங்குத்துக் கோடு வெகுகாலமாகவே பயன்படுத்தப்பட்டு வருகிறது. ஆனால் கால்புள்ளி, அரைப்புள்ளி போன்ற நிறுத்தல் குறிகள் வங்காளியில் இல்லை. ஆகையால் வங்காளி நூல்களில் வாக்கியங்களின் பொருளைப் புரிந்து கொள்வது சிரமமாக இருந்தது. வித்யாசாகருக்கு முன்பே சில எழுத்தாளர்கள் நிறுத்தல் குறிகளை வங்காளியில் பயன்படுத்தத் தொடங்கிவிட்டனர். எனினும் நிறுத்தல் குறிகளைப் பெருமளவிலும் முறையாகவும் கையாண்ட முதல் எழுத்தாளர் வித்யாசாகர் தாம்.

வங்காளியில் நூற்றுக்கணக்கான எழுத்துகள் உண்டு. ஆகவே அவற்றை அச்சுக்கோக்க நிறைய நேரமும் உழைப்பும் தேவைப்படும். சில எழுத்துகள் அதிகம் பயன்படும், சில ஓரளவு பயன்படும், சில அபூர்வமாகத்தான் தேவைப்படும். அச்சுக்கோர்க்கும்போது அடிக்கடிப் பயன்படும் எழுத்துகள் அச்சுக்கோப்பவரின் கைக்கருகில் இருக்கும்படி வித்யாசாகர் அச்சுப்பெட்டியின் அறைகளை அமைத்துக்கொண்டார். அவர்தம் சொந்த அனுபவத்தின் மூலம் கண்டுபிடித்த முறை 'வித்யாசாகர் முறை' என்றழைக்கப்பட்டு இன்றும் பின்பற்றப்படுகிறது.

1849-ம் ஆண்டின் தொடக்கத்தில் வில்லியம் கோட்டைக் கல்லூரியின் தலைமை எழுத்தர்-பொருளாளர் பதவி காலியாயிற்று. வித்யாசாகர் 5000 ரூபாய் ஜாமீன் கட்டி மாதம் 80 ரூபாய் சம்பளத்தில் இந்த வேலையில் அமர்ந்தார்.

10

# சம்ஸ்கிருதக் கல்லூரி முதல்வர்

'இப்போது வங்காளி இலக்கியத்தைச் செப்பனிடுவதில் முக்கியப் பங்கு வகிப்பவர்கள் ஆங்கிலத்தில் இருந்து புதிய சிந்தனைகளைப் பெற்றுக்கொள்ளும் அளவுக்கு ஆங்கிலப் புலமை பெற்ற சம்ஸ்கிருதப் பண்டிதர்கள். அறிவியல், மற்ற செய்திகளை நயம்பட வெளிப்படுத்த வல்லதாக வங்காளியை ஆக்கியதில் வித்யாசாகர் தலைமையில் செயல்படும் சம்ஸ்கிருதக் கல்லூரியின் பங்கு மிகப்பெரியது.'

**அருள்திரு ஜே. லாங்**

*1850*-ம் ஆண்டின் இறுதியில் சம்ஸ்கிருதக் கல்லூரியில் இலக்கிய ஆசிரியர் பதவி காலியாயிற்று. மோவாட் வித்யாசாகரை இந்தப் பதவியில் நியமிக்க விரும்பினார். ஆனால் இப் பதவியை ஏற்றுக்கொள்ள வித்யாசாகருக்கு இஷ்டமில்லை. ஏனெனில் இலக்கிய ஆசிரியராக இருந்துகொண்டு கல்லூரியின் நிர்வாகத்திலோ கல்வி முறையிலோ மாற்றமெதுவும் கொண்டு வர முடியாது என்று அவருக்குத் தெரியும். மேலும், முன்பு அவருடைய முயற்சிகளுக்கு இடையூறாக இருந்த ரசமய் தத்தா தான் அப்போதும் கல்லூரிச் செயலாளாராக இருந்தார்.

தம்மை கல்லூரியின் முதல்வராக்கி தமக்கு முழு உரிமையும் தந்தால் கல்லூரியில் சேர இணங்குவதாக வித்யாசாகர் மோவாட்டிடம் கூறினார். மோவாட் இக்கோரிக்கைக்கு இணங்கியிருக்க வேண்டும்.

*1850*-ம் ஆண்டு டிசம்பர் மாதம் வித்யாசாகர் இலக்கிய ஆசிரியர் பதவியில் சேர்ந்தார். கல்லூரியின் நிர்வாகத்தையும் பாடத் தி திட்டத்தையும் சீரமைக்க ஒரு

திட்டம் தீட்டித்தருமாறு கல்விக்குழு அவரைக் கேட்டுக்கொண்டது. கல்விக்குழு அவருக்கு ஆதரவாக இருப்பதைப் புரிந்துகொண்ட ரசமய் தத்தாவும் செயலாளர் பதவியை தாமாகவே ராஜிநாமா செய்தார். கல்விக்குழு இந்த வாய்ப்பைப் பயன்படுத்திக் கொண்டு செயலாளர், துணைச்செயலாளர் பதவிகளை எடுத்துவிட்டு வித்யாசாகரை கல்லூரி முதல்வராக நியமித்தது.

கல்வியை ஒருசில குறிப்பிட்ட சாதிரினருக்கு மட்டும் உரிமை யாக்குவதில் வித்யாசாகருக்கு உடன்பாடில்லை. இந்து சமூகத்தில் வைத்தியர்களுக்கு அடுத்தபடியில் இருந்தவர்கள் காயஸ்தர்கள். வித்யாசாகர் 1851-ம் ஆண்டில் காயஸ்தர்களை சம்ஸ்கிருதக் கல்லூரியில் சேர்த்துக்கொண்டார். 1854-ம் ஆண்டின் இறுதியில் மற்ற 'கண்ணியமான' இந்துக்களும் கல்லூரியில் பயிலும் உரிமை பெற்றனர்.

வித்யாசாகர் சம்ஸ்கிருதக் கல்லூரி முதல்வராக இருந்தபோது நிகழ்ந்த ஒரு நிகழ்ச்சியிலிருந்து அவரது புரட்சி நோக்கு வெளியாகிறது.

ஹீரா புல்புல் என்ற வேசியின் பிள்ளை இந்துக் கல்லூரியில் சேர்க்கப் பட்டான். இது பழைமைவாதிகளை மட்டுமின்றிப் பல சீர்திருத்த வாதிகளையும் அதிர்ச்சிக்குள்ளாக்கியது. தேவேந்திரநாத் தாகூர் இந்த நடவடிக்கையை எதிர்த்து ஒரு போட்டிப்பள்ளி தொடக்க முற்பட்டார்.

வித்யாசாகரின் நண்பர் சிலர் அவரது கருத்தைக் கேட்டனர்.

'ஹீரா வேசியாக இருக்கலாம். அவளுடைய பிள்ளை என்ன பாவம் செய்தான்? அவன் கல்வி கற்க என்ன தடை?' என்றார் வித்யாசாகர்.

ஒரு நண்பர் கேட்டார்: 'நீங்கள் அவனை சம்ஸ்கிருதக் கல்லூரியில் சேர்த்துக்குவீங்களா?'

தயக்கமின்றிப் பதிலளித்தார் வித்யாசாகர். 'நிச்சயமா! நான் பழைய சாத்திரங்களைச் சுமந்துக்கிட்டுத் திரியற பிராமணப் பண்டிதனில்லே. காத்து எந்தப்பக்கம் வீசுதுன்னு தெரிஞ்சிருக்கறதாலேதான் நான் கல்லூரியிலே இவ்வளவு மாறுதல்கள் செஞ்சிருக்கேன், யாரையும் லட்சியம் பண்ணலே!' பிற சாதியினரை சம்ஸ்கிருதக் கல்லூரியில் சேர்ப்பதற்குப் பழைமைவாதிகளிடமிருந்து பலத்த எதிர்ப்பு எழுந்தது. வித்யாசாகர் அதைப் பொருட்படுத்தவில்லை.

அவர் கல்லூரி முதல்வரான பிறகு சிறிது சிறிதாகப் பல மாற்றங்களைக் கொண்டுவந்தார். அதுவரை பிரதமை திதியும் அஷ்டமி திதியும் வாரவிடுமுறை நாள்களாக இருந்தன. வித்யாசாகர் ஞாயிற்றுக் கிழமையை விடுமுறை நாளாக்கினார். கோடை விடுமுறையை முதன் முதலாக அமுலுக்குத் கொண்டுவந்தார். அதுவரை சம்ஸ்கிருதக்

கல்லூரியில் நுழைவுக்கட்டணம் இல்லை, போதனையும் இலவசம். இதனால் மாணவர்கள் இஷ்டப்படி கல்லூரியில் சேர்ந்தனர், இஷ்டப்படி விலகினர். இந்த ஒழுங்கீனத்தைத் தடுப்பதற்காக வித்யாசாகர் 1852-ம் ஆண்டில் நுழைவுக்கட்டணம் இரண்டுரூபாய் என்ற விதியை ஏற்படுத்தினார். கல்லூரியிலிருந்து ஒருமுறை விலகிவிட்டு மறுபடி சேரவிரும்புவர்கள் மறுபடி நுழைவுக்கட்டணம் கட்டவேண்டும். 1854-ல் கல்விபோதனைக்காக ஒரு ரூபாய் மாதக் கட்டணம் என்ற விதி ஏற்பட்டது.

உபகாரச் சம்பளத்துக்குத் தகுதியுள்ள மாணவர்களை தேர்வு செய்ய நடத்தப்படும் தேர்வுமுறைகளைச் சீர்திருத்தினார் வித்யாசாகர்.

அதுவரை மாணவர்களின் கல்வித் தேர்ச்சி ஆண்டுத் தேர்வுகள் மூலமே அளவிடப்பட்டது. வித்யாசாகர் கீழ்வகுப்புகளில் மாதத் தேர்வுகளையும் மேல் வகுப்புகளில் இரு மாதங்களுக்கு ஒருமுறை தேர்வுகளையும் ஏற்படுத்தி மாணவர்கள் ஆண்டு முழுதும் கல்வியில் கவனம் செலுத்தும் நிலையை உண்டாக்கினார். ஆசிரியர்களும் மாணவர்களும் உரிய நேரத்தில் கல்லூரிக்கு வரவேண்டுமென்பதில் அவர் கண்டிப்பாக இருந்தார். அவர் மாணவர்களைக் கட்டுப்படுத்திவிட்டார். எனினும் ஆசிரியர்களிடம் அவ்வளவு கண்டிப்பாக இருக்கமுடியவில்லை அவரால். ஏனெனில் எல்லா ஆசிரியர்களுமே வயது முதிர்ந்தவர்கள். அவர்ளில் பெரும்பாலோர் அவருடைய முன்னாள் ஆசிரியர்கள்.

ஆசிரியர்களை வழிக்குக் கொணர ஒரு தந்திரம் செய்தார். வித்யாசாகர் யாராவது ஓர் ஆசிரியர் தாமதமாக வந்தால் வித்யாசாகர் அவருக்கு முன்னால்போய், 'இப்பத்தான் வரீங்களா?' என்று பணிவாகக் கேட்பார். ஆசிரியருக்கு அவமானமாகிவிடும். அவர் மறுநாள் முதல் குறித்த நேரத்துக்கு வந்து விடுவார்.

ஆனால், வித்யாசாகரின் முன்னாள் ஆசிரியர் ஜய்நாராயண் தர்க்க பஞ்சானனிடம் மட்டம் வித்யாசாகரின் தந்திரம் பலிக்கவில்லை. வித்யாசாகரும் 'இப்பத்தான் வரீங்களா?' என்று அவரைப் பலமுறைகள் கேட்டுக்கேட்டு அலுத்துவிட்டார்.

இப்போது அவர் வேறோர் உபாயத்தை மேற்கொண்டார். ஜய்நாராயண் தாமதமாக வரும்போது வித்யாசாகர் ஒன்றும் பேசாமல் அவர் முன்னால் போய்நிற்பார். ஜய்நாராயண் வித்யாசாகரைக் கடந்துதான் கல்லூரிக்குள் நுழைய வேண்டும்.

இவ்வாறு சிலநாள்கள் தொடர்ந்து நடந்தது. ஒருநாள் ஜய்நாராயண் எரிச்சலடைந்து வித்யாசாகரிடம் சொன்னார்: 'நீ இப்படி வந்து பேசாமே நிக்கறது எனக்கு ரொம்பச் சங்கடமாக இருக்கு. நீ ஏதாவது

கேட்டால் நான் பதில் சொல்லலாம். ஏன் எனக்குத் தாமதமாச்சுன்னு விளக்கலாம். நீ ஒண்ணும் கேக்கறதில்லே. சரி சரி, நான் நாளையிலேர்ந்து எப்படியாவது சரியான நேரத்துக்கு வந்துடறேன்!'

வித்யாசாகர் வெகுகாலம் சிந்தனை செய்து கல்விமுறையைச் சீர்திருத்த ஒரு நீண்ட அறிக்கை தயாரித்து அதை 1852-ம் ஆண்டு ஏப்ரல் மாதத்தில் கல்விக்குழுவிடம் அனுப்பினார். இந்த அறிக்கையின் முக்கிய அம்சங்களாவன: 'வங்காளியில் தரமான இலக்கியம் படைப்பதை ஊக்குவிப்பதே கல்வித்துறையாளர்களின் முக்கிய நோக்கமாக இருக்க வேண்டம். சம்ஸ்கிருதத்தில் நல்ல பயிற்சியில்லாதவர்களால் தரமான வங்காளி எழுதமுடியாது. ஆகவே, மாணவர்கள் சம்ஸ்கிருதத்தை நன்கு கற்கவேண்டும்... அவர்கள் மேலைநாட்டுக் கருத்துகளையும் வங்காளியில் வெளிப்படுத்தும் திறமை பெற்றிருக்க வேண்டும். ஆகையால் அவர்கள் ஆங்கிலப் பயிற்சியும் பெற வேண்டும். கல்லூரியில் ஆங்கிலத்துக்கு அதிக முக்கியத்துவம் அளிக்கப்பட வேண்டும். ஆங்கிலம் கற்பிக்கும் ஆசிரியர்களின் எண்ணிக்கை அதிகரிக்கப்பட்டு அவர்களுடைய சம்பளம் உயர்த்தப்பட வேண்டும்... சம்ஸ்கிருதப் பாடத் திட்டத்தில் இலக்கணமும் இலக்கியமுமே முக்கியம். அணி, ஸ்மிருதி போன்ற துறைகள் முக்கியமில்லை... இந்தியத் தத்துவக் கருத்துகள் தவறானவை, மேலைநாட்டுக் கருத்துகளுக்கு முரண்பட்டவை. இருந்தாலும் வரலாற்றுக் காரணங்களுக்காக மாணவர்கள் இந்தியத் தத்துவத்தைக் கற்கவேண்டும். அவர்கள் மேலைநாட்டுத் தத்துவத்தையும் கற்று இந்தியத் தத்துவம் எவ்வகையில் தவறு என்று உணர்ந்து கொள்ள வேண்டும்... சம்ஸ்கிருதத்திலுள்ள கணித நூல்களால் பயனில்லை. அதற்குப் பதிலாக ஆங்கில முறைக் கணிதம் கற்பிக்கப்பட வேண்டும்.

19-ம் நூற்றாண்டில் பண்டைய மரபில் ஊறிய பிராமணக் குடும்பத்தைச் சேர்த்த ஒரு சம்ஸ்கிருதப் பண்டிதர் 'இந்தியத் தத்துவம் தவறானது' என்று அழுத்தந் திருத்தமாகக் கூறியிருப்பது அவரது புரட்சி நோக்கையும் மனத்திண்மையையும் காட்டுகிறது. வித்யாசாகர் வறட்டு இலட்சியவாதியல்லர்; அவர் நடைமுறை நோக்கம் படைத்தவர். அரசாங்க அதிகாரிகளின் மனப்பான்மையை நன்கு அறிந்திருந்த அவர் தாம் பரிந்துரைக்கும் சீர்திருத்தங்களால் செலவு அதிகரிக்குமெனில் அரசாங்கமும் அதைக் காரணங்காட்டித் தம் பரிந்துரையைப் புறக்கணித்துவிடும் என்பதை உணர்ந்திருந்தார். ஆகையால் அவர் அந்தச் சீர்திருத்தங்களால் அரசாங்கத்துக்கு அதிகச் செலவு ஏற்படாதபடி பல சிக்கன நடவடிக்கைகளையும் பரிந்துரைத்தார்.

வங்காளத்தின் துணைநிலை ஆளுநர் எஃப். ஜே. ஹேலிடே வித்யாசாகரின் அறிக்கையைப் பாராட்டினார்.

கல்விக்குழு உறுப்பினர்கள் வித்யாசாகரின் புலமை, செயல்திறன், இலட்சிய நோக்கு இவற்றுக்காக அவரை மிகவும் மதித்தனர். ஆனால் அவர்கள் அவருடைய கருத்துகளை அப்படியே செயல்படுத்தவும் தயங்கினர். சம்ஸ்கிருதக் கல்லூரியின் பாடத் திட்டத்தை ஆராய்ந்து அதன் மேம்பாட்டுக்கான யோசனைகளைக் கூறும்படி அவர்கள் காசி சம்ஸ்கிருதக்கல்லூரி முதல்வர் ஜே.ஆர். பாலன்ட்டைன் அவர்களைக் கேட்டுக்கொண்டனர்.

பாலன்ட்டைன் ஒரு சிறந்த அறிஞர். இந்தியத் தத்துவத்தில் மிகுந்த ஈடுபாடு கொண்டவர். மேலைநாட்டு அறிவியலின் வித்து இந்திய தத்துவத்தில் அடங்கியிருப்பதாக உறுதியாக நம்பியவர். அவர் மில் என்ற ஆங்கிலேய அறிஞரின் புகழ்பெற்ற தர்க்கநூல் ஒன்றை சுருக்கி வெளியிட்டிருந்தார். அதில் அவர் மில்லின் தர்க்கவியலுக்கும் இந்திய 'நியாய'த் தத்துவத்துக்குமிடையேயுள்ள ஒற்றுமையைக் குறிப் பிட்டிருந்தார். அதுபோல் பிஷப் பெர்க்லி என்பவரின் தத்துவக் கருத்துகள் சாங்கியம், வேதாந்தம் போன்ற இந்தியத் தத்துவக் கருத்துகளை எதிரொலிப்பதாக விளக்கி ஒரு புத்தகம் எழுதியிருந்தார். அவருடைய நூல்கள் காசிக் கல்லூரியில் பாடப்புத்தகங்களாக இருந்தன.

பாலன்ட்டைன் 1853-ம் ஆண்டு கல்கத்தா சம்ஸ்கிருதக் கல்லூரிக்கு வந்து அதன் பாடத் திட்டத்தை ஆராய்ந்து ஓர் அறிக்கை சமர்ப்பித்தார். இந்த அறிக்கையில் அவர் வித்யாசாகரின் புலமையையும் கல்லூரிப் பாடத் திட்டத்தையும் பொதுவாகப் பாராட்டிவிட்டு சில யோசனைகள் கூறினார்.

அவருடைய முக்கியமான யோசனைகள் பின்வருமாறு:

'இந்திய மாணவர்கள் இந்தியத் தத்துவத்தை சம்ஸ்கிருதத்திலும் மேலை நாட்டுத் தத்துவத்தை ஆங்கிலத்திலும் பயிலும்போது இரு தத்துவங்களும் சரியானவையென்று புரிந்து கொள்கிறார்கள். ஆனால், ஒருமொழிக் கருத்துகளை இன்னொரு மொழியில் மொழிபெயர்த்துக்கொள்ளும் திறமையில்லாத காரணத்தால் இவ்விரு தத்துவங்களும் அடிப்படையில் ஒன்றுதான் என்று புரிந்து கொள்ளாமல் 'உண்மை இருவகைப்பட்டது' என்ற தவறான முடிவுக்கு வருகிறார்கள். இந்தத் தவறு நேராதிருப்பதற் காக மாணவர்கள் பாலன்ட்டைன் எழுதிய 'சினாப்சிஸ் ஆஃப் சையன்ஸஸ்'' (Synopsis of Sciences) என்ற நூலையும், பெர்க்லியின் தத்துவம் பற்றிய பாலன்ட்டைனின் விளக்க நூலையும் பயிலவேண்டும்.'

'மில்லின் தர்க்கவியல் நூலை மாணவர்கள் புரிந்துகொள்ள இயலாது. அதன் விலையும் அதிகம். அதற்குப் பதிலாக பாலன்ட்டைன் மில்லின் தத்துவம் பற்றி எழுதியுள்ள நூல் பயன்படுத்தப்படலாம்.'

கல்விக்குழு பாலன்ட்டைனின் அறிக்கையை வித்யாசாகரிடம் அனுப்பி அவருடைய கருத்துகளை வேண்டியது.

வித்யாசாகரும் பாலன்ட்டைனும் இரு சம்ஸ்கிருதக் கல்லூரிகளின் முதல்வர்கள். எனவே, சமநிலையிலுள்ளவர்கள். தம்மோடு சமநிலையிலுள்ள ஒருவர் தம் கல்லூரிப் பாடத் திட்டத்தைச் சீர்திருத்த யோசனை வழங்குவது தன்மானம் மிக்க வித்யாசாகருக்குப் பிடிக்க வில்லை. பாலன்ட்டைன் தம் புத்தகங்களை பாடத் திட்டத்தில் சேர்க்கும்படி பரிந்துரை செய்ததும் அவருக்குப் பிடிக்கவில்லை.

இன்னொரு முக்கியமான விஷயம் - இந்தியத் தத்துவக் கருத்துகள் - குறிப்பாக சாங்கிய, வேதாந்தக் கருத்துகள் - தவறானவை என்று உறுதியாக நம்பிய வித்யாசாகர், அவையும் மேலைநாட்டுத் தத்துவமும் ஒன்றுதான் என்று கூறிய பாலன்ட்டைனின் புத்தகங்களைத் தம் மாணவர்கள் கற்பதை விரும்பவில்லை.

ஆகவே, அவர் பாலன்ட்டைனின் பெரும்பாலான யோசனைகளை எதிர்த்தார். அவை ஏற்கத்தக்கவையல்ல என்பதை விளக்கினார். இந்தியப் பழைமைவாதிகள் ஏற்கெனவே இந்தியத் தத்துவம் தலைசிறந்தது. மேலைநாட்டு அறிவியலே இந்தியத் தத்துவத்திலிருந்து பிறந்தது என்று நம்புகிறார்கள். கல்லூரி மாணவர்கள் பாலன்ட்டைனின் நூல்களையும் பெர்க்லியின் நூலையும் படித்தால் பழைமைவாதிகளின் வெறியும் மூட நம்பிக்கைகளுமே பலம் பெறும். நாட்டில் புதுமைக் கருத்துகள் வலுப்பெற வேண்டுமானால் மாணவர்கள் இந்தியத் தத்துவம் தவறு என்பதைப் புரிந்துகொள்ள வேண்டும்.

பழைமைவாதிகளின் பழைமை வெறியை விளக்க ஒரு கதை சொன்னார் வித்யாசாகர்:

அலெக்சாந்த்ரியா நகரத்தைக் கைப்பற்றிய அரபுத் தளபதி சும்ரு அதன் புகழ்பெற்ற நூலகத்தை என்ன செய்வதென்று கலீபாவைக் கேட்டானாம். கலீபா சொன்னாராம்: 'நூலகத்தின் நூல்களில் இடம் பெற்றுள்ள கருத்துகள் குரானோடு இசைந்திருந்தால் அந்த நூல்கள் தேவையில்லை; குரானுக்கு மாறுபட்டிருந்தால் அப்படிப்பட்ட நூல்கள் ஆபத்தானவை. ஆகையால் நூலகத்தை அழித்துவிடு!'

மில்லின் நூல்பற்றிய பாலன்ட்டைனின் யோசனையையும் வித்யாசாகர் ஏற்கவில்லை. சம்ஸ்கிருதக் கல்லூரி மாணவர்களால் மில்லின் மூலநூலைப் புரிந்துகொள்ள முடியும், அதிக விலையுள்ள நூல்களையும் அவர்கள் வாங்கிப் படிப்பார்கள் என்றார் அவர்.

வித்யாசாகரின் திட்டவட்டமான எதிர்ப்பு கல்விக் குழுவைச் சங்கடத்திலாழ்த்தியது. பாலன்ட்டைனின் சில புத்தங்களைப் பாடத் திட்டத்தில் சேர்த்துக்கொண்டு அவருடன் கலந்து ஆலோசிக்கும்படி அது வித்யாசாகரைக் கேட்டுக்கொண்டது.

வித்யாசாகர் இதற்கும் இணங்கவில்லை. அவர் தாம் வகுத்துள்ள பாடத் திட்டத்தில் பிறரது குறுக்கீட்டை விரும்பவில்லையென்று தெரிவித்தார். அவர் தாமும் பாலன்ட்டைனுடன் சமநிலையில் உள்ள ஒரு கல்லூரி முதல்வரென்பதைக் குறிப்பிட்டு, தம் நிலையில் ஒரு வெள்ளையர் இருந்தால் அவர் இன்னொரு கல்லூரி முதல்வரின் குறுக்கீட்டுக்கு இணங்குவாரா என்று கேட்டார். அவர் தாம் சுதந்தர மாகச் செயல்பட அனுமதிக்கப்பட்டால் மக்களிடையே உண்மையான அறிவைப் பரப்பவல்ல இளம் அறிஞர் குழு ஒன்றை சம்ஸ்கிருதக் கல்லூரியில் உருவாக்கித் தருவதாக உறுதியளித்தார்.

இதன்பிறகு கல்விக்குழு வித்யாசாகரின் நடவடிக்கைகளுக்குக் குறுக்கே நிற்கவில்லை.

அவர் தம் கல்லூரியின் கல்வித்தரத்தை உயர்த்தப் பல மாற்றங்கள் செய்தார். அதே சமயத்தில் அந்த மாற்றங்களால் பாதிக்கப்பட்டவர் களுக்கு தீங்கு நேராமலும் பார்த்துக்கொண்டார்.

உதாரணமாக, சம்ஸ்கிருதக் கல்லூரியில் சம்ஸ்கிருதக் கணிதநூல் லீலாவதியும் பீஜ கணிதமும் கற்பிக்கப்பட்டன. இவற்றால் பயனில்லையென்று கருதிய வித்யாசாகர் ஆங்கில முறைக் கணிதத்தைப் பாடத் திட்டத்தில் சேர்க்க விரும்பினார். ஆனால், அப்படிச் செய்தால் அதுவரை சம்ஸ்கிருதக் கணிதம் கற்பித்துவரும் பிரியநாத் பட்டாச்சாரியாவுக்கு வேலை போய்விடும். வித்யாசாகர் பிரியநாத்தை சட்டத்தேர்வுக்குத் தயார் செய்துகொள்ளச் சொன்னார். ஆனால், பிரியநாத்துக்குச் சட்டத்தேர்வு எழுதுவதற்கான வயதெல்லை கடந்துவிட்டது. வித்யாசாகர் அப்போது கல்விக்குழுவின் தலைவராக இருந்த ஜேம்ஸ் கால்வின் துரையிடம் பேசி பிரியநாத் சட்டத்தேர்வு எழுத சிறப்பு அனுமதி வாங்கிக் கொடுத்தார். பிரியநாத் சட்டத்தேர்வில் தேறி முன்சீப் பதவியில் நியமிக்கப்பட்டார். அதன்பிறகு, வித்யாசாகர் ஆங்கிலமுறைக் கணிதத்தைப் பாடத் திட்டத்தில் சேர்த்தார்.

இதேமாதிரி ஆங்கிலக் கல்வித்தரத்தை உயர்த்த வித்யாசாகர் மேற்கெண்ட உபாயமும் குறிப்பிடத்தக்கது. ஆங்கிலம் விருப்பப் பாடமாக இருந்ததால் ஒரு சில மாணவர்களே ஆங்கிலம் படித்தனர். கற்பித்த இரண்டு ஆசிரியர்களும் போதிய தகுதி வாய்ந்தவர்களல்லர். முதலில் வித்யாசாகர் அவர்களை அதிகச் சம்பளத்தில் வேறுபள்ளிகளில் தலைமை ஆசிரியர்களாக நியமிக்கும்படி கல்விக்குழுவுக்குச் சிபாரிசு செய்தார். பிறகு தகுதிபெற்ற ஆசிரியர்களை ஆங்கிலம் கற்பிக்க நியமித்தார். உபகாரச்சம்பளம் பெற தகுதியான மாணவர்களைத் தேர்ந் தெடுக்க மேல்நிலையிலும் கீழ்நிலையிலும் நடத்தப்பட்ட தேர்வுகளில் அதுவரை ஆங்கிலம் இடம்பெறவில்லை. வித்யாசாகர் அத்தேர்வுகளில் ஆங்கிலத்தையும் ஒரு பாடமாக்கினார். ஆகவே, உபகாரச்சம்பளம் பெற

விரும்பும் மாணவர்கள் ஆங்கிலத்தை நன்கு பயில நேர்ந்தது. இதன் விளைவாக ஆங்கிலக் கல்வியின் தரமும் உயர்ந்தது, கற்போரின் எண்ணிக்கையும் வளர்ந்தது.

வித்யாசாகர் கல்லூரியுடன் தம்மை ஐக்கியப் படுத்திக்கொண்டார். அதில் ஒழுங்கும் கட்டுப்பாடும் நிலவச்செய்தார். காலையிலும் மாலையிலும் ஒவ்வொரு வகுப்பையும் பார்வையிட்டார். கல்லூரி நேரத்தில் அவர் மிகவும் கண்டிப்பாக இருப்பார். ஏதாவதொரு வகுப்பறையிலிருந்து இரைச்சல் கேட்டால் ஓர் அதட்டு அதட்டுவார். வகுப்பு கப்சிப் ஆகிவிடும். வித்யாசாகருக்குக் கல்வி புகட்டிய ஆசிரியர்கள்கூட அவரிடம் பேசத்தயங்குவர்.

ஆனால், கல்லூரி நேரம் முடிந்தபின் வித்யாசாகர் முற்றிலும் மாறிவிடுவார். மாணவர்களைத் தம் சொந்தத் தம்பிகள் போல் பரிவுடன் நடத்துவார். அவர்களுடன் சிரித்துப் பேசி மகிழ்வார். அவரும் இன்னும் சில ஆசிரியர்களும் கல்லூரி முற்றத்தில் குஸ்தி பழகுவார்கள்.

மாணவர்கள் கண்ணியமாக நடத்தப்பட வேண்டும் என்பது வித்யா சாகரின் கொள்கை. அவர்களை அடிப்பதோ, பெஞ்சுமேல் நிறுத்துவதோ அவருக்குப் பிடிக்காது.

காளிசரண்கோஷ் என்ற இளைஞர் கல்லூரியில் ஆசிரியரானார். அவர் நன்றாகக் கற்பித்தார். ஆனால், அவரது இளவயது காரணமாக மாணவர்கள் அவரை மதிக்காமல் வகுப்பில் குழப்பம் செய்தார்கள்.

குழப்பம் செய்தவர்கள் யார் யாரென்று அறிய முற்பட்டார் வித்யாசாகர். ஆனால் மாணவர்கள் குற்றவாளிகளைக் காட்டிக் கொடுக்கவில்லை. இதனால் கோபங்கொண்ட வித்யாசாகர் வகுப்பு மாணவர்கள் எல்லோரையும் கல்லூரியிலிருந்து நீக்கிவிட்டார்.

நீக்கப்பட்ட மாணவர்கள் ஒன்று சேர்ந்து கல்லூரி நிர்வாகக் குழுவிடம் வித்யாசாகருக்கெதிராகப் புகார் செய்தனர். நிர்வாகக்குழு வித்யா சாகரிடம் அவரது செய்கைக்கு விளக்கம் கேட்டது. மாணவர்களுக்கு ஒரே மகிழ்ச்சி. 'வித்யாசாகருக்கு வேலைபோய்விடும், அவர் இனி ஒரு பலசரக்குக் கடைவைத்துக் கொண்டு தராசைக் கையிலெடுத்துக் கொள்ள வேண்டியதுதான்!' என்று அவர்கள் உற்சாகமாகப் பேசிக் கொண்டார்கள்.

கல்லூரியின் அன்றாட நிர்வாகத்தில் நிர்வாகக்குழு தலையிட்டால், கல்லூரி முதல்வரால் கல்லூரியில் கட்டுப்பாட்டை நிலைநிறுத்த இயலாது என்று வித்யாசாகர் நிர்வாகக் குழுவுக்குப் பதிலளித்தார். நிர்வாகக் குழுவும் அவரது வாதத்தை ஏற்றுக்கொண்டு மாணவர்களின் புகாரை அவரிடமே அனுப்பிவிட்டது.

வேறுவழியின்றி மாணவர்கள் வித்யாசாகரையே சரணடைந்தனர். ‘இப்போ தராசைக் கையிலே எடுத்துக்க வேண்டியவன் நானா, நீங்களா?’ என்று மாணவர்களைக் கேட்டார் வித்யாசாகர். அவர்கள் காளிசரணிடம் மன்னிப்பு கேட்கவேண்டுமென்றும் அவர் சிபாரிசு செய்தால்தான் அவர்கள் மறுபடி கல்லூரியில் அனுமதிக்கப்படுவார்கள் என்றும் வித்யாசாகர் கூறிவிட்டார். மாணவர்கள் காளிசரணிடம் மன்னிப்பு கேட்டுக்கொண்டனர்.

அந்தக் காலத்தில் இந்துக்கல்லூரி போன்ற ஆங்கிலப் பள்ளிகளில் படித்துத் தேறியவர்களுக்கு அரசாங்கப் பதவிகள் எளிதில் கிடைத்தன. ஆனால் சம்ஸ்கிருதக் கல்லூரி மாணவர்களுக்கு அந்த வாய்ப்பு கிடைக்கவில்லை. ஆகவே திறமையுள்ள மாணவர்கள் சம்ஸ்கிருதக் கல்லூரியில் சேர விரும்பவில்லை. சம்ஸ்கிருதக் கல்லூரியின் கல்வித்தரம் மற்ற கல்லூரிகளின் தரத்தைவிடச் சற்றும் குறைந்ததல் என்பதை வித்யாசாகர் அரசாங்கத்திடம் சுட்டிக்காட்டி சம்ஸ்கிருதக் கல்லூரி மாணவர்களுக்கும் அரசாங்கப் பதவிகள் அளிக்கப்பட வேண்டு மென்று பரிந்துரைத்தார். அவரது கோரிக்களை ஏற்றுக்கொள்ளப்பட்டு, சம்ஸ்கிருதக் கல்லூரியின் மதிப்பும் உயர்ந்தது.

1855-ம் ஆண்டில் கல்வி இலாகாவில் மாறுதல் ஏற்பட்டது. கல்விக்குழு கலைக்கப்பட்டு அதனிடத்தில் ஒரு பொதுக்கல்வி இயக்குநர் நியமிக் கப்பட்டார். இவ்வாறு முதல் இயக்குநராக நியமிக்கப் பெற்றவர் கார்டன் எங் என்ற பிரிட்டிஷ் இளைஞர்.

கல்கத்தா, பம்பாய், சென்னை மாநகரங்களில் பல்கலைக்கழகங்கள் அமைக்கும் நோக்கத்துடன் 1856-ம் ஆண்டில் நிறுவப்பட்ட கமிட்டியில் வித்யாசாகர் உறுப்பினராக்கப்பட்டார். அதே ஆண்டின் டிசம்பர் மாதத்தில் அவர் கல்கத்தா பல்கலைக்கழகத்தின் ‘ஃபெலோ’ ஆக நியமிக்கப் பெற்றார்.

விரைவில் பொதுக்கல்வி இயக்குநருக்கும் வித்யாசாகருக்குமிடையே பிரச்னைகள் தோன்றத் தொடங்கின. வித்யாசாகர் கல்லூரித் தலைவ ரென்ற முறையில் கல்லூரியில் காலியாகும் ஆசிரியர் பதவிகளுக்குத் தகுதியானவர்களை தாமே தேர்ந்தெடுத்து வந்தார். ஆனால், போதிய விளம்பரம் செய்த பின் கிடைக்கும் எல்லா விண்ணப்பங்களையும் ஆராய்ந்து, தக்கவர்களைத் தேர்ந்தெடுக்க வேண்டுமென்பது அரசாங்க விதி. இவ்விதியை வித்யாசாகர் கடைப்பிடிக்காதது பற்றி அவரிடம் கல்வி இயக்குநர் விளக்கம் கேட்டார். தாம் கல்லூரியின் செயல்திறனுக்குப் பொறுப்பேற்றிருப்பதால் ஆசிரியர்களைத் தேர்ந்தெடுக்கும் உரிமை தமக்கே இருக்க வேண்டுமென்று வித்யாசாகர் கூறினார்.

கல்வி இயக்குநர் மாகாணமெங்கும் இருந்த பள்ளிகளின் முன்னேற்றத்துக்கான யோசனைகள் வழங்க 1856-ம் ஆண்டில் ஒரு

கமிட்டியை அமைத்தார். பள்ளிகளில் பயன்படுத்தப்படும் புத்தகங்களின் விலை அதிகமாக இருப்பதாகக் கமிட்டி கருதியது. அப்புத்தகங்களில் பெரும்பாலானவை வித்யாசாகர் எழுதி வெளியிட்டவை அல்லது பிறரால் எழுதப்பட்டு வித்யாசாகரின் புத்தக விற்பனை நிறுவனத்தால் விற்கப்பட்டவை. புத்தகங்களின் விலையைக் குறைக்கும்படி கமிட்டி வித்யாசாகரைக் கேட்டுக்கொண்டது. அவர் விலையைக் குறைக்கா விட்டால் மலிவு விலையில் வேறு புத்தங்களைப் பாடத் திட்டத்தில் சேர்த்து விடுவதாகவும் கமிட்டி மிரட்டியது. இந்த மிரட்டலுக்குச் சற்றும் அஞ்சாத வித்யாசாகர் தம் புத்தகங்களுக்கு நியாயமான விலையே வைக்கப்பட்டிருப்பதாகவும், கமிட்டி விரும்பினால் வேறு புத்தகங்களை வைத்துக் கொள்ளலாமென்றும் கூறிவிட்டார்.

கிழக்கு வங்காளத்தில் பள்ளி இன்ஸ்பெக்டராக இருந்த ஹென்றி உட்ரோ *1858*-ம் ஆண்டில் அளித்த அறிக்கையில் வித்யாசாகரின் புத்கங்களின் விலை அதிகந்தான் என்றாலும் இந்த லாபத்தைப் பெற அவர் தகுதியுள்ளவர் என்று கூறினார்.

உண்மையில் புத்தக விற்பனை மூலம் வித்யாசாகருக்கு அவரது கல்லூரிச் சம்பளத்தைவிடப் பல மடங்கு வருமானம் கிடைத்துக் கொண்டிருந்தது. இது கல்வி இயக்குநருக்கு எரிச்சலளித்தது. கல்வி இலாகாவில் பலர் இது காரணமாக வித்யாசாகரிடம் பொறாமை கொண்டிருந்தனர்.

வங்காளிப் பள்ளிகளின் ஆசிரியர்களின் பயிற்சிக் கல்லூரியாக சம்ஸ்கிருதக் கல்லூரியை மாற்றிவிடலாமென்று கல்வி இயக்குநர் *1857*-ம் ஆண்டில் ஒரு யோசனை தெரிவித்தார். வித்யாசாகர் ஆசிரியர்கள் பயிற்சிக் கல்லூரியை வரவேற்றாலும் அதற்காக சம்ஸ்கிருதக் கல்லூரியை எடுத்துவிடக் கூடாது என்று வாதாடினார். இறுதியில் சம்ஸ்கிருதக் கல்லூரி வளாகத்திலேயே ஆசிரியர் பயிற்சிப் பள்ளியும் தொடங்கப்பட்டது.

இன்றும் கல்கத்தாவில் சம்ஸ்கிருதக் கல்லூரியை நிலைத்து நிற்பதற்குக் காரணம் அப்போது கல்வி இயக்குநரின் யோசனைக்கு எதிராக வித்யாசாகர் மேற்கொண்ட உறுதியான நிலைப்பாடேயாகும்.

*1857*-ம் ஆண்டில் தெற்கு வங்காளப் பள்ளி இன்ஸ்பெக்டர் பதவி காலியாயிற்று. கல்வித்துறையில் தாம் செய்துள்ள பணிகளைக் கருத்தில் கொண்டு அரசாங்கம் தம்மை இந்தப் பதவியில் நியமிக்கும் என்று வித்யாசாகர் உறுதியாக நம்பியிருந்தார். ஆனால், அந்தப் பதவி ஒரு வெள்ளையருக்கு அளிக்கப்பட்டது. இது வித்யாசாகருக்குப் பெரும் அதிர்ச்சியளித்தது. ஏற்கெனவே கல்வி இயக்குநரின் பல்வேறு நடவடிக்கைகளால் அதிருப்தியடைந்திருந்த அவர் தாம் கல்லூரி

முதல்வர் பதவியிலிருந்து விலக விரும்புவதாக கல்வி இயக்குநருக்கும் வங்காளத்தின் துணைநிலை ஆளுநர் ஹேலிடேக்கும் கடிதம் எழுதினார். தம் முடிவுக்கு அவர் கீழ்க்கண்ட மூன்று முக்கியக் காரணங்களைக் குறிப்பிட்டார்:

1. அவரது உடல்நிலைச் சீர்கேடு.

2. கல்வித்துறையின் அப்போதைய நடைமுறையில் அவரது நம்பிக்கையின்மை.

3. கல்வித்துறையில் அவர் எதிர்பார்த்த பதவி மேம்பாடு அவருக்குக் கிடைக்காமை.

கல்வி இலாகா அவரைச் சரியாக நடத்தவில்லையென்ற குற்றச்சாட்டு இக்கடிதத்தில் தொனித்தது. இக்குற்றச்சாட்டை அவர் வாபஸ் வாங்கிக் கொள்ள வேண்டுமென்று ஹேலிடே விரும்பினார். ஹேலிடே வித்யா சாகரின் நண்பர்தாம். இருந்தாலும் நண்பருக்காக் கூடத் தம் கொள்கையைக் கைவிட அவர் தயாராக இல்லை. அவர் தம் குற்றச் சாட்டை வாபஸ் வாங்கிக்கொள்ள மறுத்துவிட்டார்.

இந்தச் சமயத்தில் பெண் பள்ளிகளுக்காக வித்யாசாகர் தம் சொந்தப் பொறுப்பில் செலவு செய்த தொகையை அரசாங்கம் திருப்பிக் கொடுக்கும் விஷயம் பரிசீலனையில் இருந்தது. தாம் வேலையை விட்டுப் போய்விட்டால் இந்தப் பிரச்னைக்கு ஒரு முடிவு காண்பதில் அரசாங்கத்துக்கு அக்கறையில்லாமல் போய்விடும் என்றஞ்சிய வித்யா சாகர், அரசாங்கம் இவ்விஷயத்தில் ஒரு முடிவுக்கு வரும் வரையில் தம்மைப் பதவியில் வைத்திருக்கக் கோரினார். ஆனால், அவரது உறுதியால் எரிச்சலடைந்திருந்த கல்வி இலாகா அவரது வேண்டு கோளை மறுத்து, 1858-ம் ஆண்டு நவம்பர் மாதத்தில் அவரைக் கல்லூரி முதல்வர் பொறுப்பிலிருந்து விடுவித்தது.

பழைய மரபில் ஊறிப்போய் உற்சாகமின்றி இயங்கிக் கொண்டிருந்த சம்ஸ்கிருதக் கல்லூரியை வங்காள மறுமலர்ச்சியின் ஒரு முக்கியக் கருவியாக மாற்றியதில் வித்யாசாகரின் பங்கு மிகப்பெரிது.

பள்ளி இன்ஸ்பெக்டர் ஹென்றி உட்ரோ 1859-ம் ஆண்டில் தம் அறிக்கை யொன்றில் எழுதினார் : 'தேசீய மொழிகளில் ஆர்வமுள்ளவர்கள் 15 ஆண்டுகளுக்கு முன் சம்ஸ்கிருதக் கல்லூரியிலிருந்து உருப்படியாக ஏதாவது கிடைக்குமா என்று கேட்டுக்கொண்டிருந்தார்கள். இப்போது அக்கல்லூரி ஆசிரியர்கள் புத்தகங்கள் எழுதிப் பிரசுரிப்பதில் ஆர்வங் காட்டுகிறார்கள். எளிய நடையில் எழுதுகிறார்கள். நூற்றுக்கணக்கான - ஏன் ஆயிரக்கணக்கான - ஆண்டு காலத் தூக்கத்துக்குப் பிறகு, கடந்த 15 ஆண்டுகளில் அவர்கள் நாட்டுமக்களின் ஆசிரியர்களாக மீண்டும் தோன்றியிருக்கிறார்கள்.'

வித்யாசாகருக்குப் பின் சம்ஸ்கிருதக் கல்லூரி முதல்வராகப் பதவியேற்ற E.B. கவெல் தம் *1863-64*-ம் ஆண்டு அறிக்கையில் கூறினார்: 'வித்யாசாகர் தொடங்கிவைத்த சீர்திருத்தங்களை தொடர்ந்து செயல்படுத்துவதே என் பணியாகும்.'

கிரிஷ் சந்திர வித்தியாரத்னா என்பவர் வித்யாசாகரின் நண்பர். வித்யாசாகர் சம்ஸ்கிருதக் கல்லூரி முதல்வர் பதவியைத் துறந்தபின் ஒருநாள் கிரிஷ் சந்திரர் வித்யாசாகரைச் சந்தித்தபோது அவரைக் கட்டித் தழுவிக்கொண்டு சொன்னார்: 'வெள்ளையர்களுக்கு முன் தலைநிமிர்ந்து நின்று நீ வங்காளிகளுக்கு ஓர் உதாரணமாகி விட்டாய்! உன் செய்கையின் மகத்துவத்தைப் பிற்காலத்தில் மக்கள் புரிந்து கொள்வார்கள்.'

நண்பரின் பாராட்டு வித்யாசாகருக்கு மகிழ்ச்சியும் உற்சாகமும் அளித்தது.

கல்கத்தா சுப்ரீம் கோர்ட்டின் தலைமை நீதிபதி ஜேம்ஸ் கால்வின் வித்யாசாகரின் நண்பர். அவர் வித்யாசாகரை வழக்கறிஞர் தொழிலில் ஈடுபடும்படி கூறினார். அத்தொழிலைத் தேர்ந்தெடுக்கும் முன் அதன் தன்மையைத் தெரிந்து கொள்வதற்காக வித்யாசாகர் தம் வக்கீல் நண்பர் துவாரகாநாத் மித்ராவின் வீட்டுக்கு அடிக்கடி போய்வந்தார். அங்கே வரும் கட்சிக்காரர்களின் நடத்தையும், அவர்களிடமிருந்து பணம் பறிக்க குமாஸ்தாக்கள் கையாண்ட முறைகளும் அவருக்கு அருவருப்பளித்தன. அவர் கால்வின் துரையிடம் போய், 'என்னால் வக்கீல் தொழில் செய்ய இயலாது' என்று சொல்லிவிட்டார்.

# 11

## விதவை மறுமண இயக்கம்

'விதவை மறுமணம் நிகழச் செய்தது என் வாழ்க்கையின் மிக முக்கியமான நற்பணியாகும். இந்தப் பிறவியில் இதைவிடச் சிறந்த பணியெதுவும் என்னால் செய்யமுடியுமென்று தோன்றவில்லை. இதற்காக நான் என் சொத்தையெல்லாம் இழந்து விட்டேன். தேவைப்பட்டால் என் உயிரைக் கொடுக்கவும் தயங்கமாட்டேன்.'

-தம்பி சம்பு சந்திரருக்கு வித்யாசாகரின் கடிதம்.

19-ம் நூற்றாண்டில் இந்தியாவின் மற்றப் பிரதே சங்களில் இருந்தாற்போல், வங்காளத்திலும் இந்து சமூகத்தில் பெண்களுக்குச் சிறு வயதில் திருமணம், பலதார மணம் போன்ற தீமைகள் வழக்கிலிருந்தன. இவைதவிர, வங்காளத்தில் பிராமண சமூகத்தில் (ஓரளவு காயஸ்த சமூகத்திலும்) 'குலீன் முறை' என்ற கொடிய பழக்கம் பரவியிருந்தது.

எட்டுவயதே நிரம்பிய பெண்ணை திருமணம் செய்து கொடுத்தல் 'கவுரிதானம்' என்றழைக்கப்பட்டது. இந்த 'கவுரி தானம்' மிகவும் புனிதச் செயலாகக் கருதப் பட்டது. ஒரு பெண் திருமணமாகாமல் 12-13 வயதை எட்டிவிட்டால் அவள் தூய்மையற்றவளாகக் கருதப் பட்டு, அவளது குடும்பத்தினர் சமூகத்தால் ஒதுக்கி வைக்கப்பட்டனர்.

இத்தகைய பெண்ணொருத்தியின் அவல வாழ்க்கையை சரத்சந்திரர் தம் 'அரட்சணீயா' என்ற நாவலில் உருக்கமாகச் சித்திரித்துள்ளார். அவருடைய வேறு பல நாவல்களில் இளம் விதவைகள் கதாநாயகி களாகவோ முக்கியப் பாத்திரங்களாகவோ இடம் பெறுகின்றனர். அவர்குளுடைய உள்ளப்போராட்டங்

களும் வாழ்க்கையின் வெறுமையும் இந்த நாவல்களில் அனுதாபத்துடன் சித்திரிக்கப்பட்டுள்ளன.

மேற்கண்ட தீய சமூக வழக்கங்கள் காரணமாக வங்காளத்தில் இளம் விதவைகளின் எண்ணிக்கை மிக அதிகமாக இருந்தது. இவர்களில் பெரும்பாலோர் பூப்படையும் முன்பே கணவரை இழந்தவர்கள். இவர்கள் கடும்நோன்புகள் கடைப்பிடித்து கட்டுப்பாடுகள் மிக்க வாழ்க்கை நடத்துமாறு கட்டாயப்படுத்தப்பட்டனர். இவர்கள் சைவ உணவுதான் உண்ணலாம்; ஏதாதசியன்று தண்ணீர்கூடக் குடிக்காமல் பட்டினி கிடக்க வேண்டும்; வெள்ளைப் புடைவைதான் அணிய வேண்டும், நகைகள் அணியக் கூடாது. இவர்களில் பெரும்பாலோர் தங்கள் பிறந்த வீட்டிலும் புகுந்த வீட்டிலும் புறக்கணிக்கப்பட்டு அடிமைகள்போல் நடத்தப்பட்டனர். சிலசமயம் வீட்டிலிருந்து வெளியே விரட்டப்பட்டனர். இவர்களுடைய பெற்றோரும் சகோதர சகோதரியரும் இவர்கள் கண்முன்னே இல்லறம் நடத்தும்போது இவர்கள் மட்டும் புலனடக்கத்தைக் கடைப்பிடிக்க நேர்ந்தது. அவ்வாறு கடைப்பிடிக்க இயலாதவர்களும் நிர்க்கதியாக விடப்பட்டவர்களும் தற்கொலை செய்துகொண்டனர் அல்லது ஒழுக்கங்கெட்ட வாழ்க்கை நடத்தத் தொடங்கினர். இரகசியக் கருச்சிதைவு, சிசுக் கொலை போன்ற குற்றங்கள் மலிந்தன.

இந்த அவல நிலையை மாற்ற அவ்வப்போது சில முயற்சிகள் நடைபெற்றாலும் அவை வெற்றி பெறவில்லை. 18-ம் நூற்றாண்டில் விக்ரம்பூர் ஜமீன்தார் ராஜவல்லப சென் இளம் வயதில் விதவையாகி விட்ட தம் பெண்ணுக்கு மறுமணம் செய்துவைக்க விரும்பினார். அவர் சாத்திரப் பண்டிதர்களின் சபையொன்றைக் கூட்டி விதவை மறுமணத்தை சாத்திரங்கள் அனுமதிக்கின்றனவா என்பதை ஆராய வேண்டினார். சாத்திரங்கள் விதவை மறுமணத்தைத் தடை செய்ய வில்லையென்று பண்டிதர்கள் கூறினார்கள்.

அந்தக் காலத்தில் நவத்துவீபத்தின் ஜமீன்தாராக இருந்த ராஜா கிருஷ்ண சந்திரர் இந்து சமூகத்தின் பெருந்தலைவராக விளங்கினார். நவத்து வீபத்துப் பண்டிதர்கள் சாத்திரப் புலமைக்காக நாடெங்கும் புகழ் பெற்றிருந்தனர். விதவை மறுமணத்துக் அவர்களது ஆதரவைப் பெற விரும்பிய ராஜவல்லபர் சில பண்டிதர்களைக் கிருஷ்ணசந்திரரிடம் அனுப்பினார்.

ஆனால் கிருஷ்ணசந்திர விதவை மறுமணத்தை ஆதரிக்கவில்லை. எனினும் அவர் ராஜவலல்லபரின் விருப்பப்படி பண்டிதர்களின் சபை யொன்றைக் கூட்டினார். கிருஷ்ணசந்திரரின் கருத்தையுணர்ந்த பண்டிதர்கள், 'சாத்திரங்களில் விதவை மறுமணத்துக்குத் தடையில்லா விட்டாலும் நடைமுறை மரபு அதை ஆதரிக்கவில்லை' என்று கூறினர்.

ராஜவல்லபரின் முயற்சி தோல்வியுற்றது.

இளம் விதவைகளின் பரிதாபநிலை 19-ம் நூற்றாண்டில் பல சிந்தனையாளர்களின் கவனத்தை ?ர்த்தது. ராஜாராம் மோகன் ராய் நிறுவிய ஆத்மீய சபாவில் 1819-ம் ஆண்டில் நடந்த ஒரு கூட்டத்தில் விதவை மறுமணத்தடை, பலதார மணம், 'சதி' அல்லது உடன்கட்டை யேறும் வழக்கம் இவை கண்டிக்கப்பட்டன. 1829-ம் ஆண்டில் 'சதி' சட்டபூர்வமாகத் தடை செய்யப்பட்டது.

19-ம் நூற்றாண்டின் முப்பதுகளில் விதவை மறுமணப் பிரச்னை இந்திய சட்டக்கமிஷனால் ஆலோசிக்கப்பட்டது. கமிஷன் கொள்கையளவில் விதவை மறுமணத்தை ஆதரித்தாலும் அதற்காகச் சட்டமியற்றுவது இந்துக்களின் மத ஆசாரங்களில் தலையிடுவதாகும் என்று கருதியதால், அரசாங்கம் இது விஷயமாகச் சட்டமியற்றும் எண்ணத்தைக் கைவிட்டது. 19-ம் நூற்றாண்டின் இடைக்காலத்தில் கிருஷ்ணசந்திரரின் வழித்தோன்ற லான ஸ்ரீசசந்திரர் இந்தப் பிரச்னைபற்றிப் பண்டிதர்களைக் கலந்தா லோசித்தார். அவர்களோ நடைமுறை ஆசாரத்தை மீறி விதவை மறுமணத்துக்கு ஆதரவளிக்கத் துணியவில்லை.

சீர்திருத்த மனப்போக்குள்ள ஸ்ரீசசந்திரர் சில ஆண்டுகளுக்குப் பிறகு வித்யாசாகரின் விதவை மறுமண இயக்கத்துக்கு உறுதுணையாக இருந்தார் என்பது குறிப்பிடத்தக்கது.

கல்கத்தாவுக்கருகிலிருந்த பாராசாத் என்ற ஊரில் காளி கிருஷ்ணமித்ரா, பிரஜநாத் முகோபாத்தியாய் முதலியோர் விதவை மறுமணத்தை ஆதரித்து இயக்கம் நடத்தினர். 19-ம் நூற்றாண்டின் நாற்பதுகளில் ராம்மோகனின் சீடரும் தத்துவபோதினி சபையின் உறுப்பினருமான ராம சந்திர வித்தியாவாகீஷ் விதவை மறுமணத்துக்கு ஆதரவாக சாத்திர சாட்சியங்களைச் சேகரித்தார். இதே சமயத்தில் 'இந்து விதவை மறுமண சங்கம்' நிறுவப்பட்டது. அட்சயகுமார் தத்தாவும் வேறுசிலரும் நிறுவிய 'சுஹ்ருத் சமிதி'யில் விதவை மறுமணம், பாலிய மணத்தடை, பலதார மணத்தடை இவற்றுக்காகப் பாடுபடவேண்டும் என்று தீர்மானம் நிறைவேற்றப்பட்டது. 'இளம் வங்காளி' களும் அவ்வப்போது விதவை மறுமணத்தை ஆதரித்துப் பேசியும் எழுதியும் வந்தனர்.

ஆயினும் ஏற்கெனவே பல நூற்றாண்டுகளாக நிலைபெற்றிருந்த விதவை மறுமணத்தடையை இந்த இயக்கங்களால் அசைக்க இயலவில்லை. மோதிலால் சீல் என்பவர் முதன்முதலாக விதவை மறுமணம் செய்து கொள்பவருக்கு 20,000 ரூபாய் பரிசளிப்பதாக அறிவித்தும் யாரும் விதவை மறுமணம் செய்துகொள்ள முன்வரவில்லை. இதிலிருந்து பழைய வழக்கம் சமூகத்தில் எவ்வளவு ஆழமாக வேரூன்றியிருந்தது என்பதைப் புரிந்துகொள்ளலாம். விதவை மறுமண இயக்கத்துக்குத்

தலையை தாங்கிய வித்யாசாகர் எத்தகைய எதிர்ப்பைச் சமாளிக்க வேண்டி யிருந்தது என்பதையும் ஊகித்துக் கொள்ளலாம்.

கருணையுள்ளங் கொண்ட வித்யாசாகர் இளம்விதவைகளின் பரிதாப நிலைக்கு இரங்கினார். மறுமணம் ஒன்றே அவர்களது நிலைக்குத் தீர்வு என்று நம்பிய அவர் அதற்கு ஆதரவாகப் பொதுமக்களின் கருத்தைத் திரட்டவும் அதைச் சட்டபூர்வமாக ஆக்கவும் முனைந்தார்.

வித்யாசாகர் விதவை மறுமண இயக்கத்தில் ஈடுபட்டதற்குக் காரண மாகப் பல கதைகள் வழங்குகின்றன.

வித்யாசாகரின் சிறுவயதுத் தோழியொருத்தி சிறுமிப் பருவத்திலேயே விதவையாகிவிட்டாள். அவள் ஒரு சொட்டுத் தண்ணீர்கூட அருந் தாமல் ஏகாதசி நோன்பு அனுஷ்டிக்கக் கட்டாயப்படுத்தப்பட்ட காட்சி வித்யாசாகரின் உள்ளத்தையுருக்கி, விதவைகளின் துயரைத் துடைக்கும் முயற்சியில் அவரை ஈடுபடுத்தியதாம்.

வித்யாசாகரின் தம்பி சம்புசந்திரர் தாமியற்றிய வித்யாசாகர் வரலாற்றில் ஒரு நிகழ்ச்சியை வர்ணிக்கிறார். ஒரு நாள் டாகுர்தாசும் வித்யாசாகரும் தங்கள் வீட்டுவாசலில் அமர்ந்து உரையாடிக் கொண்டிருந்தபோது பகவதிதேவி அழுதுகொண்டே அவர்களிடம் வந்து ஓரிளம்பெண் விதவையாகிவிட்ட செய்தியைத் தெரிவித்துவிட்டு வித்யாசாகரைக் கேட்டாராம்: 'ஈஸ்வரா, நீ இவ்வளவு சாத்திரம் படிச்சிருக்கியே! சாத்திரத்திலே விதவை மறுமணத்துக்கு வழி இருக்கா?'

வித்யாசாகர் பதிலளித்தார்: 'விதவைகளுக்கு மூணுவழி உண்டு புலனடக்கம், உடன்கட்டையேறுதல், மறுமணம்.'

இதைக்கேட்ட டாகுர்தாஸ், 'சதி தடைசெய்யப்பட்டு விட்டது. இந்தக் கலிகாலத்தில் புலனடக்கம் இயலாத காரியம். ஆகவே, மறுமணந்தான் ஒரே வழி!' என்றார்.

'விதவை மறுமணத்தை சாத்திரம் அனுமதிக்கறது என்பதிலே எனக்குச் சந்தேகமில்லை. ஆனால் நான் அதுக்கு ஆதரவாப் புத்தகம் எழுதினால் ஜனங்க என்னைத் திட்டுவாங்க, நீங்க அதனாலே வருத்தப்படு வீங்கன்னுதான் நான் சும்மா இருக்கேன்' என்று வித்யாசாகர் சொன்னார்.

டாகுர்தாஸ் சொன்னார்: 'இந்த விஷயத்தில் என் ஆதரவும் உன் அம்மாவோட ஆதரவும் உனக்கு உண்டு. நீ சாத்திரங்களை நன்றாக ஆராய்ந்து பார். சாத்திரங்கள் விதவை மறுமணத்தை ஆதரிச்சா, நீ தைரியமா அதைப் பிரசாரம் செய். ஆனால் ஒண்ணு - இந்த முயற்சியில் இறங்கின பிறகு என்ன கஷ்டமோ ஆபத்தோ வந்தாலும் பயந்து

போய்ப் பின்வாங்காதே! நாங்களே உன்னைத் தடுத்தால் கூட நீ முயற்சியைக் கைவிடக்கூடாது!'

அந்தக் காலத்தில் இந்து சாத்திரப் பண்டிதர்கள் சமூகத்தில் வழக்கிலிருந்த ஆசாரத்துக்கே அடிமைப்பட்டிருந்தனர். சியாமாசரண்தாஸ் கர்மகார் என்பவர் தம் இளம் பெண்ணின் கைம்மைத் துன்பத்தைக் காணப் பொறுக்காமல் அவளுக்கு மறுமணம் செய்விப்பது பற்றி பண்டிதர்களின் கருத்தை வேண்டினார். பண்டிதர்கள் விதவை மறுமணம் சாத்திரவிதிகளுக்கு இசைந்ததே என்று ஓர் அறிக்கை தயாரித்து அதில் கையெழுத்திட்டனர். சிறிது காலத்துக்குப்பின் இந்து சமூகத்தலைவர்களில் ஒருவரான சோபா பஜார் ஜமீன்தார் ராஜா ராதாகாந்த் தேவ் இந்த விஷயத்தை விவாதிக்க, பண்டிதர்களின் சபையொன்றைக் கூட்டினார். இக்கூட்டத்தில் மறுமண ஆதரவாளர்களும் எதிர்ப்பாளர்களும் விவாதம் நிகழ்த்தினர். மனுமண ஆதரவுக்கட்சி விவாதத்தில் வென்றது. வெற்றி பெற்ற கட்சியின் தலைவருக்கு ராஜா ராதாகாந்த் தேவ் ஒரு சால்வை வழங்கினார்.

ஆனால், இதற்குப் பின் சிறிது காலத்துக்குள் மறுமண ஆதரவாளர்களே எதிர்ப்பாளர்களாக மாறிவிட்டனர்.

நடைமுறை ஆசாரத்தின் வலிமையே வலிமை!

1842-ம் ஆண்டிலேயே 'பெங்கால் ஸ்பெக்டேட்டர்' பத்திரிகையில் கீழ்க்கண்ட சம்ஸ்கிருத சுலோகம் வெளியாயிற்று -

'நஷ்டே ம்ருதே ப்ரவ்ரஜிதே க்ளீபே ச பதிதே பதௌ, பஞ்சஸ்வாபத்சு நாரீணாம் பதிரன்யோ விதீயதே.'

(கணவன் காணாமற்போதல், இறத்தல், துறவியாதல், ஆண்மை யற்றவனாக இருத்தல், தன் நடத்தையால் சாதிகெட்டுப் போதல் - இந்த ஐந்து ஆபத்துகளில் ஒன்று நேர்ந்தால் மனைவி வேறொருவரை மணக்கலாம்.)

ஆனால் இந்த சுலோகம் எந்த சாத்திரத்தில் உள்ளது என்று குறிப்பிடப்படவில்லை.

வித்யாசாகர் விதவை மறுமணத்துக்கு ஆதரவான சாத்திரக் கருத்துகளைச் சேகரிக்கத் தொடங்கினார். அவர் சம்ஸ்கிருதக் கல்லூரியிலேயே இரவு வெகுநேரம் வரை இருந்து பல்வேறு சாத்திரங்களை ஆராய்ந்து மறுமண ஆதரவுக் கருத்துகளை திரட்டினார். மேற்கண்ட சுலோகம் பராசர சம்ஹிதையிலுள்ளது என்பதையும் கண்டுபிடித்தார். இந்தக் கண்டுபிடிப்பு மிகவும் முக்கியத்துவம் வாய்ந்தது. ஏனெனில் கலியுகத்தில் மக்கள் பின்பற்றத்தக்கது பராசர சம்ஹிதைதான் என்று பண்டிதர்களால் ஏற்றுக்கொள்ளப்பட்டிருந்தது.

வித்யாசாகர் விதவை மறுமணத்துக்கு ஆதரவான சாத்திரக் கருத்துகளைத் தொகுத்து 1855 ஜனவரியில் 'விதவை மறுமணம் உசிதம் அல்லவா?' என்ற தலைப்பில் ஒரு கட்டுரை எழுதி வெளியிட்டார். இந்தப் புத்தகம் வங்காளமெங்கும் பெரும் பரபரப்பை விளைவித்தது. முதல் பதிப்பில் அச்சடிக்கப்பட்ட 2000 பிரதிகள் ஒரு வாரத்துக்குள் விற்பனையாகி விடவே, இரண்டாம் பதிப்பில் 3,000 பிரதிகள் அச்சிடப்பட்டன. அவையும் விரைவில் தீர்ந்து போய்விடவே மூன்றாம் பதிப்பில் 10,000 பிரதிகள் அச்சாயின. விதவை மறுமணம் வங்காளமெங்கும் - ஏன், நாடெங்கும் - விவாதிக்கப்படும் விஷயமாகிவிட்டது. வித்யாசாகரும் பிரபலமாகிவிட்டார். மக்கள் விதவை மறுமணத்தை ஆதரிப்பவர்கள், எதிர்ப்பவர்கள் என்று இரு கட்சிகளாகப் பிரிந்து தங்கள் கருத்துகளைப் பத்திரிகைகளிலும் புத்தகங்களிலும் வெளியிட்டனர்.

வித்யாசாகர் சென்ற இடமெல்லாம் மக்கள் அவரைப் பார்க்கக் குழுமினர். பெண்கள் அவரைத் தங்கள் துயர் துடைக்க வந்த வீரராகக் கருதிப் பாராட்டினர். கவிகள் விதவை மறுமணத்தை ஆதரித்தோ கேலி செய்தோ பாடல்கள் இயற்றினர்.

சாந்திபூர் என்ற ஊர் கைத்தறித் துணிகளுக்குப் பெயர்பெற்றது. சாந்திபூர் நெசவாளர்கள் வித்யாசாகரைப் புகழ்ந்து ஒரு விதவை பாடுவதாக இயற்றப்பட்ட ஒரு பாட்டைப் புடைவைக் கரைகளில் நெய்தார்கள். அந்தப் புடைவைகள் அதிக விலைக்கு விற்பனையாயின.

'சிரஞ்சீவியாக வாழட்டும் வித்யாசாகர்!

விதவை மறுமணம் செய்து கொள்ளலாமென்று சர்க்காரிடம் சொல்லிவிட்டார் அவர்!'

என்று தொடங்கிய அப்பாட்டு

'நாத்தியைத் தாஜா செய்து

மணக்கப்போகிறேன் என் மைத்துனனை!'

என்று நகைச்சுவையாக முடிவடைகிறது.

விதவை மறுமண எதிர்ப்பாளர்களும் சும்மா இருக்கவில்லை. அவர்கள் அதே மெட்டில் 'நோயாளியாக சதா படுத்துக்கிடக்கட்டும் வித்யாசாகர்!' என்று தொடங்கும் பாடலொன்றை இயற்றிப் பிரசாரம் செய்தனர். அவர்கள் எழுதிய சில புத்தகங்களில் விதவை மறுமண எதிர்ப்பு வாதங்களைவிட வித்யாசாகரின் மீது தாக்குதல்களே அதிகமாக இருந்தன.

வித்யாசாகர் இந்தத் தாக்குதல்களுக்குச் சற்றும் அஞ்சவில்லை. அவர் திட்டமிட்டுச் செயல்பட்டார். பொதுமக்களுக்கு சாத்திரங்களிலிருந்த

நம்பிக்கையை உணர்ந்த அவர் சாத்திரங்களிலிருந்தே ஆதாரங்காட்டி அவை விதவை மறுமணத்தை ஆதரிக்கின்றன என்று பிரசாரம் செய்தார். அடுத்தபடியாக, சமூகத்தில் செல்வாக்குப் பெற்றவர்களைத் தம் இயக்கத்துக்கு ஆதரவாகத் திரட்டினார். சாதாரணமாக அரசாங்கம் சமூகப்பழக்க வழக்கங்களில் தலையிட விரும்பாது என்பதையுணர்ந்த அவர் அரசாங்கத்தைச் செயல்பட வைப்பதற்காக சுமார் ஆயிரம் பேர் கையெழுத்திட்ட மனு ஒன்றை 1855-ம் ஆண்டு அக்டோபர் மாதத்தில் சட்டசபைக்கு சமர்ப்பித்தார். பிறகு அரசாங்க அதிகாரிகளிடம் தமக்கிருந்த செல்வாக்கைப் பயன்படுத்தி அரசாங்கம் அந்த மனுவின் மீது உரிய நடவடிக்கை எடுக்கச் செய்தார்.

ஏறக்குறைய இதே சமயத்தில் அவர் விதவை மறுமணத்தை எதிர்த்து புத்தகங்கள், கட்டுரைகள் எழுதியவர்களின் வாதங்களுக்குப் பதிலளிக்கும் வகையில் இரண்டாம் புத்தகம் ஒன்று எழுதினார். அளவில் பெரியதாயிருந்த இந்தப் புத்தகத்தில் 25 இயல்கள் இருந்தன. இப்புத்தகத்தில் அவர் சாத்திர விதிகளுக்கு முரணாகச் செயல்படும் நடைமுறை ஆசாரத்தையும், அந்த ஆசாரத்தைப் பின்பற்றி மக்களை ஏமாற்றும் மோசக்காரப் பண்டிதர்களையும் கடுமையாகச் சாடினார்.

இந்த இரு புத்தகங்களும் ஆங்கிலத்தில் மொழிபெயர்க்கப்பட்டன. இம்முயற்சிகளின் விளைவாக சட்டசபை உறுப்பினர். ஜெ.பி. கிராண்ட், விதவை மறுமணத்தைச் சட்டப்படி அனுமதிக்க ஒரு மசோதா கொண்டு வந்தார். அது செலக்ட் கமிட்டியின் பரிசீலனைக்கு அனுப்பப்பட்டது.

விதவை மறுமண எதிர்ப்பாளர்களும் சும்மா இருக்கவில்லை. அவர்கள் சோபா பஜார் ராஜா ராதாகாந்த தேவின் தலைமையில் விதவை மறுமணத்துக்கு எதிராக சுமார் 37,000 கையெழுத்துகள் சேகரித்து 1856 மார்ச் மாதத்தில் அரசாங்கத்துக்கு அனுப்பினார்கள். நாட்டின் பல பகுதிகளிலிருந்தும் விதவை மறுமணத்துக்கு ஆதரவாகவும் எதிராகவும் பல மனுக்கள் சமர்ப்பிக்கப்பட்டன.

இறுதியில் வித்யாசாகரே வென்றார். விதவை மறுமணத்தை அனுமதிக்கும் சட்டம் 1856 ஜூலை மாதம் அமுலுக்கு வந்தது.

விதவை மறுமண எதிர்ப்பாளர்களுக்கு ஆத்திரமேற்பட்டது. அவர்கள் வித்யாசாகரை ஏளனம் செய்தார்கள், அவரைத் தாக்கி எழுதினார்கள், சமூகத்திலிருந்து விலக்கி வைத்தார்கள். அடிக்கவும் தயங்கவில்லை.

ஒரு பெரிய மனிதர் தம்மையடிக்க ஆட்களைத் திரட்டியிருப்பதாக வித்யாசாகருக்குத் தகவல் கிடைத்தது. அவர் திடீரென்று ஒருநாள் அந்த மனிதரின் வீட்டுக்குப் போய், நீங்க என்னை அடிக்க ஆள் ஏற்பாடு செய்யறதாக் கேள்விப்பட்டேன். உங்களுக்கு ஏன் சிரமம்னு நானே

வந்துட்டேன். என்னை என்ன செய்யணுமோ, செய்யுங்க!' என்றார். அந்த மனிதர் வெட்கித் தலைகுனிந்தார்.

வித்யாசாகருக்கு ஆபத்து ஏற்பட்டிருப்பதைக் கேள்விப்பட்ட டாகுர்தாஸ் அவருடைய பாதுகாப்புக்காகக் கிராமத்திலிருந்து ஸ்ரீ மந்தா என்பவனையனுப்பினார். அவன் எப்போதும் கையில் தடியுடன் வித்யாசாகரை நிழல்போல் பின் தொடர்ந்தான்.

வித்யாசாகர் இரவில் வெகுநேரம் வரை சம்ஸ்கிருதக் கல்லூரியில் படித்துக் கொண்டிருந்துவிட்டுப் பிறகு வீடு திரும்புவார். அவ்வாறு ஓரிரவு வீடு திரும்பும்போது வழியில் சில முரடர்கள் தம்மைத் தாக்கத் தயாராக இருப்பதைக் கண்டார். அவர் உடனே 'ஸ்ரீமந்தா, இருக்கியா?' என்று உரக்கக் கேட்டார். 'தயாராக இருக்கேன்' என்று ஸ்ரீ மந்தா பதில் சொல்லவும் முரடர்கள் பயந்து ஓடிப்போய்விட்டனர்.

சட்டத்தை நிறைவேற்றியதோடு வித்யாசாகர் திருப்தியடைந்து விடவில்லை. பல நூற்றாண்டு வழக்கில்லாத ஒரு விஷயத்தை நடைமுறையில் கொண்டுவரச் சட்டமியற்றினால் மட்டும் போதாது என்றுணர்ந்த அவர் தம் செலவில் விதவை மறுமணத்தை நடத்தி வைக்க முற்பட்டார். இத்தகைய ஒவ்வொரு திருமணத்துக்கும் அவர் ஆயிரக்கணக்கில் செலவு செய்தார். தம்மிடம் பணம் இல்லாவிட்டால் கடன் வாங்கினார். மணப்பெண்ணுக்கு நல்ல ஆடைகளும் நகைகளும் வாங்கிக் கொடுத்து திருமணத்தையும் விமரிசையாக நடத்தினார். திருமணம் செய்துகொள்ளும் பெண்ணுக்கு எந்தவித மனக்குறையும் ஏற்படாதவாறு பார்த்துக்கொண்டார்.

1856-ம் ஆண்டு டிசம்பர் 7-ம் நாள் கல்கத்தாவில் வித்யாசாகரின் முயற்சியால் முதல் விதவை மறுமணம் விமரிசையாக நடந்தது. மணமகன் சம்ஸ்கிருதக் கல்லூரி ஆசிரியர் ஸ்ரீசசந்திர வித்தியாரத்னா; மணமகள் பத்துவயது விதவை காளிமதிதேவி. இந்தத் திருமணத்தைப் பார்க்க ஆயிரக்கணக்கான மக்கள் தெருவில் கூடிவிட்டனர். எதிர்ப்பாளர்கள் இத்திருமணத்தைத் தடுக்க வன்முறையில் ஈடுபடுவார்களென்ற அச்சங் காரணமாகப் போலீஸ் அழைக்கப்பட்டிருந்தது. வித்யாசாகர் மேற்கொண்ட விதவை மறுமண முயற்சிக்கு எதிர்ப்பு எவ்வளவு வலுவாக இருந்தது என்பதை விளக்க ஒருசில உதாரணங்களே போதும். பிரும்ம சமாஜத் தலைவர் தேவேந்திரநாத் தாகூர் முதலில் விதவை மறுமணத்தை ஆதரித்தார். ஆனால், அதற்கு ஏற்பட்ட எதிர்ப்பைக் கண்டு அடங்கிவிட்டார். எழுத்தாளராகப் புகழ் பெற்றிருந்தவரும் இந்து சமூகத்தலைவர்களில் ஒருவருமான பங்கிம் சந்திர சாட்டர்ஜியோ விதவை மறுமணத்தைக் கடுமையாக எதிர்த்தார்.

ராம்மோகன் ராயின் புதல்வர் ரமாப்பிரசாத் விதவை மறுமணத்தை ஆதரித்து வித்யாசாகருக்கு உதவினார். ஆனால், முதல் விதவைத்

திருமணத்துக்கு வருகை தரும்படி வித்யாசாகர் அவரைக் கேட்டுக் கொண்டபோது, அவர் 'நான் உங்க முயற்சிக்கு ஆதரவு தரேன். ஆனால் இந்த நிகழ்ச்சிக்கு வரல்லே' என்று சொன்னார். அவருடைய கோழைத் தனத்தைக்கண்டு வித்யாசாகருக்கு வந்த கோபத்துக்கு அளவில்லை. அவர் சுவரில் மாட்டப்பட்டிருந்த ராம்மோகனின் உருவப் படத்தைச் சுட்டிக்காட்டி, 'அப்படீன்னா இந்தப் படம் எதுக்கு? இதைக் கழட்டியெறி!' என்று சொல்லிவிட்டு வெளியேறினார்.

முதல் விதவை மறுமணத்தைத் தொடர்ந்து பல மறுமணங்கள் நடைபெற்றன. இவற்றில் பலவற்றுக்கு வித்யாசாகர் பண உதவி செய்தார். அவற்றைத் தாமே முன்னின்று நடத்தி வைத்தார். விதவை மறுமணங்கள் நடத்துவதற்காக அவர் பொதுமக்களிடமிருந்து நிதி திரட்டினார். மறுமண ஆதரவாளர்கள் சிலர் ஒரே சமயத்தில் ரொக்கப் பணமாகவும் வேறுசிலர் மாதத் தவணைகளாகவும் உதவி செய்ய இசைந்தனர். அவர்களது வாக்குறுதிகளை நம்பி வித்யாசாகர் தம் பணத்தையும் கடன் வாங்கியும் செலவு செய்தார். ஆனால், பலர் தங்கள் வாங்குறுதியைக் காப்பாற்றவில்லை. இதனால் வித்யாசாகருக்கு மனக்கஷ்டமும் பணக்கஷ்டமும் நேர்ந்தன.

பிற்காலத்தில் யாராவது அவரை 'நாட்டிலே இவ்வளவு பேர் இருக்கற போது நீங்க மட்டும் ஏன் இந்த முயற்சியிலே இறங்கினீங்க?' என்று கேட்டால், வித்யாசாகர், 'இந்த முயற்சியிலே நான் இறங்கறபோது தனியாவா இருந்தேன்?' என்று வேதனையுடன் சொல்வார்.

இதற்கிடையில் அவருக்குப் பணம் கடன் கொடுத்தவர்கள் பணத்தைத் திருப்பிக் கேட்டு நெருக்கத் தொடங்கினர். இவர்களில் ஒருவர் வித்யா சாகரின் நண்பர் துர்க்காசரண் பானர்ஜி. அவர் ரொக்கமாகவும் மாதத் தவணைகளாகவும் நிதியுதவி செய்ய ஒப்புக்கொண்டிருந்தார். ஆனால் ரொக்கப் பணத்தில் பாதிதான் கொடுத்தார், மாதத் தவணைகளைக் கொடுக்கவேயில்லை. ஆனால், தாம் கொடுத்த கடனைத் திருப்பிக் கேட்டார்.

துர்க்காசரணின் நடத்தை வித்யாசாகருக்கு மிகவும் வேதனையளித்தது. அவர் துர்க்கா சரணுக்கு எழுதிய கடிதத்திலிருந்து அவரது மனநிலையும் பொருளாதார நிலையும் தெளிவாகின்றன. 'நான் கடனைத் தீர்க்க முயற்சி செய்கிறேன். வேறு வழியில் முடியாவிட்டால் என்னுடையது எல்லா வற்றையும் விற்றாவது கடனைத் தீர்ப்பேன்! இதில் சந்தேகமில்லை! நம் நாட்டு மக்கள் இப்படிப்பட்ட வீணர்கள் என்பதை முன்னமே அறிந் திருந்தால் இந்த முயற்சியில் இறங்கியிருக்க மாட்டேன். சட்டமியற்ற ஏற்பாடு செய்வதோடு நிறுத்திக் கொண்டிருப்பேன். பொதுநல உற்சாகிகளின் பேச்சை நம்பி நான் மோசம் போய்விட்டேன்.'

வித்யாசாகருக்கு உதவி செய்ய ஒப்புக்கொண்டவர்கள் மட்டுமல்ல, விதவை மறுமணம் செய்து கொண்டவர்களில் பலர்கூட அவரை மோசம் செய்தனர். ஏற்கெனவே மணமாகியிருந்த சிலர் அவரிடமிருந்து பணம் பறிக்கவும் பெண் சுகத்துக்காகவும் விதவை மறுமணம் செய்து கொண்டனர். சிலர் மறுமணம் செய்து கொண்டபின் மனைவியின் நகைகளைப் பிடுங்கிக்கொண்டு அவளை விரட்டி விட்டனர்.

இந்த மாதிரி நிகழ்ச்சிகளைத் தடுக்க வித்யாசாகர் ஓர் உறுதிமொழிப் பத்திரம் தயாரித்தார். அப்பத்திரத்தில் கையெழுத்திடுவோருக்குத்தான் அவர் விதவை மறுமணம் செய்துவைப்பார். அதன்படி விதவை மறுமணம் செய்துகொள்ள விரும்புபவன் தனக்கு ஏற்கெனவே திருமணமாகவில்லை, ஆகியிருந்தால் மனைவி உயிருடனில்லை யென்றும், தான் மணந்துகொள்ளும் பெண்ணைப் பராமரிப்பதாகவும், அவளை விலக்கி வைத்தால் அவளது பராமரிப்புக்கு மாதாமாதம் பணம் கொடுப்பதாகவும் உறுதிமொழியளிக்க வேண்டும்.

'எஜுகேஷன் கெஜெட்' என்ற பத்திரிகையின் ஆசிரியர் பியாரிசரண் சர்க்காரும், காளிகிருஷ்ணமித்ரா என்பவரும் வித்யாசாகரின் நண்பர்கள். அவர்கள் 1867-ம் ஆண்டில் தாங்களாகவே எஜுகேஷன் கெஜெட்டில் ஓர் அறிவிப்பை வெளியிட்டார்கள். விதவை மறுமணங்களை நடத்தியதில் வித்யாசாகர் சுமார் 45,000 ரூபாய் கடன்பட்டிருப்பதாகவும் இந்தச் சீர்திருத் தத்தில் நம்பிக்கை கொண்டவர்கள் பொருளுதவி செய்து இந்தக் கடனையடைக்க உதவி செய்ய வேண்டுமென்றும், பொருளுதவி செய்ய விரும்புவோர் பணத்தைப் பியாரிசரண் சர்க்காருக்கு அனுப்பலா மென்றும் இந்த அறிவிப்பு கூறியது.

இந்த அறிவிப்பைப் பார்த்து வித்யாசாகரின் தன்மான உணர்வு கிளர்ந் தெழுந்தது. அவர் 'இந்து பேட்ரியட்' என்ற பத்திரிகையின் ஆசிரியருக்கு ஒரு கடிதம் எழுதினார். அந்த அறிவிப்பு தம் அனுமதியின்றி வெளியிடப் பட்டது என்று கூறிய அவர், தம் கடனைத் தீர்த்துக்கொள்ளத் தம்மால் முடியும் என்றும், தமக்கு எவருடைய பணஉதவியும் தேவையில்லை யென்றும் அறிவித்தார்.

விதவை மறுமணங்களுக்காக வித்யாசாகர் செய்த செலவின் அளவு இக்கடிதத்திலிருந்து தெரிய வருகிறது. அறுபது திருமணங்கள் நடத்த அவர் 82,000 ரூபாய் செலவு செய்திருக்கிறார். முதல் மறுமணத்துக்கு மட்டும் அவரது செலவு 10,000 ரூபாய். சமூகத்தின் பலத்த எதிர்ப்பை மீறி இத்திருமணங்கள் நடைபெற்றதால் மணமக்களின் பாதுகாப்புக்காகவும், மறுமண எதிர்ப்பாளர்கள் மேல், சிவில் கிரிமினல் வழக்குகள் தொடரவும் நிறையப் பணம் செலவானதாக அவர் இக்கடிதத்தில் கூறுகிறார்.

வித்யாசாகர் மற்றவர்களுக்கு விதவை மறுமணம் செய்து வைக்கிறார். ஆனால் தம் குடும்பத்தில் செய்யமாட்டார் என்று அவருடைய எதிரிகள்

பிரசாரம் செய்தனர். 1870-ம் ஆண்டில் வித்யாசாகரே எதிர்பாராத விதமாக அவரது குடும்பத்தில் ஒரு விதவை மறுமணம் செய்துகாட்டும் வாய்ப்பு அவருக்குக் கிடைத்தது.

ஒரு பெண்மணி தம் இளம்வயது விதவைப்பெண் பவசுந்தரிக்கு மறுமணம் செய்துவைக்கும் நோக்கத்துடன் பீர்சிங்காவுக்கு வந்து சம்பு சந்திரரின் உதவியை நாடினார். சம்புசந்திரர் இதுபற்றி வித்யாசாகருக்குக் கடிதமெழுதினார். வித்யாசாகர் அந்தப் பெண்ணுக்கேற்ற வரனைப் பார்த்திருப்பதாகவும், பெண்ணையும் தாயையும் கல்கத்தாவுக்கு அனுப்பு மாறும் சம்புசந்திரருக்கு எழுதினார். இதற்கிடையில் வித்யாசாகரின் பிள்ளை நாராயண் கல்கத்தாவிலிருந்து கிராமத்துக்கு வந்தான். அவனுக்கு பவசுந்தரியைப் பிடித்துவிட்டது. அவனே அவளைக் கல்யாணம் செய்துகொள்ள விரும்பினான்.

அப்போது பவசுந்தரிக்கு வயது பதினொன்று. இவ்வளவு வயதான பெண்ணை நாராயண் மணப்பதில் தினமயிதேவிக்கு இஷ்டமில்லை. நாராயண் ஒரு விதவையை மணந்துகொண்டால் வித்யாசாகரின் குடும் பத்துடன் தொடர்பைத் துண்டித்துக் கொள்வதாக மற்ற உறவினர்கள் மிரட்டினார்கள். சம்புசந்திரர் எல்லா விஷயங்களையும் வித்யாசாகருக்கு எழுதி பவசுந்தரியையும் அவளுடைய தாயையும் கல்கத்தாவுக்கு அனுப்பிவிட்டார்.

வித்யாசாகர் உடனடியாக நாராயணுக்குப் பவசுந்தரியை மணம் செய்வித்துவிட்டு சம்புசந்திரருக்குக் கடிதமெழுதினார். இக்கடிதத்தில் அவர் விதவை மறுமண இயக்கம் தம் வாழ்க்கையில் மிக முக்கியான நற்பணியென்றும், அதற்காகத் தம் உயிரைக் கொடுக்கவும் தயாரென்றும் கூறினார். விதவை மறுமண இயக்கத்தை நடத்திவரும் தாம் தம்பிள்ளை விதவை மறுமணம் செய்து கொள்வதைத் தடுத்தால் அவரால் மக்களுக்கு முன் முகத்தைக் காட்டமுடியாது. உறவினர்கள் அவருடைய குடும்பத்துடன் தொடர்பு வைத்துக்கொள்ள விரும்பா விட்டால் அது அவர்களிஷ்டம். அவர்களுடைய மிரட்டலுக்குப் பயந்து அவர் தம் கொள்கையை விடப்போவதில்லை.

இக்கடிதத்தில் அவர் மேலும் கூறினார்: ‘நான் சமூக ஆசாரத்துக்கு அடிமையல்ல. எது நல்லதென்று எனக்குத் தோன்றுகிறதோ அதையே செய்வேன். சமூகம் அல்லது உறவினர்களுக்குப் பயந்து என் கடமையி லிருந்து பிறழமாட்டேன்!’

வித்யாசாகரின் பெற்றோர் அவருடைய விதவை மறுமண இயக்கத்துக்கு ஆதரவளிப்பதில் உறுதியாக இருந்தனர் என்பது குறிப்பிடத்தக்கது. மறுமணம் செய்துகொண்ட பெண்கள் சிலசமயம் சமூக எதிர்ப்புக்கும் தாக்குதலுக்கும் அஞ்சி வித்யாசாகரின் வீட்டில்

அடைக்கலம் புகநேர்ந்தது. பகவதிதேவி அவர்களைப் பரிவுடன் நடத்தினார். அதுமட்டுமல்ல விதவை மறுமணத்துக்கு தம் ஆதரவைத் தெரிவிக்கும் முறையில் மறுமணம் செய்துகொண்ட பிராமண விதவைகளுடன் ஒரே தட்டில் உணவருந்தினார்.

பெண்கள் - குறிப்பாக, விதவைகள் - வித்யாசாகரை எவ்வளவு மதித்தார்கள் என்பதைக் காட்ட ஒரு நிகழ்ச்சியை விவரிக்கிறார் ஆராய்ச்சியாளர் மணி பாக்சி:

வங்கப் பெரியார்களில் ஒருவரான சர்குருதாஸ் பானர்ஜி தம் தாயின் சிரார்த்தத்துக்கு வித்யாசாகரை அழைத்தார். வித்யாசாகர் விதவை மறுமண இயக்கங்காரணமாக சமூகத்திலிருந்து விலக்கப்பட்டிருந்த சமயம் அது.

ஆகவே வித்யாசாகர் வியப்புடன் கேட்டார்: 'உன் அம்மா ஆசாரசீலரான ராம்கானாயி தர்க்கவாசஸ்பதியோட பெண். அவளோட சிரார்த்தத்துக்கு என்னைக் கூப்பிடறியே!'

'அம்மாதான் கூப்பிடும்படி சாகறதுக்கு முன்னாலே சொல்லிட்டுப் போனா. நான்கூட அவகிட்டே சொன்னேன், நீங்க வந்தா மத்த பிராமணங்க சிரார்த்தத்துக்கு வரமாட்டாங்கன்னு.'

'அதுக்கு உன் அம்மா என்ன சொன்னா?'

'வேறே பிராமணன் வராட்டா பாதகமில்லே. வித்யாசாகர் வந்தாலே என் ஆத்மா சாந்தியடையும்னு சொல்லிட்டா!'

இதைக் கேட்ட வித்யாசாகர் உணர்ச்சி வசப்பட்டுச் சொன்னார்: 'என்னோட முயற்சிக்கு இதுதான் பெரிய பாராட்டு! இதுபோதும் எனக்கு!'

அவர் சாதாரணமாக எந்த மதச் சடங்கிலும் தானம் பெற்றுக் கொள்வதில்லை. ஆனால், இந்த சிரார்த்தத்தில் ஒரு வெள்ளி டம்ளரைத் தானமாக ஏற்றுக்கொண்டார். விதவை மறுமண இயக்கம் நாடெங்கும் - குறிப்பாக மகாராஷ்டிரத்திலும் ஆந்திரத்திலும் தாக்கம் உண்டாக்கியது. விதவை மறுமணம் பற்றிய வித்யாசாகரின் முதல் புத்தகம் மராத்தியில் மொழிபெயர்க்கப்பட்டது. ஜோதிபாய் ஃபூலேயும் மகரிஷி கார்வேயும் மகாராஷ்டிரத்தில் விதவை மறுமண இயக்கத்துக்குத் தலைமை வகித்தனர். கல்கத்தாவில் முதல் விதவை மறுமணம் நடைபெற்று ஆறு ஆண்டுகளுக்குள் ஃபூலேயின் முயற்சியால் மகாராஷ்டிரத்தில் விதவை மறுமணம் நிகழ்ந்தது. மகரிஷி கார்வே தாமே விதவை மறுமணம் செய்துகொண்டார். ஆந்திரத்தில் இந்த இயக்கத்துக்குத் தலைமை வகித்தவர் கந்துகூரி வீரேசலிங்கம் பந்துலு.

எனினும் விதவை மறுமண இயக்கம் சமூகத்தில் அதிகம் பரவவில்லை யென்பதை ஒப்புக்கொள்ளத்தான் வேண்டும். வங்காளத்தில் 19-ம் நூற்றாண்டின் எழுபதுகளிலேயே இந்த இயக்கம் தேக்கநிலையை அடைந்தது. பழைமைவாதிகளின் எதிர்ப்பு வலுத்தது. அவர்கள் ஏராளமான கட்டுரைகளும் புத்தகங்களும் எழுதி வெளியிட்டனர். விதவை மறுமணம் செய்துகொண்டவர்களும் செய்து வைத்தவர்களும் சமூகப் புறக்கணிப்புக்கு ஆளாயினர். முதல் மறுமணம் செய்துகொண்ட ஸ்ரீசசந்திரர் தம் மனைவியின் மரணத்துக்குப்பின் பிராயச்சித்தம் செய்து கொண்டார்.

1856 முதல் 1911 வரையில் வங்காளத்தில் சுமார் 500 விதவை மறுமணங்களே நடைபெற்றன என்று தெரிகிறது. இதிலிருந்து இந்த இயக்கம் சமூகத்தில் பரவலான மாற்றத்தை உண்டாக்கவில்லை யென்பது தெளிவு.

இதற்கு இன்னோர் உதாரணமும் சொல்லலாம். வித்யாசாகருக்குப் பிற்பட்ட தலைமுறையைச் சேர்ந்த ரவீந்திரரும் சரத்சந்திரரும் விதவை களிடம் அனுதாபங்கொண்டிருந்தாலும் தங்கள் படைப்புகளில் விதவைப் பாத்திரமெதுவும் மறுமணம் செய்து கொண்டதாகச் சித்திரிக்கத் துணியவில்லை.

12

## மாதிரிப் பள்ளிகள் அமைப்பு

19-ம் நூற்றாண்டின் நாற்பதுகளில் கல்கத்தாவிலும் பல மாவட்ட நகரங்களிலும் சில மிஷனரிப் பள்ளிகள் இருந்தன. இப்பள்ளிகளின் முக்கிய நோக்கம் கல்வியைப் பரப்புவதல்ல, மதமாற்றம் செய்வதேயாகும். மேலும் இப்பள்ளிகளில் ஆசிரியர்களாயிருந்த வெள்ளைப் பாதிரிகள் மாணவர்களுக்குக் கல்வி கற்பிக்கத் தகுதியற்றவர்கள். கல்கத்தாவில் வங்காளி கற்றுத்தரும் தனியார் பள்ளிகளும் சில இருந்தன. ஆனால், அவற்றில் பணிபுரிந்த ஆசிரியர்கள் தகுதியற்றவர்களாக இருந்ததால் அங்கு போதிக்கப்பட்ட கல்வியும் தரங்குறைந்ததாக இருந்தது.

ஹார்டிஞ்சு பிரபு கவர்னர் ஜெனரலாக இருந்த காலத்தில் அவர் வித்யாசாகரின் ஆலோசனைப்படி வங்காளமெங்கும் 101 வங்காளிப் பள்ளிகள் அமைத்தார். மாவட்டக் கலெக்டர்களின் கண்காணிப்பில் இயங்கிய இப்பள்ளிகள் தகுதிவாய்ந்த ஆசிரியர்கள் இல்லாமையாலும், மாவட்டக் கலெக்டர்களுக்குப் பள்ளிகளைக் கண்காணிக்க அவகாசம் கிடைக்காததாலும் இப்பள்ளிகள் சிறிது காலத்திலேயே மூடப்பட்டுவிட்டன.

எஃப்.ஜே. ஹேலிடே கல்விக்குழுவின் உறுப்பினராக இருந்தபோது வித்யாசாகர் வங்காளமெங்கும் மாதிரிப்பள்ளிகளை அமைக்க ஒருவிரிவான திட்டம் வகுத்தார். 1854-ம் ஆண்டில் வங்காளத்தில் துணைநிலை ஆளுநர் பதவி ஏற்படுத்தப்பட்டு ஹேலிடே அந்தப் பதவிக்கு நியமிக்கப்பட்டார். அவர் வித்யாசாகரின் திட்டத்தை அரசாங்கத்துக்குப் பரிந்துரைத்தார்.

இத்திட்டத்தின் முக்கிய அம்சங்களாவன:

1. இப்பள்ளிகள் முறையான வங்காளிக் கல்வியைப் பரப்ப வேண்டும். வெறும் மொழிப்பயிற்சியும் அடிப்படைக் கணக்கும் போதா. புவியியல், வரலாறு, பௌதிகம், தத்துவம், உடற்பயிற்சி முதலியனவும் பாடத் திட்டத்தில் இடம்பெற வேண்டும். ஒவ்வொரு துறைக்கும் சில குறிப்பிட்ட புத்தங்கள் பயன்படுத்தப் பட வேண்டும்.

2. ஒவ்வொரு பள்ளியிலும் மூன்று முதல் ஐந்து வகுப்புகள் இருக்கலாம். ஒவ்வொரு பள்ளியிலும் குறைந்தது இரண்டு ஆசிரியர்கள் இருக்க வேண்டும்.

3. ஆசிரியர்களுக்கு 20 ரூபாய் முதல் 30 ரூபாய் வரை சம்பளம் இருக்க வேண்டும். தலைமை ஆசிரியருக்கு 50 ரூபாய் சம்பளம் கொடுக்கப் பட வேண்டும். இந்தச் சம்பளம் ஆசிரியர்களுக்கு அவர்கள் பணிபுரியும் பள்ளிகளிலேயே கிடைக்கவேண்டும்.

4. முதற்படியாக ஹூக்ளி, நதியா, வர்த்தமான், மேதினிபூர் ஆகிய நான்கு மாவட்டங்களில் சுமார் 25 பள்ளிகள் தொடங்கப்படலாம். இவை ஏற்கெனவேயுள்ள ஆங்கிலப் பள்ளிகளுக்கு அருகில் இருக்கக் கூடாது. அப்படியிருந்தால் இப்பள்ளிகளுக்கு முக்கியத்துவம் கிடைக்காது.

5. பள்ளித் தேர்வுகளில் தேர்ச்சி பெற்றவர்களுக்கு அரசாங்கம் வேலை கொடுத்து அவர்களை ஊக்குவிக்கவேண்டும்.

6. பள்ளிகளில் பணிபுரியத்தக்க ஆசிரியர்களுக்குப் பயிற்சியளிக்கும் பொறுப்பை சம்ஸ்கிருதக் கல்லூரி ஏற்றுக் கொள்ளும்.

7. இப்பள்ளிகளை மாதிரிகளாகக் கொண்டு மேலும் பள்ளிகள் தொடங்க பொதுமக்கள் ஊக்குவிக்கப்பட வேண்டும்.

8. இப்பள்ளிகளின் செயல்பாட்டைக் கண்காணிக்க இரண்டு மேற்பார் வையாளர்கள் நியமிக்கப்படவேண்டும். இவர்களது பணியை நெறிப்படுத்த ஒரு தலைமை மேற்பார்வையாளர் இருக்க வேண்டும். சம்ஸ்கிருதக் கல்லூரி முதல்வரே இப்பதவியை வகிக்கலாம். இதற்காக அவருக்குத் தனிச்சம்பளம் தேவையில்லை, பிரயாணப்படி மட்டும் கொடுத்தால் போதும். தேவையான பாடப்புத்தகங்கள் தேர்வு, ஆசிரியர்கள் தேர்வு இவை அவரது பொறுப்பில் விடப்படும்.

மேற்கண்ட திட்டத்திலிருந்து பொதுக்கல்வியைப் பரப்புவதில் வித்யா சாகருக்கிருந்த அக்கறையும், அவருடைய நடைமுறையறிவும் புதுமைநோக்கும் தெளிவாகின்றன.

இத்திட்டத்தின்படி சம்ஸ்கிருதக்கல்லூரி முதல்வருக்குக் கூடுதல் பொறுப்புகள் அளிக்கப்படுவதை கல்விக்குழு விரும்பவில்லை. இதனால் சம்ஸ்கிருதக் கல்லூரி நிர்வாகத்துக்கு ஊறுநேரும் என்று அது கருதியது. ஆனால் வித்யாசாகரின் நிர்வாகத் திறனில் பெருநம்பிக்கை கொண்டிருந்த ஹேலிடே இத்திட்டத்தை ஆதரித்தார்.

வித்யாசாகர் 1854-ம் ஆண்டின் கோடைவிடுமுறையில் ஹூக்ளி மாவட்டத்தில் சுற்றுப் பிரயாணம் செய்தபோது கிராம மக்கள் பள்ளிகள் தொடங்குவதில் ஆர்வம் காட்டுவதைக் கவனித்தார். மற்ற மாவட்டங் களுக்குப் போக அவருக்கு நேரம் கிடைக்கவில்லை. எனினும் அவர் அந்த மாவட்டங்களிலும் பள்ளிகள் அமைக்கத் தேவையான புள்ளி விவரங்களைச் சேகரித்தார்.

1855-ம் ஆண்டின் மே மாதத்தில் வித்யாசாகர் நான்கு மாவட்டங்களின் மாதிரிப்பள்ளிகளை மேற்பார்வையிட உதவி இன்ஸ்பெக்டராக 200 ரூபாய் சம்பளத்தில் நியமிக்கப்பட்டார். அவர் தமக்கு உதவியாக நான்கு சப்-இன்ஸ்பெக்டர்களை தலைக்கு 100 ரூபாய் சம்பளத்தில் அமர்த்திக் கொண்டார். இவ்வாறு நியமிக்கப்பெற்றவர்களில் வித்யாசாகரின் தம்பி தீனபந்துவும் ஒருவர்.

இந்தப் பள்ளிகளுக்கு தக்க ஆசிரியர்களைத் தேர்ந்தெடுக்க வித்யாசாகர் ஒரு தேர்வு வைத்தார். தேர்வு மூலம் தேர்ந்தெடுக்கப்பட்டவர்களுக்குப் பயிற்சியளிக்க சம்ஸ்கிருதக் கல்லூரியில் 1855-ம் ஆண்டு ஜூலையில் ஒரு பயிற்சிப் பள்ளி ஆரம்பிக்கப்பட்டது. வித்யாசாகர் 'தத்துவ போதினி' பத்திரிகையின் ஆசிரியராக இருந்த அட்சயகுமார் தத்தாவை இந்தப் பள்ளியின் தலைமை ஆசிரியராக்கி அவருக்கு உதவியாக இன்னோர் ஆசிரியரையும் நியமித்தார். முதலில் 71 பேர் இப்பள்ளியில் பயிற்சி பெற்றனர். இவர்களில் 60 பேருக்குத் தலா 5 ரூபாய் உபகாரச் சம்பளம் அளிக்கப்பட்டது. இவர்களுக்கு ஆறுமாதகாலம் இலக்கியம், கணக்கு, பொதுஅறிவு, புவியியல், பௌதிகம், உயிரியல் ஆகிய துறைகளில் பயிற்சியளிக்கப்பட்டது. இவர்களுக்கு மாதாமாதம் தேர்வுகள் நடத்தப்பட்டன. பயிற்சியை முடித்தவர்கள் மாதிரிப் பள்ளிகளில் ஆசிரியர்களாக நியமிக்கப் பெற்றனர்.

1856-ம் ஆண்டின் ஜனவரிக்குள் இந்த நான்கு மாவட்டங்கள் ஒவ்வொன்றிலும் ஐந்து மாதிரிப் பள்ளிகள் அமைக்கப்பட்டுவிட்டன. அவற்றில் மொத்தம் 2,700 மாணவர்கள் கல்வி கற்றனர். பள்ளிக் கட்டடங்களை கிராமத்தாரே கட்டிக் கொடுத்துவிட்டார்கள். அரசாங்கம் ஒவ்வொரு பள்ளிக்காகவும் மாதம் 50 ரூபாய் செலவிட்டது. அப்பள்ளிகளில் முதல் ஆறு மாதம் இலவசக்கல்வி என்றும், அதன் பிறகு ஒரு சிறு தொகை கட்டணமாக வசூலிக்கப்படும் என்றும் அறிவிக்கப்பட்டது.

1857-ம் ஆண்டு ஆகஸ்டில் வித்யாசாகரின் பதவிக்கு 'ஸ்பெஷல் இன்ஸ்பெக்டர்' என்று பெயரிடப்பட்டது.

வித்யாசாகரைக் கொண்டு பீர்சிங்காவில் ஒரு சம்ஸ்கிருதப் பள்ளி அமைக்கும் நோக்கத்துடன் டாகுர்தாஸ் வித்யாசாகரின் உபகாரச் சம்பளத்தின் ஒரு பகுதியைக் கொண்டு கிராமத்தில் கொஞ்சம் நிலம் வாங்கியிருந்த செய்தி முன்பே கூறப்பட்டுள்ளது. இப்போது வித்யா சாகர் அங்கு ஒரு வங்காளிப்பள்ளி தொடங்கி அதில் தம் தம்பிகளைக் கொண்டு கல்வி போதிக்கத் திட்டமிட்டார். டாகுர்தாஸ் இந்த யோசனையை வரவேற்றார். 1853-ம் ஆண்டில் பள்ளிக்கட்டடம் கட்டும் பணி தொடங்கியது. கட்டடம் தயாராகுமுன்பே வித்யாசாகர் வீட்டிலும் பக்கத்து வீட்டிலும் வகுப்புகள் தொடங்கப்பட்டன.

அப்போது கிராம மக்களில் பலர் ஆங்கிலக் கல்வியின் தேவையை உணராதிருந்தனர். வேறு சிலர் இக்கல்விக்கு எதிராகவேயிருந்தனர். ஆங்கிலம் கற்பவன் நாத்திகனாகி விடுவான் அல்லது கிருத்துவனாகி விடுவான் என்று அவர்கள் பயந்தனர். எனினும் கல்விகற்க ஆர்வ முள்ளவர்களும் இருந்தனர். பள்ளி தொடங்கி ஒரு வாரத்தில் அதில் நூற்றுக்கும் மேற்பட்ட மாணவர்கள் சேர்ந்துவிட்டனர். பக்கத்துக் கிராமங்களிலிருந்தும் மாணவர்கள் வந்தனர். அவர்களில் பெரும் பாலோர் புத்தகங்கள், எழுதுபொருள்கள் வாங்க வசதியற்ற ஏழைகள். பலருக்குப் போதிய உடைகள் இல்லை. வித்யாசாகர் சுமார் 300 மாணவர் களுக்கு வேண்டிய பாடப்புத்தகங்களையும் எழுதுபொருள்களையும் கல்கத்தாவிலிருந்து வாங்கியனுப்பினார். உடையில்லாதவர்களுக்கு உடைகள் வாங்கிக் கொடுத்தார். உணவுக்கு வழியில்லாத மாணவர்கள் வித்யாசாகரின் வீட்டிலேயே இலவசமாகத் தங்கி அவருடைய குடும்பத்தாருடன் ஒன்றாக அமர்ந்து உணவுண்டு கல்விகற்றனர். ஒரு சமயம் இத்தகைய மாணவர்கள் 60 பேர் வித்யாசாகரின் வீட்டில் தங்கியிருந்தனர்.

வித்யாசாகர் ஒவ்வோராண்டும் கிராமப்பள்ளியில் நன்றாகப் படித்துத் தேறிய ஏழெட்டு மாணவர்களை கல்கத்தாவுக்கு அழைத்து வந்து அவர்களை சம்ஸ்கிருதக் கல்லூரி, இந்துக் கல்லூரி, மருத்துவக் கல்லூரி அல்லது ஆசிரியர் பயிற்சிப் பள்ளியில் சேர்த்துவிடுவார். ஏழை மாணவர்கள் வித்யாசாகரின் வீட்டிலேயே தங்கிப் படிப்பார்கள். கிராம மக்களில் பலர் ஆடுமாடு மேய்த்தோ, வயல்களில் உழைத்தோ அல்லது கைத்தொழில் செய்தோ வாழ்க்கை நடத்தினர். ஆகவே அவர்களால் பகல்நேரத்தில் பள்ளிக்கு வர இயலாது. வித்யாசாகர் அவர்களுக்காக ஓர் இரவுப்பள்ளி தொடங்கி அவர்களுக்கு வேண்டிய புத்தகங்களும் எழுதுபொருள்களும் தாமே வாங்கித் தந்தார்.

வித்யாசாகர் இவ்வாறு இலவசப் பள்ளிகள் தொடங்கியதன் காரணமாக அதுவரை கிராமத்தில் சம்ஸ்கிருதப் பள்ளிகள் நடத்தி வந்த பண்டிதர்கள் தங்கள் பள்ளிகளை மூடவேண்டியதாயிற்று. அவர் களுடைய வருமானம் நின்றுபோய்விட்டது. அவர்கள் சம்ஸ்கிருதத்தை உருப்போட்டுக் கற்றவர்கள். அவர்களுக்கு வங்காளி கற்பிக்கத் தகுதி இல்லை. ஆகையால் வித்யாசாகர் தம் தம்பி சம்புசந்திரரைக் கொண்டு அவர்களுக்கு முறையாக வங்காளியும் சம்ஸ்கிருத இலக்கணமும் கற்பித்து, பிறகு அவர்களைத் தம் பள்ளிகளில் கீழ்வகுப்புகளில் ஆசிரியர்களாக நியமித்தார். அவர்கள் தங்கள் சொந்தப் பள்ளிகளில் ஈட்டிய வருமானத்தைவிட அதிகத் தொகையை அவர்களுக்குச் சம்பள மாக அளிக்க ஏற்பாடு செய்தார். இவ்வாறு வேலை பெற்றவர்களில் வித்யாசாகரின் முன்னாள் ஆசிரியர் காளிகாந்த சட்டோபாத்தியாயும் ஒருவர். வித்யாசாகர் இவ்வாறு பள்ளிகள் அமைத்ததோடு நின்று விடாமல் மற்றவர்களையும் பள்ளிகள் நிறுவத் தூண்டினார்; அப்படி நிறுவ முன்வந்தவர்களுக்கு பண உதவியும் செய்தார்.

# 13

## பெண் கல்விப் பணி

*‘என் மேற்பார்வையிலுள்ள பகுதியில் அரசாங்க உதவியுடன் செயல்படும் மிகச்சிறந்த பெண்கள் பள்ளி வித்யாசாகரின் ஊரான பீர்சிங்கா பள்ளியாகும். இப்பள்ளியில் பயிலும் வித்யாசாகரின் பெண்தான் இத்தகைய பள்ளிகளில் நான் சந்தித்துள்ள மிகச்சிறந்த மாணவியாவாள்.’*

***- பள்ளி இன்ஸ்பெக்டர் எச்.எல்.ஹாரிசனின் 1864-65-க்கான ஆண்டறிக்கை.***

19-ம் நூற்றாண்டில் பொது ஜனக்கருத்து பெண்கல்விக்கு ஆதரவாக இல்லையென்பதும், எனினும் கிருத்துவ மிஷனரிகளின் முயற்சியால் 1819-ம் ஆண்டிலும் 1821-ம் ஆண்டிலும் பெண்கல்வியை வளர்க்க சங்கங்கள் அமைக்கப்பட்ட செய்தியும் முன்னமே கூறப்பட்டுள்ளன.

இந்து சமூகத்தலைவர்களுள் ஒருவரான ராஜா ராதா காந்ததேவ் பல விஷயங்களில் பழைமை வாதியாயினும் பெண் கல்வியை ஆதரித்தார். கௌர் மோகன் வித்யாலங்கார் பெண்கல்விக்கு ஆதரவாகப் புத்தகமெழுதி வெளியிட்ட அதே 1822-ம் ஆண்டில் மிஸ். மேரி ஆன் குக் (திருமணமான பின்-மிஸஸ் வில்சன்) என்ற ஆங்கில மாது கல்கத்தாவில் எட்டு இடங்களில் பெண்பள்ளிகள் அமைத்தார். இவற்றில் மொத்தம் 200 மாணவியர் பயின்றனர். ஓராண்டில் இந்த எண்ணிக்கை இரட்டித்தது.

கல்கத்தாவிலும் புறநகர்ப் பகுதிகளிலும் பெண் கல்வி பரப்புவதற்காக நிறுவப்பட்ட மாதர் சங்கம் கல்கத்தாவில் ஒரு மகளிர் பள்ளி அமைக்கும் பொறுப்பை மிஸ்.குக்குக்கு அளித்தது. இப்பள்ளியின் கட்டடத்துக்கு 1826-ம் ஆண்டில் அஸ்திவாரமிடப்

பட்டது. ராஜா வைத்திய நாத் ராய் என்பவர் இப்பள்ளிக்கு 20,000 ரூபாய் நன்கொடை அளித்தார்.

1825-ம் ஆண்டில் மிஸஸ். வில்சனின் தலைமையில் அமைந்த ஒரு மாதர் சங்கம் முஸ்லிம்கள் வாழும் பகுதிகளில் மகளிர் பள்ளிகளை அமைத்தது. 1847-ம் ஆண்டில் பாராசாத் என்ற ஊரில் பொதுநல நோக்குடைய சிலர் ஒரு மகளிர் பள்ளியை நிறுவி அதை வெற்றிகரமாக நடத்தினர்.

1848-ம் ஆண்டில் கல்விக்குழுவின் தலைவராகப் பதவியேற்ற ஜான் டிரிங்க்வாட்டர் பெத்தூன் பாராசாத் பள்ளியைப் பார்வையிடச் சென்றார். அதன் வெற்றிகண்டு மகிழ்ந்த அவர் 1849 மே மாதம் கல்கத்தாவில் 'கல்கத்தா மகளிர் பள்ளி' என்ற பெயரில் ஒரு பள்ளியை நிறுவினார். அவர் வித்யாசாகரிடம் பெருமதிப்பு கொண்டவர். அவர் 1850-ம் ஆண்டில் வித்யாசாகரைத் தம் பள்ளியின் கவுரவச் செயலாள ராகப் பணி புரியும்படி கேட்டுக்கொண்டார். வித்யாசாகரும் இந்தப் பணியை உற்சாகமாகச் செய்தார். இப்பள்ளியில் வங்காளி, ஆங்கிலம், கணிதம் இவை தவிர தையற்கலை, ஓவியம், கைவினைப் பொருள்கள் செய்தல் முதலியனவும் கற்பிக்கப்பட்டன.

சாத்திரங்களில் தீவிர நம்பிக்கை கொண்டிருந்த இந்துக்களின் ஆதரவை பெண்கல்வி இயக்கம் பெற வேண்டுமானால், இந்து சாத்திரங்கள் பெண்கல்வியை ஆதரிக்கின்றன என்பதை அவர்களுக்கு உணர்த்த வேண்டும். இந்த உண்மையை உணர்ந்திருந்த வித்யாசாகர் பள்ளிக்கு மாணவியரை அழைத்துவரும் வண்டியின் இருபுறமும் 'கன்யாப் யேவம் பாலனீயா சிட்சணீயாதியத்னதஹா' (பெண்ணும் அக்கறையோடு வளர்க்கப்படத் தக்கவள், கல்விகற்பிக்கப் படத்தக்கவள்) என்ற சாத்திரக் கூற்றைப் பொறிக்கச் செய்தார்.

பொது ஜனக் கருத்து பெண்கல்விக்கு எதிராக இருந்தும் முற்போக்கு நோக்கு வாய்ந்த பலர் தங்கள் பெண்களைப் பள்ளிக்கு அனுப்பினர். இதனால் அவர்களுக்கு நேர்ந்த சமூக எதிர்ப்பையும் அவர்கள் பொருட் படுத்தவில்லை. வித்யாசாகரின் நண்பரும் சம்ஸ்கிருதக் கல்லூரி ஆசிரியருமான மதன்மோகன் தம் இரு பெண்களையும் பள்ளிக்கு அனுப்பினார்.

பெத்தூன் 1851-ம் ஆண்டில் காலமானார். அவருடைய பள்ளிக்குப் 'பெத்தூன் பள்ளி' என்று பெயரிடப்பட்டது. வித்யாசாகர் அதன் செயலாளராகத் தொடர்ந்து பணியாற்றினார்.

வங்காளத்தின் துணைநிலை ஆளுநராக இருந்த ஹேலிடே 1857 முதல் பெண்கல்வியில் தனி அக்கறை எடுத்துக்கொண்டார். நாட்டு மக்களின்

முயற்சியால் மகளிர் பள்ளிகள் தொடங்கப்பட்டால் அவற்றுக்கு அரசாங்க உதவி கிடைக்குமென்று அவர் வித்யாசாகருக்கு உறுதியளித்தார். இதனால் உற்சாகமடைந்த வித்யாசாகர் 1857 மே மாதத்தில் வர்த்தமான் மாவட்டத்தில் ஜௌகிராம் என்ற ஊரில் ஒரு மகளிர் பள்ளியை அமைத்தார். அதற்கு மாதம் 32 ரூபாய் அரசாங்க உதவி கிடைத்தது.

இதன் பிறகு அரசாங்கத்தின் எழுத்து மூலமான அனுமதியின்றியே, அனுமதி கிடைக்குமென்ற நம்பிக்கையில் வித்யாசாகர் பல ஊர்களிலும் மகளிர் பள்ளிகளை அமைக்கத் தொடங்கிவிட்டார். இவ்வாறு அவர் 1857 நவம்பர் முதல் 1858 மே மாதத்துக்குள் ஹூக்ளி, வர்த்தமான், மேதினிபூர், நதியா ஆகிய நான்கு மாவட்டங்களிலும் 35 பள்ளிகளை நிறுவிவிட்டார். அவற்றில் மொத்தம் 1300 மாணவியர் கல்விகற்றனர். இவற்றுக்காக அவர் மாதம் 845 ரூபாய் வீதம் தம் சொந்தப் பணத்தைச் செலவிட்டார். இவ்வாறு சுமார் 3,400 ரூபாய் செலவு செய்துவிட்டு அரசாங்க உதவிக்காகக் காத்திருந்த வித்யாசாகர் எதிர்பாராத விதமாக ஏமாற்றத்துக்குள்ளானார். அப்பள்ளிகள் அமைப்பதில் அரசாங்க விதிகள் கடைப்பிடிக்கப்படவில்லை என்ற காரணங்காட்டி அரசாங்கம் அவற்றுக்குப் பண உதவி அளிக்க மறுத்தது. பெண்கல்விக்கு அரசாங்க ஆதரவு கிடைக்குமென்ற நம்பிக்கையில் தாம் பள்ளிகளை நிறுவியதாக வித்யாசாகர் அளித்த விளக்கத்தை அரசாங்கம் ஏற்றுக்கொள்ளவில்லை.

ஹேலிடே அளித்த உறுதிமொழியின் பலத்தில்தான் வித்யாசாகர் இந்த முயற்சியில் இறங்கியிருந்தார். அரசாங்கத்தின் மறுப்பு ஹேலிடேக்கும் வருத்தமளித்தது. தமக்கெதிராக வழக்குத் தொடுக்கும்படி அவர் வித்யாசாகருக்கு யோசனை கூறினார். ஆனால், வித்யாசாகர் தம் நண்பரை சங்கடத்துக்குள்ளாக்க விரும்பவில்லை.

இறுதியில் நீண்ட கடிதப் போக்குவரத்துக்குப்பின் வித்யாசாகர் அதுவரை செலவு செய்திருந்த 3439 ரூபாயைக் கொடுக்க அரசாங்கம் இசைந்தது. ஆனால் பள்ளிகளுக்குத் தொடர்ந்து உதவிசெய்ய மறுத்துவிட்டது.

இந்தச் சமயத்தில்தான் வித்யாசாகர் சம்ஸ்கிருதக் கல்லூரி முதல்வர் பதவியைத் துறந்தார். அவர் அரசாங்கத்தின் மறுப்பால் சோர்ந்துவிடவில்லை. அவர் அப்பள்ளிகளைத் தொடர்ந்து நடத்துவற்காகப் பொதுமக்களிடமிருந்து நன்கொடைகளைச் சேகரிக்க ஒரு பெண்கல்வி நிதியைத் தொடங்கினார். பொதுநல நோக்குள்ள பலர் இந்த நிதிக்குப் பணஉதவி செய்தனர். இந்தச் சமயத்தில் வங்காளத்தின் துணைநிலை ஆளுநராகப் பதவியேற்ற செசில் பீடன் இந்த நிதிக்கு மாதம் 55 ரூபாய் நன்கொடையளித்தார். வித்யாசாகர் மகளிர் பள்ளிகளைத் தொடர்ந்து நடத்தினார். பெத்தூன் பள்ளி நிர்வாகத்திலும் கவனம் செலுத்தினார்.

கண்ணியமான குடும்பங்களைச் சேர்ந்த பெண்கள் அப்பள்ளிகளில் அதிகம் படிக்காவிட்டாலும், அப்பள்ளியின் தாக்கத்தால் பல குடும்பங்கள் வீட்டிலேயே தங்கள் பெண்களுக்குக் கல்வி கற்பிக்க ஏற்பாடு செய்தன.

பெண்கல்வியில் மிகுந்த அக்கறை கொண்டிருந்த மிஸ். மேரி கார்ப் பெண்ட்டர் என்ற ஆங்கிலேயப் பெண்மணி 1866-ம் ஆண்டில் கல்கத்தாவுக்கு வந்தார். ராஜாராம் மோகன்ராய் இங்கிலாந்து போயிருந்த போது, இவருடைய தந்தையின் வீட்டில்தான் தங்கியிருந்தார்.

மிஸ். கார்ப்பெண்ட்டர் வித்யாசாகரைச் சந்திக்க விரும்பினார். அப்போது பொதுக் கல்வி இயக்குநராக இருந்த ஆட்கின்சன் பெத்தூன் பள்ளியில் அவருக்கு வித்யாசாகரை அறிமுகப்படுத்தி வைத்தார். பிறகு மிஸ். கார்ப்பெண்ட்டரும் வித்யாசாகரும் கல்கத்தாவுக்கு அருகிலிருந்த பல மகளிர் பள்ளிகளைப் பார்வையிட்டனர். உத்தர்பாராவிலிருந்த பள்ளியை அவர்கள் பார்வையிட்டு விட்டுத் திரும்பும்போது அவர்கள் பிரயாணம் செய்துகொண்டிருந்த குதிரைவண்டி குடைசாய்ந்து விழுந்துவிட்டது. இதனால் வித்யாசாகருக்குப் பலமாக அடிபட்டு அவருடைய கல்லீரல் கடுமையாகப் பழுதடைந்து விட்டது. இந்த விபத்தின் பாதிப்பு அவரது வாழ்நாள் முழுவதும் தொடர்ந்தது. அவருடைய பழுதான கல்லீரல்தான் இறுதியில் அவரது மரணத்துக்கும் காரணமாக இருந்தது.

மிஸ். கார்ப்பெண்ட்டர் மகளிர் பள்ளிகளிலும் ஆண்களே ஆசிரியர்களாக இருப்பதைக்கண்டார். பெண்கள் ஆசிரியைகளாக இருந்தால் பெண்கல்வி இன்னும் வளர்ச்சி பெறும் என்றெண்ணிய அவர் ஆசிரியை பயிற்சிப் பள்ளி ஒன்று தொடங்க யோசனை கூறினார். இந்த யோசனையை விவாதிக்க ஒரு கூட்டம் நடைபெற்றது. ஆசிரியை பயிற்சிப் பள்ளி ஒன்று தொடங்க அரசாங்கத்தையணுக இந்தக் கூட்டம் முடிவு செய்தது. வித்யாசாகரும் இந்தக் கூட்டத்தில் கலந்துகொண்டார். ஆனால், அவர் இந்த யோசனையை ஆதரிக்கவில்லை.

அப்போது சமூகம் இருந்த நிலையில் ஆசிரியை பயிற்சிப் பள்ளியை வெற்றிகரமாக நடத்த முடியாதென்று வித்யாசாகர் கருதினார். கண்ணியமான குடும்பங்களைச் சேர்ந்தவர்கள் தங்கள் பெண்களை ஆசிரியைப் பயிற்சிக்கு அனுப்பமாட்டார்கள். கிருத்துவப் பெண்கள், பிரும்ம சமாஜத்துப் பெண்கள், விதவைகள் இவர்களே இப்பயிற்சி பெற முன்வருவர். அவர்களை ஆசிரியைகளாகக் கொண்ட பள்ளிகளுக்குத் தங்கள் பெண்களையனுப்ப மக்கள் தயங்குவர் என்பது வித்யாசாகரின் வாதம்.

அவரது எதிர்ப்பை மீறி பெத்தூன் பள்ளியிலேயே ஓர் ஆசிரியை பயிற்சிப் பள்ளியும் தொடங்க அரசாங்கம் இணங்கியது. ஆனால் இரண்டு

பள்ளிகளும் அரசாங்க நிர்வாகத்துக்கு உட்பட வேண்டும் என்று நிபந்தனை விதித்தது. வித்யாசாகரைச் செயலாளராகக் கொண்ட பெத்தூன் பள்ளி நிர்வாகக் கமிட்டி இந்த நிபந்தனைக்கு இணங்க வில்லை. இதன் விளைவாக இந்தக் கமிட்டி கலைக்கப்பட்டு ஓர் ஐரேப்பியப் பெண்மணி இரண்டு பள்ளிகளுக்கும் தலைவியாக நியமிக்கப்பட்டார்.

எனினும் பயிற்சிப் பள்ளி தொடங்குவதில் தாமதம் நேர்ந்தது. காரணம், பயிற்சி பெறும் பெண்கள் தெருவில் நடந்துவர மாட்டார்கள். அவர்களைக் குதிரைவண்டியில்தான் பள்ளிக்குக் கூட்டிவரவேண்டும். ஆனால், வண்டியோட்டியும் காஸ்தாரியும் ஆண்களாயிற்றே! அந்த வண்டியில் வயது வந்த பெண்கள் எப்படிப் பிரயாணம் செய்வார்கள்?

'வாமாபோதினி பத்ரிகா' என்ற பத்திரிகை இந்தப் பிரச்னைக்குத் தீர்வாக ஒரு யோசனையைக் கூறியது - 'பெண் வண்டியோட்டிகளையும் பெண் காஸ்தாரிகளையும் இங்கிலாந்திலிருந்து இறக்குமதி செய்யலாமே!

வித்யாசாகரின் அச்சம் பலித்துவிட்டது. பயிற்சிப் பள்ளிக்கு பொதுமக்களின் ஆதரவு கிட்டவில்லை. தொடங்கி மூன்று ஆண்டு களுக்குப் பின் ஆசிரியை பயிற்சிப் பள்ளி மூடப்பட்டது.

இருந்தாலும் வித்யாசாகர் தொடங்கிய பெண்கல்வி இயக்கம் தோல்வியடையவில்லை. மக்களில் ஒருசாராரின் கடுமையான எதிர்ப்புக் கிடையிலும் பெண்கல்வி பரவியது. 1878-ம் ஆண்டில் பெண்கள் கல்கத்தா பல்கலைக்கழகத்தில் தேர்வுகளை எழுத அனுமதிக்கப்பட்டனர்.

சந்திரமுகிபோஸ் என்ற பெண் முதன்முதலாக எம்.ஏ தேர்வில் வெற்றியடைந்தபோது வித்யாசாகருக்கு ஏற்பட்ட மகிழ்ச்சிக்கு அளவில்லை. அவர் சந்திரமுகியை வாழ்த்தி ஒரு கடிதம் எழுதியதோடு, அவளுக்கு ஷேக்ஸ்பியரின் நூல்களைப் பரிசளித்தார்.

# 9

## இடைக்கால வாழ்க்கை

வித்யாசாகர் சம்ஸ்கிருதக் கல்லூரி முதல்வராக இருந்தபோது ஒரு சமயம் தம் கிராமம் போயிருந்தார். ஒரு நாள் இரவில் திடீரென்று சுமார் 40 கொள்ளைக் காரர்கள் வித்யாசாகரின் விட்டைத் தாக்கினர். அவரது கொடை பற்றிய புகழ் வெகுதூரம் பரவியிருந்ததால் அவர் பெருஞ்செல்வர் என்று அவர்கள் நினைத்தார்கள் போலும்! இந்தத் திடீர்த்தாக்குதலால் பயந்துவிட்ட வித்யாசாகரும் மற்றவர்களும் புறக்கடை வழியே ஓடித் தப்பினர். கொள்ளைக்காரர்கள் வீட்டிலிருந்த பாத்திரங்கள், துணிமணிகள் எல்லாவற்றையும் எடுத்துக் கொண்டு போய்விட்டனர்.

பீர்சிங்காவில் போலீஸ் ஸ்டேஷன் இல்லை. மறுநாள் காலை பக்கத்து ஊரிலிருந்து போலீஸ் இன்ஸ்பெக்டர் வந்தான். புலன்விசாரணை செய்தபிறகு தன் வழக்கப் படி டாகுர்தாஸை லஞ்சம் கேட்டான். டாகுர்தாஸ் அவனிடம் உறுதியாகச் சொல்லிவிட்டார், 'நீங்க பிராமணன் என்று உங்களுக்கு மதிப்பு கொடுக்கிறேன். ஆனால், ஒருபைசா கூட லஞ்சம் தரமாட்டேன்!'

இவ்வாறு சொல்லிவிட்டு அவர் தம் குடும்பத்துக்கு வேண்டிய துணிமணிகள் வாங்க பக்கத்து ஊருக்குப் போய்விட்டார். பிறகு வித்யாசாகர் தம் தம்பி களுடனும் மற்ற உறவினர்களுடனும் தெருவில் சடுகுடு விளையாடத் தொடங்கிவிட்டார்!

லஞ்சங்கொடுக்க மறுத்த டாகுர்தாஸ் மேலும், தன்னைப் பொருட்படுத்தாமல் சடுகுடு விளையாடும் வித்யாசாகர் மேலும், கடுஞ்கோபம் வந்துவிட்டது போலீஸ் இன்ஸ்பெக்டருக்கு. 'நான் போலீஸ் இன்ஸ் பெக்டராக்கும்! அப்பன்காரன் ஒருகாசு கூடக்

கொடுக்கமாட்டேங்கறான், பிள்ளை என்னை லட்சியம் பண்ணாமே சடுகுடு விளையாடறான். இவங்களை என்ன பண்றேன், பாரு!' என்று ஆர்ப்பாட்டம் செய்தான் அவன்.

மற்றவர்கள் அவனிடம் சொன்னார்கள்: 'இந்தப் பிள்ளை சாதாரண ஆளில்லே. கவர்னர் ஜெனரல், கவர்னருக்கெல்லாம் ரொம்ப வேண்டியவர். இவர் கிராமத்துக்கு வந்திருக்கறது தெரிஞ்சால் ஜகானாபாத் டெபுடி மாஜிஸ்திரேட் இவரைப் பார்க்க வருவாராக்கும்!'

இதைக்கேட்டு அடங்கிவிட்டான் இன்ஸ்பெக்டர்.

வித்யாசாகர் கல்கத்தா திரும்பியபின் ஒருநாள் ஹேலிடே துரை அவரைக் கேலி செய்தார்: 'நீங்க இவ்வளவு பயங்கொள்ளியா? திருடர்களை எதுத்துச் சண்டைபோடாமே கொல்லைவழியா ஓடிப்போயிட்டீங்களே!'

சிரித்துக்கொண்டே பதிலளித்தார் வித்யாசாகர்: 'ஆமா, இப்போ நீங்க இப்படிச் சொல்றீங்க. ஆனால், நான் அவர்களை எதிர்த்துக் காயம் பட்டிருந்தால் அல்லது உசிரை விட்டிருந்தால், 'வித்யாசாகர் சுத்த முட்டாள்! அவரைவிடப் பலம்வாய்ந்த கொள்ளைக்காரங்களோட மோதி அநாவசியமா ஆபத்தை வரவழைச்சுக்கிட்டார்! அப்படீன்னு நிங்களே சொல்லுவீங்க!'

சம்ஸ்கிருதக் கல்லூரியோடு இணைந்திருந்த ஆசிரியர் பயிற்சிப் பள்ளியில் அட்சயகுமார் தத்தாவுக்குப் பிறகு ராம்கமல் பட்டாச்சார்யா என்பவர் தலைமை ஆசிரியராக இருந்தார். ஒரு சமயம் பள்ளி இன்ஸ் பெக்டர் உட்ரோ துரை அவரை அநியாயமாகக் கடிந்துகொள்ள அந்த அவமானம் பொறுக்காமல் அவர் தூக்குப் போட்டுக் கொண்டுவிட்டார். அவர் தற்கொலை செய்துகொண்டு விட்டதால் பிராமணரெவரும் அவருடைய சவத்தைத் தூக்க முன்வரவில்லை. இதைக் கேள்விப்பட்ட வித்யாசாகர் தம் தம்பி ஈசான் சந்திரரையும் இன்னும் சில உறவினர் களையும் அனுப்பி சவத்தைப் பரிசோதனைக்காக மருத்துவமனைக்கும், பிறகு ஈமச்சடங்குக்காக மயானத்துக்கும் தூக்கிக்கொண்டு செல்ல ஏற்பாடு செய்தார்.

ஒரு சமயம் சில பெரிய மனிதர்கள் ஹேலிடேயைச் சந்திக்க வந்து அவருடைய மாளிகையின் முன்னறையில் காத்திருந்தனர். அப்போது வித்யாசாகரும் துரையைச் சந்திக்க வந்தார். அவர் வந்திருக்கும் செய்தி கேட்டதும் ஹேலிடே அவரைக் கூப்பிட்டனுப்பினார். இது கண்ட மற்றவர்களுக்கு எரிச்சலேற்பட்டது. அவர்கள் ஹேலிடேயிடம், 'நாங்க முன்னாலே வந்து காத்திருக்கோம். நீங்க வித்யாசாகரை முதல்லே கூப்பிட்டீங்களே!' என்று புகார் செய்தனர். ஹேலிடே அவர்களிடம் கூறினார்: 'நீங்க எல்லாரும் உங்க சொந்தக்காரியங்களுக்காக என்கிட்ட

வரீங்க. வித்யாசாகர் பிறரோட நன்மைக்காக என்னைப் பார்க்க வரார். அதனாலே அவரை முன்னாலே சந்திக்கறேன்.'

*1848*-ம் ஆண்டில் வித்யாசாகரின் ஒருதம்பி ஹரசந்திரன் தன் பன்னிரண்டாம் வயதில் வாந்திபேதி கண்டு இறந்துபோனான். அதற்கு அடுத்த ஆண்டில் இன்னொரு தம்பி ஹரிஷ்சந்திரன் தன் எட்டாம் வயதில் அதே நோய்வாய்ப்பட்டு மரணமடைந்தான். தம் தம்பியரை மிகவும் நேசித்த வித்யாசாகர் இந்த நிகழ்ச்சிகளால் பெரிதும் அதிர்ச்சிக் குள்ளானார். அவருடைய தாயோ கிராமத்து வீட்டில் இரவும் பகலும் அழுதுகொண்டிருந்தார். இதைக் கேள்விப்பட்ட வித்யாசாகர் அவரைக் கல்கத்தாவுக்கு அழைத்து வந்து தம்முடன் சிறிதுகாலம் வைத்துக் கொண்டிருந்தார். இந்த சமயத்தில் வித்யாசாகர் தம் நண்பர்களையும் உறவினர்களையும் அடிக்கடி வீட்டுக்கு அழைத்து வருவார். அவர்களுக்கு விருந்தோம்புவதில் தம் தாய் பிள்ளை சோகத்தைச் சற்று மறந்திருக்கட்டும் என்றே அவர் இவ்வாறு செய்தார்.

வித்யாசாகரின் கடைசித் தம்பி சிவசந்திரனும் சிறு வயதிலேயே இறந்துவிட்டான்.

*1849*-ம் ஆண்டில் வித்யாசாகரின் ஒரேபிள்ளை நாராயண் பிறந்தான். அவனுக்குப் பிறகு நான்கு பெண்கள் பிறந்தனர்.

தம் பிள்ளைகள் மூவரை சிறுவயதிலேயே பறிகொடுத்த டாகுர்தாஸ் பிள்ளை ஈசான் சந்திரனையும் பேரன் நாராயணையும் மிகவும் செல்லமாக வளர்த்தார். வித்யாசாகர் அவர்களைக் கல்கத்தாவில் வைத்துக்கொண்டு படிக்கவைக்க விரும்பினார். ஆனால் டாகுர்தாஸ் அவர்களை விட்டுப்பிரிய விரும்பாததால் அவர்கள் பெரும்பாலும் அவருடன் கிராமத்திலேயே வசித்தார்கள். அவர்கள் சரியாகப் படிக்காமல் தறுதலைகளாகத் திரிந்தார்கள். இது வித்யாசாகருக்கு வருத்தமளித்தது.

வங்காளிப் பிராமணர்கள் அந்தக் காலத்திலேயே மீன் சாப்பிடுவதுண்டு. ஆனால், டாகுர்தாஸ் சைவஉணவே உண்டுவந்தார். வித்யாசாகர் ஒரு சமயம் அவரிடம், 'நீங்க சைவச்சாப்பாடுதான் சாப்பிடறதாச் சொல்றீங்க. ஆனால் ஈசான், நாராயண் ரெண்டுபேரோட தலையையும் திங்கறீங்களே!' என்று சொன்னார்.

வங்காளியில் 'தலையைத் தின்பது' என்ற சொற்றோடருக்கு, 'கெடுத்துக் குட்டிச்சுவராக்குவது' என்ற பொருளும் உண்டு.

*1858*-ம் ஆண்டில் துர்க்காதேவி காலமானார். வித்யாசாகர் தம் தந்தையின் திருப்திக்காகப் பாட்டியாரின் ஈமச்சடங்குகளை மிக விமரிசையாகச் செய்தார். அவருடைய சமூகச் சீர்திருத்தங்களால்

கோபங்கொண்டிருந்த பிராமணர்கள் இந்தச் சடங்குகளில் அவருடன் ஒத்துழைக்க மறுத்தனர். தங்கள் ஒத்துழைப்பு இல்லாமல் வித்யாசாகரால் ஈமச்சடங்குகளை சரியாகச் செய்ய இயலாது என்று அவர்கள் நினைத்தனர். ஆனால், வித்யாசாகரின் ஈகைக்குணத்தால் பல உதவிகள் பெற்றிருந்த ஏராளமான மக்கள் ஈமச்சடங்குகளில் கலந்துகொண்டு சிறப்பித்தனர். வித்யாசாகரும் தாராளமாகச் செலவு செய்தார். அவரளித்த சிரார்த்த விருந்தில் ஆயிரக்கணக்கான பிராமணர்கள் உணவு உண்டனர்.

அதே ஆண்டில் டாகுர்தாஸ் தம் பிள்ளை தீனபந்துவைக் கூட்டிக்கொண்டு காசி, அலகாபாத், மதுரா, பிருந்தாவன் முதலிய இடங்களுக்குப் புனிதப் பயணம் மேற்கொண்டார். அதுவரை அந்த ஊர்களுக்கு வித்யாசாகர் சென்றதில்லை. ஆனால், அவர் புகழ் அங்கெல்லாம் பரவியிருந்தது. ஆகவே டாகுர்தாஸ் சென்ற இடங்களிலெல்லாம் அவருக்குச் சிறப்பான வரவேற்பு கிடைத்தது. இதுகண்டு மகிழ்ந்த அவர் வித்யாசாகருக்கு எழுதினார் - 'உன்னால்தான் எனக்கு இவ்வளவு பெருமை! நீ சாட்சாத் ராமன்தான்!'

வங்காளத்தின் துணைநிலை ஆளுநர் செசில் பீடன் துரையும் வித்யாசாகரை மிகவும் மதித்தார். விதவை மறுமணங்கள் நடத்தியதால் வித்யாசாகர் மிகவும் கடன்பட்டிருப்பதாகக் கேள்விப்பட்ட அவர் வித்யாசாகருக்கு மீண்டும் அரசாங்க வேலையில் சேரவிருப்பம் உண்டா என்றுகேட்டார். தமக்கு மறுபடி வேலையில் சேர விருப்பம் இல்லை என்றும், பிறகு தேவைப்பட்டால் தெரிவிப்பதாகவும் வித்யாசாகர் அப்போது சொல்லிவிட்டார். இதற்குப்பின் ஓராண்டுக்குள் வித்யா சாகரின் பொருளாதாரநிலை மிகவும் மோசமாகிவிட்டது. ஆகவே அவர் பீடனுக்குக் கடிதம் எழுதினார். சரியான வாய்ப்பு நேரும்போது உதவுவதாகப் பீடன் கூறினார்.

இதற்கு மூன்றாண்டுகளுக்குப் பிறகு மாநிலக் கல்லூரியில் (இந்துக் கல்லூரியின் புதிய பெயர் மாநிலக் கல்லூரி) ஒரு சம்ஸ்கிருதப் பேராசிரியர் வேலை காலியாக இருப்பதாகக் கேள்விப்பட்டு வித்யாசாகர் தமக்கு அந்த வேலையை அளிக்குமாறு பீடன் துரையைக் கேட்டுக்கொண்டார். ஆனால், கூடவே ஒரு நிபந்தனையையும் விதித்தார். மாநிலக் கல்லூரியில் பணிபுரியும் ஐரோப்பிய ஆசிரியர்களின் சம்பளத்தைவிடத் தம் சம்பளம் குறைவாக இருக்கக்கூடாது என்பதே அந்த நிபந்தனை.

உண்மையில் அப்போது மாநிலக்கல்லூரியில் சம்ஸ்கிருதப் பேராசிரியர் பதவி ஏற்படுத்தப்படவில்லை. ஐரோப்பியப் பேராசிரியர்களின் சம்பளத்தில் அத்தகைய பதவியை சம்ஸ்கிருதத்துக்காக உண்டாக்குவது கடினமென்று பீடன் வித்யாசாகருக்குத் தெரிவித்தார்.

புலி பசித்தால் புல்லைத் தின்னுமா? தன்மானம் மிக்க வித்யாசாகர் தமக்காகப் பீடன்துரை முயற்சி செய்ய வேண்டியதில்லை என்று எழுதிவிட்டார்.

1859-ம் ஆண்டில் ராஜா பிரதாப் சந்திர சின்ஹா, ராஜா ஈஸ்வரசந்திர சின்ஹா என்ற இரண்டு ஜமீன்தார்கள் வித்யாசாகரின் ஆலோசனைப்படி தங்கள் சொந்த ஊரான காந்தியில் ஒரு பள்ளி அமைத்தார்கள். அவர்களது வேண்டுகோளுக்கிணங்கி வித்யாசாகர் 1866 வரை அந்தப் பாடசாலையை நிர்வகித்து வந்தார். பள்ளியின் ஆசிரியர்கள் நியமனம், பள்ளிக்குத் தேவையான மேஜை நாற்காலிகள் வாங்குவது, நூலகத்துக்கு புத்தகங்கள் வாங்குவது, பரிசளிப்பு விழா நடத்துவது இவையெல்லாம் அவரது பொறுப்பிலிருந்தன. அந்தப் பள்ளி நூலகம் மிகவும் சிறந்து விளங்கியது. வித்யாசாகர் பல்வேறு பொதுநல இயக்கங்களில் ஈடுபட்டிருந்தும் அவர் பொதுக்கூட்டங்களில் பேசுவதில்லை. இருந்தாலும் அவர் இந்தப் பள்ளியின் பரிசளிப்பு விழாவுக்காகத் தம் உரையை எழுதித்தருவார். இந்த உரை விழாவில் படிக்கப்படும்.

1866-ம் ஆண்டில் பிரதாப் சந்திர சின்ஹா நோய்வாய்ப்பட்டார். வித்யாசாகர் புகழ்பெற்ற மருத்துவர் மகேந்திரநாத் சர்க்காரை காந்திக்கு அழைத்துச்சென்று தாமும் அங்கு சுமார் நான்கு மாதங்கள் தங்கியிருந்து நோயாளியின் மருத்துவத்துக்கு ஏற்பாடுகள் செய்தார். ஆயினும் மருத்துவம் பலனளிக்கவில்லை. பிரதாப் சந்திரசின்ஹா காலமானார். அப்போது அவருடைய புதல்வர்கள் சிறுவர்களாக இருந்தார்கள். ஜமீன்தாரி சரியாக நிர்வகிக்கப்படாததால் அதைக் கைநழுவும் நிலை ஏற்பட்டது. அப்போது பிரதாப் சந்திர சின்ஹாவின் பாட்டியின் வேண்டுகோளுக்கிணங்கி வித்யாசாகர் அதிகாரிகளுடன் பேச்சுவார்த்தை நடத்தி ஜமீன்தாரியைக் காப்பாற்றியதோடு சிறுவர்களிருவரும் உரிய பயிற்சி பெறவும் ஏற்பாடு செய்தார்.

1865-ம் ஆண்டு டாகுர்தாசுக்குக் காசிக்குப் போய் அங்கேயே வசிக்க விருப்பமேற்பட்டது. வயதான தந்தை சொந்தக் கிராமத்தை விட்டு வெகு தொலைவில் தனியாக வசிப்பதில் வித்யாசாகருக்கு இஷ்டமில்லை. எனினும் டாகுர்தாஸ் பிடிவாதமாக இருந்ததால் வித்யாசாகர் அவரது விருப்பத்துக்கு இணங்கினார்.

இந்தச் சமயத்தில் ஹட்சன் என்ற பிரிட்டிஷ் ஓவியர் வித்யாசாகரின் அசாதாரண ஆளுமையால் ஈர்க்கப்பட்டு அவரது உருவத்தை ஓவியமாகத் தீட்டினார். வித்யாசாகர், ஓவியத்துக்கு விலை கொடுக்க விரும்பியபோது, ஹட்சன் பணம் வாங்கிக்கொள்ள மறுத்துவிட்டார். ஓவியருக்கு உதவ வேறோர் உபாயம் செய்தார் வித்யாசாகர். அவர் ஓவியரைக் கொண்டு தம் தாய் தந்தையரின் உருவங்களை ஓவியத்தில் தீட்டி, அதற்குரிய சன்மானத்தை

ஓவியருக்கு அளித்தார். இந்த இரண்டு ஓவியங்களும் வித்யாசாகரின் கல்கத்தா வீட்டை அலங்கரித்தன.

1865-ம் ஆண்டில் மழையின்மை காரணமாக வங்காளத்தின் பல பகுதிகளில் கடும்பஞ்சம் ஏற்பட்டது. அன்னிய நாட்டுத் துணிகள் மலிவாகக் கிடைத்ததால் உள்நாட்டு நெசவாளர்கள் பிழைப்பிழந்தனர். ஆயிரக்கணக்கான கிராமவாசிகள் தங்கள் உடைமைகளை விற்று பசியைத் தீர்த்துக் கொண்டனர். அவை தீர்ந்துபோன நிலையில் கல்கத்தாவுக்குப் போகத் தொடங்கினர்.

வித்யாசாகர் பீர்சிங்காவிலும் சுற்றுப்புறக் கிராமங்களிலும் பஞ்சத்தால் துன்புறும் மக்களுக்கு இலவச உணவு விடுதி தொடங்கினார். வேறு கிராமங்களுக்கு உதவும்படியான பணவசதி அவருக்கில்லை. ஆகவே அவர் ஆளுநர் பீடன் துரையிடம் பேசிப் பல கிராமங்களில் அரசாங்க உணவு விடுதிகள் தொடங்க ஏற்பாடு செய்தார்.

வித்யாசாகர் தம் கிராமத்தில் இலவச உணவு அளிக்கச் செய்த ஏற்பாடுகள் வியக்கத்தக்கவை. மூன்று ஆட்கள் தினம் புளியமரத்தை வெட்டுவார்கள். 12 பேர் அதை விறகாக உடைப்பார்கள். கிராமத்துச் செல்வர்களின் வீடுகளிலிருந்தும் கல்கத்தாவிலிருந்தும் கொண்டு வரப்பட்ட பெரியபெரிய அண்டாக்களில் 12 சமையல்காரர்கள் கிச்சடி எனப்படும் கலவைச் சோறு சமைப்பார்கள். பள்ளி மாணவரும் உள்ளூர் ஆட்களுமாக சுமார் 20 பேர் அதைப் பரிமாறுவர். இந்த ஏற்பாடுகளை பகவதிதேவியும் வித்யாசாகரின்மற்ற தம்பிகளும் கண்காணிப்பார்கள். இதற்கான செலவை வித்யாசாகர் அனுப்பிவைப்பதோடு மாதம் ஒரு முறை அவரே கிராமத்துக்கு வந்துவிட்டுப் போவார்.

பஞ்சத்திலடிபட்ட பெற்றோர் பலர் தங்கள் குழந்தைகளை அந்த உணவு விடுதிகளிலேயே விட்டுவிட்டுப் போய்விட்டார்கள். வித்யாசாகர் அந்தக் குழந்தைகளைக் கவனித்துக்கொள்ள சிலரை நியமித்தார். இலவச உணவு பெற்றவர்களில் சில கர்ப்பிணிகளும் இருந்தனர். சூலுற்ற பெண்களுக்கு ஏதாவது ஒருநாளில் அவர்களுக்கு விருப்பமான உணவுப் பண்டங்கள் சாப்பிடக் கொடுப்பது ஒரு வழக்கம். இந்த வழக்கம் வித்யாசாகரின் உணவுச்சாலையிலும் கடைப்பிடிக்கப்பட்டது. அது மட்டுமல்ல, சூலுற்றோருக்கு விருந்தளிக்கப்பட்டபோது மற்ற ஏழைகளுக்கும் தயிர், மீன், பாயசம், இனிப்புப் பண்டங்கள் அடங்கிய விருந்து பரிமாறப்பட்டது. அப்போது பிறந்த குழந்தைகளுக்குப் பாலும், பிரசவித்த தாய்மாருக்குப் பத்திய உணவும் அளிக்கப்பட்டன.

மகளிரின் தலைமுடி பலநாள்கள் எண்ணெய் படாமல் சிக்குப் பிடித்துவிட்டது. இதைக் கவனித்த வித்யாசாகர் அவர்கள் ஒவ்வொரு வருக்கும் தினம் கொஞ்சம் எண்ணெய் கொடுக்க ஏற்பாடு செய்தார்.

இந்தப் பெண்களில் பலர் தாழ்ந்த சாதியினராதலால் எண்ணெய் கொடுக்கும் ஊழியர்கள் விலகி நின்றுகொண்டு அப்பெண்களின் கைகளில் எண்ணெயை ஊற்றினார்கள். இதைக் கவனித்த வித்யாசாகர் தாமே எண்ணெயை எடுத்து அப்பெண்களின் தலைமுடியில் வைத்துத் தேய்க்கத் தொடங்கினார்! ஊழியர்கள் இதுகண்டு தங்கள் நடத்தைக்காக வெட்கி, அந்த ஏழைப் பெண்களை அன்போடு நடத்தத் தொடங்கினர்.

ஏழை மக்கள் ஒரு நாள் வித்யாசாகரிடம், ‘எங்களுக்குத் தினம் கிச்சடி சாப்பிட்டு அலுப்புத்தட்டுது. வாரத்தில் ஒரு நாளாவது மீனும் தயிரும் கொடுங்க’ என்று கேட்டுக்கொண்டனர். வித்யாசாகரும் அவ்வாறே செய்தார்.

அரசாங்க உணவுச் சாலையில் இலவசச் சாப்பாடு சாப்பிடுபவர்கள் சிறிது வேலை செய்யும்படி கட்டாயப் படுத்தப்பட்டனர். வித்யாசாகரின் உணவு விடுதியில் அத்தகைய நிபந்தனை எதுவுமில்லை. வேலை செய்ய விரும்பாத பலர் வித்யாசாகரின் உணவுச்சாலைக்கு வந்ததால் அங்கு கூட்டம் அதிகமாயிற்று.

கிராமத்தில் சில கண்ணியமான குடும்பங்களைச் சேர்ந்தவர்கள் ஏழைகளாயினும் வித்யாசாகரின் உணவு விடுதிக்கு வந்து சாப்பிட வெட்கப்பட்டனர். வித்யாசாகர் அவர்களுக்கு அரிசி, பருப்பு, காய்கறிகள் கொடுத்தனுப்பினார். அல்லது தேவையான பணத்தை அவர்களது வீடுகளில் கொடுக்க ஏற்பாடு செய்தார். பல குடும்பங்களில் உடையில்லை. எனினும், அவர்கள் வித்யாசாகர் இடம் வந்து துணி கேட்க தயங்கினர். வித்யாசாகர் துணிகளை இரவில் எடுத்துக்கொண்டு போய் அவர்களுக்கு ரகசியமாகக் கொடுத்தார்.

1867-ம் ஆண்டில் வர்த்தமான் டிவிஷன் கமிஷனராக இருந்த சி.டி. மான்ட்ரெசார் பஞ்சகாலத்தில் வித்யாசாகர் செய்த சேவைக்காக அரசாங்கத்தின் சார்பில் அவருக்கு நன்றி தெரிவித்தார்.

1867-ம் ஆண்டுவரையில் வித்யாசாகரும் அவருடைய சகோதரர்களும் கிராமத்தில் ஒரே வீட்டில் கூட்டுக்குடும்பமாக வசித்தனர். கூட்டுக் குடும்பங்களில் அவ்வப்போது சச்சரவுகள் நேர்வது தவிர்க்க இயலாதது. இத்தகைய சச்சரவுகளை தவிர்ப்பதற்காக வித்யாசாகர் 1867-1868-ம் ஆண்டுகளில் தம் சகோதரர்களுக்குத் தனித்தனியாக வீடுகள் கட்டிக்கொடுத்து அவர்களுக்கு மாதாமாதம் பணங்கொடுக்கத் தொடங்கினார். அவர்கள் வீட்டில் அதுவரை தங்கிக்கொண்டு பீர்சிங்கா பள்ளியில் படித்து வந்த மாணவர்களுக்காக ஒரு தனி விடுதியும் கட்டிக்கொடுத்து அதில் பணி செய்ய ஒரு சமையல்காரரையும் ஓர் ஊழியரையும் நியமித்தார்.

வித்யாசாகருக்கு ஒரு சமயம் உடல்நிலை கெட்டுவிட்டது. அவர் மருத்துவர் ஆலோசனைப்படி ஒரு மாறுதலுக்காகக் கல்கத்தாவிலிருந்து சுமார் 20 மைல் தொலைவிலிருந்த ஃபராஷ்டாங்கா என்ற ஊரில் ஒரு வீட்டை வாடகையெடுத்துக் கொண்டு சிறிது காலம் தங்கினார். அங்கு அவரது உடல்நிலை சற்றுத் தேறினாலும் எதிர்பார்த்த அளவு முன்னேற்றம் ஏற்படாததால் அவர் வர்த்தமான் நகரத்துக்குப் போய் அங்கு சிறிது காலம் தம் நண்பரொருவரின் வீட்டில் வசித்தார். அந்தக் காலத்தில் வர்த்தமான் சுகாதார வாழ்வுக்கு ஏற்ற இடமாய் இருந்தது. இங்கு வித்யாசாகரின் உடல் நிலை சற்றுத் தேறியது. பிறகு அவர் வர்த்தமான் மகாராஜாவின் வேண்டுகோளுக்கிணங்கி மகாராஜாவின் பூங்கா மாளிகையில் வசிக்கத் தொடங்கினார். அந்தப் பகுதியில் வசித்துவந்த மக்களில் பெரும்பாலோர் ஏழை முஸ்லிம்கள். வித்யாசாகர் அங்கு வாழும் சிறுவர் சிறுமியருக்கு தினம் காலையில் சிற்றுண்டி வழங்குவார், ஏழை மக்களுக்கு உணவும் துணிகளும் கொடுப்பார். பலருக்கு தொழில் நடத்த பணமும் கொடுத்து உதவுவார்.

1868-ம் ஆண்டில் வித்யாசாகரின் மாவட்டத்தில் பணிபுரிந்துவந்த வருமானவரி அதிகாரி ஒருவர் அங்கு தொழில் செய்துவந்த வியாபாரிகளின் வருமானம் வரியெல்லைக்குக் கீழேயிருப்பதைக் கண்டு அவர்களிடமிருந்து வரிவசூலிக்க ஒரு புதிய உத்தியைக் கையாண்டார். அவர் ஒன்றுக்கு மேற்பட்ட வியாபாரிகளின் வருமானத்தை ஒன்று சேர்த்து அதன்மேல் வரியைக் கணக்கிட்டு அந்த வரித்தொகையை வியாபாரிகள் விகிதப்படி பிரித்துக்கட்ட வேண்டுமென்று உத்திர விட்டார். வியாபாரிகள் இந்த அநியாய நடவடிக்கையை எதிர்த்தும் பலனேற்படவில்லை. அவர்கள் வித்யாசாகரின் உதவியை நாடினர். வித்யாசாகர் தாமே அதிகாரியிடம் சென்று வாதாடினார். அதிகாரி அசைந்து கொடுக்கவில்லை. பிறகு வித்யாசாகர் இந்த விஷயத்தை வங்காள ஆளுநரின் கவனத்துக்குக் கொண்டுவந்தார். ஆளுநர் இந்த வழக்கை விசாரிக்க வர்த்தமான் மாவட்டத் தலைவர் ஹாரிசன் துரையை அனுப்பினார். விசாரணையில் வரி அதிகாரியின் சட்ட விரோதமான நடத்தை கண்டுபிடிக்கப்பட்டு வியாபாரிகளுக்கு இழைக்கப்பட்ட தீங்கு தடுக்கப்பட்டது.

விசாரணை முடித்தபின் வித்யாசாகர் ஹாரிசன் துரையைத் தம் கிராமத்து வீட்டுக்கு அழைத்துச் சென்றார். அப்போது மரபுக்கு மாறாகப் பகவதி தேவி துரைக்கு முன்னால் வந்து அமர்ந்து அவருடன் உரையாடினார். பகவதிதேவியின் முற்போக்கு மனப்பான்மை, கருணையுள்ளம் இவற்றைக் கண்ட துரை, 'உங்க அம்மாவோட உயர்குணந்தான் உங்க பெருமைக்குக் காரணம்' என்று வித்யாசாகரிடம் கூறினார்.

வித்யாசாகர் கிராமத்தில் மண்ணாலான மாடிவீடு ஒன்றைக் கட்டி யிருந்தார். மண்வீடானாலும் அது அழகாகக் கட்டப்பட்டு இருந்தது,

விசாலமாய் இருந்தது. இந்த வீட்டுக்குத்தான் வித்யாசாகர் ஹாரிசன் துரையை அழைத்துவந்து அவருக்கு விருந்தளித்தார். துரை அந்த வீட்டைப் பார்த்ததும் வியந்தாராம்.

1869-ம் ஆண்டில் வித்யாசாகர் வர்த்தமானில் தங்கியிருந்தபோது வர்த்த மானிலும் அதன் சுற்றுப்புறத்திலும் மலேரியா தொற்றுநோயாகப் பரவிவிட்டது. வித்யாசாகர் உடனே கல்கத்தா வந்து அப்போது வங்காள ஆளுநராக இருந்த கிரே துரையிடம் சொல்லி மருத்துவ உதவிக்கான ஏற்பாடுகள் செய்யச் செய்தார். மருத்துவ விடுதிகளோடு இலவச உணவுச்சாலைகளும் திறக்கப்பட்டன.

ஆனால், வித்யாசாகர் இந்த அரசாங்க ஏற்பாடுகளோடு திருப்தியடைந்து விடவில்லை. அவர் தம் செலவில் ஒரு மருத்துவமனை அமைத்து அதில் ஒரு சிறந்த மருத்துவரை நியமித்தார். இந்த மருத்துவமனையில் ஏழை நோயாளிகளுக்கு மருந்துகள் மட்டுமின்றி, பால், ஜவ்வரிசி போன்ற உணவுப் பொருள்களும் இலவசமாக வழங்கப்பட்டன. மருத்துவ மனைக்கு வரமுடியாத நோயாளிகளின் வீடுகளுக்கு மருத்துவரே சென்று அவர்களுக்கு மருத்துவம் செய்தார்.

மலேரியாக் காய்ச்சலுக்குக் கண்கண்ட மருந்து கொய்னா மாத்திரை. இது சின்கொனா என்ற ஒருவகை மரத்தின் பட்டையிலிருந்து தயாரிக்கப் படுகிறது. இந்த மாத்திரையின் விலை அதிகமாக இருந்தது. ஆகையால் நோயாளிகளுக்கு கொய்னா மாத்திரைக்குப் பதிலாக சின்கொனா மரப்பட்டையையே கொடுத்தால் செலவு குறையும் என்று மருத்துவர் வித்யாசாகருக்கு யோசனை கூறினார். வித்யாசாகர் இந்த யோசனைக்கு இசையவில்லை. 'பணக்காரனானாலும் ஏழையானாலும் நோய் ஒன்று தானே! பணக்காரனுக்கு விலையுர்ந்த மருந்து, ஏழைக்கு மலிவு மருந்தா? எல்லோருக்கும் கொய்னா மாத்திரையே கொடுங்க!' என்று அவர் சொல்லிவிட்டார்.

# 15

## பலதார மண எதிர்ப்பு இயக்கம்

இந்தியாவில் பலதார மணத்தடைச் சட்டம் அமுலாகும் வரையில் இந்துக்கள் ஒன்றுக்கு மேற்பட்ட பெண்களை மணம் செய்துகொள்ளும் வழக்கம் பரவியிருந்தது. இருந்தாலும் வங்காளத்துப் பிராமணர்களிடையே இந்த வழக்கம் ஒரு பயங்கர முறைகேடாக வளர்ந்து பரவியிருந்தது. இதற்குக் காரணம் 'குலீன் முறை' எனப்பட்ட சமூக மரபுதான்.

11-ம் நூற்றாண்டில் தெற்கு வங்காளத்தின் அரசனாக இருந்த ஆதிசூர் என்பவருக்குக் குழந்தைகள் இல்லை. அவன் பிள்ளைவரம் வேண்டி ஒரு யாகம் செய்ய விரும்பினான். ஆனால் அப்போது வங்காளத்திலிருந்த பிராமணர்கள் தங்களுக்கு விதிக்கப்பட்டிருந்த கடமைகளிலிருந்து பிறழ்ந்து, ஒழுக்கங்கெட்டிருந்ததால் யாகம் செய்யும் தகுதியினை இழந்திருந்தனர். ஆகையால் ஆதிசூர் ஒழுக்கத்திலும் சாத்திர அறிவிலும் சிறந்த ஐந்து பிராமணக் குடும்பங்களைக் கன்னோசியிலிருந்து வங்காளத்துக்கு அழைத்து வந்து அவர்களைக் கொண்டு யாகம் செய்தான். பிறகு அந்தக் குடும்பங்களை வங்காளத்திலேயே தங்கச் செய்தான். அந்தக் குடும்பங்கள் நாளாவட்டத்தில் பெருகி வளர்ந்தன.

காலஞ்செல்லச் செல்ல இந்தப் பிராமணர்களிடையேயும் ஒழுக்கக்குறைவு ஏற்படவே, 12-ம் நூற்றாண்டில் வல்லாளசென் என்ற அரசனின் காலத்தில் பிராமணர்கள் அவர்களது சாத்திர அறிவு, ஒழுக்கம், நடைமுறை வாழ்க்கை இவற்றின் அடிப்படையில் குலீன், சுரோத்திரியர், கௌண குலீன் என்று வகைப்படுத்தப்பட்டனர். இதில் மேல்வகையினர் கீழ்வகையின் பெண்களைக் கல்யாணம் செய்து

கொள்ளலாம்; ஆனால், அவர்களுடைய பெண்கள் தங்கள் சாதித் தூய்மையைக் காப்பாற்றிக் கொள்வதற்காகக் குலீன் ஆண்களையே மணம் செய்துகொள்ள வேண்டிய கட்டாயமேற்பட்டது. தவிர, பெணகள் பருவ மடைவதற்குள் திருமணமாகாவிட்டால் அவர்களுடைய குடும்பங்கள் சமூகத்திலிருந்து ஒதுக்கி வைக்கப்பட்டன. இதன் விளைவாக ஒரு குலீன் ஆண் எவ்வளவு திருமணங்கள் வேண்டுமானாலும் செய்துகொள்ளும் நிலை ஏற்பட்டது. வயது வந்த பெண்கள் தங்களைவிட வயதில் மிகச்சிறியவர்களைக் கூட மணந்துகொள்ளும் அவலநிலை ஏற்பட்டது. சாகக்கிடக்கும் குலீன் கிழவர்களுக்கும் கன்யாதானம் செய்யப்பட்டது.

இவ்வாறு ஏராளமான பெண்களை மணந்துகொண்ட குலீன் கணவன்மார் அவர்களை ஒரே இடத்தில் வைத்துக்கொண்டு குடித்தனம் செய்வது இயலாதகாரியம். ஆகவே திருமணமான குலீன் பெண்கள் பிறந்தகத்தில் தங்கள் பெற்றோர் அல்லது சகோதரர்களின் ஆதரவில் வாழ்ந்தனர். அவர்களுடைய கணவன்மார் எப்போதாவது வந்து சிறிதுகாலம் அவர்களுடன் தங்கியிருந்துவிட்டு அவர்களுடைய பெற்றோர் அல்லது சகோதரர்களிடமிருந்து பணம், துணி முதலியன வாங்கிக் கொாண்டு சென்றனர். குலீன் முறை ஆண்களுக்கு எளிதில் பணம் சம்பாதிக்கும் வழியாகிவிட்டது. பணம் அல்லது பரிசு கொடுத் தால்தான் குலீன் ஆண்கள் தங்கள் மனைவியரைச் சந்திக்க வருவார்கள். அவ்வாறு கொடுக்க இயலாத ஏழைப் பெண்கள் தங்கள் வாழ்நாள் முழுதும் பிறந்த வீட்டில் கழிக்க நேர்ந்தது. தாம்பத்தியஉறவு மறுக்கப் பட்ட நிலையில் அவர்கள் ஒழுக்கந்தவறுவதும் அதன் விளைவாகக் கர்ப்பச்சிதைவு, சிசுக்கொலை நிகழ்ச்சிகளும் மலிந்துவிட்டன. திருமணமான குலீன் பெண்கள் பிறந்தகத்தில் வேலைக்காரிகள் போல் நடத்தப்பட்டனர். இந்த நிலை பொறுக்காதவர்கள் தற்கொலை செய்து கொண்டனர் அல்லது வீட்டைவிட்டோடி வேசித்தொழிலை மேற்கொண்டனர்.

புகழ்பெற்ற எழுத்தாளர் சரத்சந்திரர் வாழ்ந்த காலத்தில் குலீன் முறை அநேகமாக வழக்கொழிந்துவிட்டது. இருந்தாலும் அவர் இந்தக் குலீன் கொடுமையைக் கருவாக வைத்து ‘பாமுனேர்மேயே’ என்ற நாவல் எழுதினார். இந்த நாவலின் கதாநாயகி சந்தியா ஒரு குலீன் பெண். ஆனால், அவள் காதலிக்கும் ரமேஷ் குலீன் அல்ல. இதுவே அவர்களுடைய திருமணத்துக்குத் தடையாய் இருக்கிறது. இறுதியில் ஒரு குலீன் வரனோடு சந்தியாவின் திருமணம் நிச்சயிக்கப்படுகிறது.

ஆனால், திருமணத்துக்கு முன்னால் சந்தியாவின் தந்தை உண்மையில் குலீன் பிராமணரல்ல, அவர் ஒரு நாவிதனின் பிள்ளை என்ற அதிர்ச்சி தரும் உண்மை வெளிப்படுகிறது.

சந்தியாவின் பாட்டியின் கணவன் ஒரு கிழப்பிராமணன்; பல குலீன் பெண்களை மணந்துகொண்டவன். இவ்வாறு மணந்து கொள்வது அவன் தொழில். உடல்நிலை குன்றிவிட்ட நிலையில் அவனால் தம் மனைவியரைச் சந்திக்கப்போக இயலவில்லை. அவன் ஒரு நாவிதனைத் தனக்குப் பதிலாக அனுப்புகிறான். நாவிதன் தானே கணவன் என்று சொல்லிக்கொண்டு அந்தப் பெண்களிடம் செல்கிறான். இவ்வாறு ஒருநாள் அவன் சந்தியாவின் பாட்டியிடம் வருகிறான். சந்தியாவும் அவளது வீட்டாரும் திருமணத்துக்குப்பிறகு பல ஆண்டு களாக சந்தியாவின் பாட்டியின் கணவனைப் பார்த்ததில்லை. ஆகவே அவர்கள் ஏமாந்துவிடுகிறார்கள்.

அந்த நாவிதனின் மகன்தான் சந்தியாவின் தந்தை!

சந்தியாவின் திருமணம் நின்று போய்விடுகிறது. உண்மைதெரிந்த பிறகு ரமேஷும் அவளை மணந்துகொள்ளத் தயங்குகிறான். தன்மானம் மிக்க சந்தியா தன் தந்தையுடன் பிருந்தாவனம் போய்விடுகிறாள்.

சரத்சந்திரருக்கு முற்பட்ட வித்யாசாகரின் காலத்தில் குலீன் முறையின் கொடுமை சற்றுக் குறைந்திருந்தாலும் அது அடியோடு மறையவில்லை. இதனால் அல்லலுறும் பெண்களின் நிலையை வித்யாசாகர் கவனித்து வந்தார். பலதார மணத்தடை ஒன்றே இந்தப் பிரச்னைக்குத் தீர்வு என அவர் உணர்ந்தார்.

அவரது வாழ்வில் ஏற்பட்ட இரு அனுபவங்கள் அவருக்குப் பலதார மணத்தின் கொடுமையை உணர்த்தின.

முதலாவது அனுபவம் அவரது மாணவப்பருவத்தில் நேர்ந்தது. சம்ஸ்கிருதக் கல்லூரி ஆசிரியர்களில் ஒருவர் சம்புசந்திர வாசஸ்பதி. ஈஸ்வர் அவரிடம் பெருமதிப்பு வைத்திருந்தான். அவரும் அவனை மிகவும் நேசித்தார்.

மிகவும் வயது முதிர்ந்த அவர் மறுபடியும் கல்யாணம் செய்துகொள்ள விரும்பினார். அவர் இதுபற்றி ஈஸ்வரின் யோசனையைக் கேட்டார். ஈஸ்வர் 'மறுபடி கல்யாணம் செஞ்சுக்காதீங்க!' என்று அவரை வேண்டிக்கொண்டான். அவர் கேட்கவில்லை. ஒரு சிறுபெண்ணைக் கல்யாணம் செய்து கொண்டுவிட்டார்.

ஒருநாள் அவர் ஈஸ்வரை வற்புறுத்தித் தம் வீட்டுக்கு அழைத்துச் சென்றார். அங்கே ஈஸ்வர் தன்னைவிட வயதில் சிறிய ஒரு பெண் அந்தக் கிழவரின் மனைவியாகியிருப்பதைக் கண்டான். அவனுக்கு அழுகை வந்துவிட்டது. ஆசிரியர் அவனைத் தேற்றமுயன்று தோல்வியுற்றார். அவர் அவனைத் தம் வீட்டில் சிற்றுண்டி உண்ணும்படி கேட்டுக் கொண்டார். ஆனால் ஈஸ்வர், 'நான் இந்த வீட்டில் தண்ணீர்கூடக் குடிக்க மாட்டேன்!' என்று சொல்லிவிட்டு வெளியேறினான்.

1862-ம் ஆண்டில் வித்யாசாகர் தம் கிராமத்துக்கு வந்திருந்தபோது இரண்டாவது அனுபவம் ஏற்பட்டது. அவர் இந்த அனுபவத்தைத் தாம் பலதார மணத்தைக் கண்டித்து எழுதியுள்ள முதல் புத்தகத்தில் விவரித்துள்ளார்.

கிராமத்தில் அவரது முன்னாள் ஆசிரியர் ஒருவரின் மனைவியும் பெண்ணும் அவருடைய வீட்டுக்கு வந்தனர். ஆசிரியர் குலீன் பிராமணர், பல பெண்களை மணந்து கொண்டவர். அவருடைய மனைவியர் தங்கள் தங்கள் பிறந்தகங்களில் தங்கியிருந்தார்கள். அவர்தம் இரு சகோதரிகள், அவர்களுடைய ஒரு பிள்ளை இவர்களோடு வசித்து வந்தார். வித்யாசாகர் அவருக்கு மாதாமாதம் பணஉதவி செய்து வந்தார். சகோதரிகளிருவரும் போக்கிரிகள். அவர்கள் ஆசிரியரின் மனைவியேவரும் அவருடன் வாழாமல் பார்த்துக்கொண்டனர்.

ஆசிரியரின் இந்த மனைவிக்குத் தன் பிறந்த வீட்டில் பெண்ணுடன் தொடர்ந்து வாழ இயலாத நிலை ஏற்பட்டது. அவள் தன் பெண்ணைக் கூட்டிக்கொண்டு கணவனிடம் வந்தாள். அவரோ அவர்களை வைத்துக் கொண்டு பராமரிக்க இசையவில்லை. அவர் வித்யாசாகரிடம் பண உதவி பெறுவதால் வித்யாசாகரின் வார்த்தையை மீற மாட்டாரென்று நம்பித்தான் அந்தப் பெண்மணி வித்யாசாகரிடம் வந்திருந்தாள்.

மகளிர் இருவரின் நிலைகண்டு பரிதாபப்பட்ட வித்யாசாகர் தம் ஆசிரியரை அழைத்து அவரைக் கடிந்துகொண்டார். ஆசிரியரோ தம் வறுமையைக் குறிப்பிட்டு வித்யாசாகர் தமக்கு இன்னும் அதிகமாகப் பணம் கொடுத்தால் அவர்களை வைத்துக்கொள்வதாகக் கூறினார். வித்யாசாகர் அவர்களுடைய பராமரிப்புக்காக மாதம் நான்கு ரூபாய் தருவதோடு அவர்களுக்குத் தேவையான துணிமணிகளையும் தாமே கொடுக்க ஒப்புக்கொண்டார். மூன்று மாதங்களுக்குரிய தொகையை முன்பணமாக ஆசிரியரிடம் கொடுத்துவிட்டு வித்யாசாகர் கல்கத்தா திரும்பினார்.

ஆனால், இந்த ஏற்பாடு நிலைக்கவில்லை. ஆசிரியரின் சகோதரிகள் பணத்தை எடுத்துக்கொண்டு இருபெண்டிரையும் விரட்டிவிட்டார்கள். வித்யாசாகர் ஆசிரியருக்குக் கொடுக்கத் தொடங்கிய அதிகத் தொகையை இனி குறைக்கமாட்டாரென்பது அவர்களது நம்பிக்கை.

விரட்டிவிடப்பட்ட பெண்களிருவரும் கல்கத்தாவுக்குப் போய் விட்டார்கள். அங்கே அவர்கள் எப்படி வாழ்க்கை நடத்தியிருப்பார்கள் என்பதை எளிதில் ஊகித்துக் கொள்ளலாம்.

அடுத்த தடவை கிராமத்துக்கு வந்த வித்யாசாகர் இந்தச் செய்தி கேட்டு அதிர்ச்சியடைந்தார். அப்போது அவருடைய கிராமத்து நண்பர்கள்

அவரிடம் சொன்னார்கள்: 'இதுக்கே இப்படி அதிர்ந்து போறீங்களே! இந்த மாதிரி எத்தனையோ நிகழ்ச்சிகள் அன்றாடம் நடந்துக்கிட்டிருக்கு நம்ம தேசத்திலே. இந்தக் குலீன்களோட அக்கிரமத்துக்குக் கணக்கு வழக்கு இல்லே. உங்களுக்கு துரைமார்கிட்டே நல்ல செல்வாக்கு இருக்கு. கவர்னர் பீடன் துரை உங்களை ரொம்ப மதிக்கிறார். நீங்க ஏன் அவருக்கு மனுப்போட்டுப் பலதார மணத்தைத் தடை செய்யக்கூடாது? நீங்க முயற்சி எடுத்துக்கிட்டா வங்காளத்திலேயுள்ள பெரிய மனுஷங்க எல்லாரும் மனுவிலே கையெழுத்து போடுவாங்க.'

இதைக் கேட்ட வித்யாசாகர் பக்கத்துக் கிராமங்களில் எத்தனை குலீன்கள் எத்தனை மனைவிகளை மணந்துகொண்டிருக்கிறார்கள் என்ற புள்ளிவிவரங்களைச் சேகரிக்கும்படி அவர்களைக் கேட்டுக் கொண்டார்.

இதற்குமுன்னரே சிந்தனையாளர்களிடையே பலதார மணத்துக்கு எதிர்ப்பு தோன்றத் தொடங்கிவிட்டது என்பது குறிப்பிடத்தக்கது. 1842-ம் ஆண்டில் 'வித்தியாதர்சன்' பத்திரிகை குலீன் திருமணங்களைக் கண்டித்து எழுதியது. தேவேந்திரநாத் தாகூரைத் தலைவராகக் கொண்டு அமைக்கப் பட்ட 'சமாஜோன்னதி விதாயினி சுஹ்ருத் சபா' 1855-ம் ஆண்டின் தொடக் கத்தில் பலதார மணத்தைத் தடைசெய்யும்படி சட்டசபைக்கு ஒரு விண்ணப்பம் அனுப்பியது.

வித்யாசாகர் 1845-ம் ஆண்டு டிசம்பர் மாதத்தில் பலதார மணத்துக் கெதிராகப் பலரின் கையெழுத்தடங்கிய மனுஒன்றை அரசாங்கத்துக்கு அனுப்பினார். வேறுபலரின் விண்ணப்பங்களும் இதைத் தொடர்ந்தன.

அப்போது ஜெ.பி. கிராண்ட் என்ற வெள்ளையர் சட்டசபையில் அரசாங்க உறுப்பினராக இருந்தார். ராம்மோகன் ராயின் புதல்வர் ரமாப் பிரசாத்ராய் கிராண்டின் உதவியுடன் பலதார மணத்தைத் தடுக்க ஒரு மசோதா தயாரித்தார்.

இதற்குள் 1857-ம் ஆண்டில் சிப்பாய்க் கலகம் நேர்ந்தது. இதன் விளைவாக இந்தியர்களின் மதவிஷயங்களில் தலையிடத் தயங்கிய அரசாங்கம் பலதார மணத்தைத் தடை செய்யத் துணியவில்லை.

எனினும், சீர்திருத்தவாதிகள் தங்கள் முயற்சியைக் கைவிடவில்லை. அவர்கள் 1863-ம் ஆண்டில் 1580 கையெழுத்துக்கள் அடங்கிய மனு ஒன்றை அரசாங்கத்துக்கு அனுப்பினார். 1866-ம் ஆண்டு பிப்ரவரி மாதம் வித்யாசாகர் சுமார் 21,000 பேர் கையெழுத்திட்ட மனுவை அனுப்பினார். இதில் பல ஜமீன்தார்களும் அறிஞர்களும் கையெழுத்திட்டிருந்தனர். 1866-ம் ஆண்டு நவம்பர் மாதத்தில் வித்யாசாகர் இன்னொரு மனு அனுப்பினார்.

அரசாங்கம் இந்தக் கோரிக்கையை ஆராய ஏழுபேர் கொண்ட ஒரு கமிட்டியை நிறுவியது. வித்யாசாகரும் இக்கமிட்டியின் உறுப்பினராக இருந்தார். ஆனால், இந்தக் கமிட்டி பலதார மணத்தைத் தடுத்துச் சட்டமியற்றுவதை ஆதரிக்கவில்லை. கல்வியைப் பரப்புவதாலும் பொது மக்களிடையே பிரசாரம் செய்வதாலும் நாளாவட்டத்தில் இந்தப் பழக்கம் மறைந்துவிடும் என்று கமிட்டி கருத்து தெரிவித்தது. ஆனால், வித்யாசாகர் இக்கருத்தை ஏற்காமல் சட்டம் இயற்றுவதன் தேவையை வலியுறுத்தி ஒரு குறிப்பு எழுதினார்.

1871-ம் ஆண்டில் கல்கத்தாவிலிருந்த சநாதன் தர்மரட்சிணி சபா பலதார மணத்துக்கு எதிரான இயக்கத்தில் தீவிரமாகச் செயல்படத் தொடங்கியது.

அப்போது பலதார மணத்தடைக்கு எதிராகக் கீழ்க்கண்ட கருத்துகள் பரவியிருந்தன:

1. பலதார மணத்தைச் சாத்திரம் அனுமதிக்கிறது.

2. பலதார மணம் தடைசெய்யப்பட்டால் இந்துமதச் சடங்குகளைச் சரிவரச் செய்ய இயலாது.

3. இப்போது குலீன்களின் பலதார மணங்கள் குறைந்துவிட்டன. இன்னும் சிறிது காலத்தில் தாமாக மறைந்துவிடும்.

4. பலதார மணம் ஒரு சமூகக் கேடு. இதை சமூகமே சீர்திருத்த வேண்டுமே தவிர, அரசாங்கத் தலையீடு கூடாது.

மேற்கண்ட கருத்துகளைச் சாத்திர ஆதாரங்களுடனும் புள்ளி விவரங் களுடனும் மறுத்து வித்யாசாகர் 1871-ம் ஆண்டு ஆகஸ்ட் மாதத்தில் ஒரு நீண்ட கட்டுரை எழுதினார். இது ஒரு புத்தகமாக வெளியாயிற்று. ஒருசில சூழ்நிலைகளில் மட்டுமே சாத்திரம் பலதார மணத்தை அனுமதிக்கிறது என்பதை அவர் சுட்டிக்காட்டினார். குலீன் திருமணங்கள் குறைந்துவிட்டன என்ற வாதத்தை மறுக்க அவர் ஹூக்ளி மாவட்டத்தில் மட்டும் குலீன் திருமணங்கள் செய்து கொண்டிருப்பவர்களைப் பட்டியலிட்டார். 133 பேர் அப்பட்டியலில் இடம் பெற்றிருந்தனர். அவர்களுள் 15 பேர் ஒவ்வொருவரும் 40 முதல் 80 திருமணங்கள் செய்து கொண்டிருந்தனர்! கல்கத்தாவுக்கு அருகிலுள்ள ஜனாயி என்ற ஒரு கிராமத்தில் மட்டும் 64 குலீன்கள் பலதாரங்களை மணந்துகொண்டிருந்தனர்.

வித்யாசாகர் கருத்துகளைத் தாக்கிப் பலர் பல புத்தகங்கள் எழுதினர். அவர்களுள் தாராநாத் தர்க்கவாசஸ்பதியும் ஒருவர். பலதார மணத்துக்கு எதிராக வித்யாசாகர் அனுப்பிய மனுவில் கையெழுத்திட்டிருந்த அவர். இப்போது பலதார மணத்தைச் சாத்திரம் ஆதரிக்கிறது என்று புத்தகம் எழுதிவிட்டார்!

எழுத்தாளர் பங்கிம் சந்திர சாட்டர்ஜியும் வித்யாசாகரின் கருத்துகளை ஆதரிக்கவில்லை. பலதார மணம் ஒரு கெட்ட வழக்கமெனினும் அது தானாக மறைந்துவிடும், அதைத் தடுக்கச் சட்டம் தேவையில்லை என்பது அவரது கருத்து. அவர் ஒரு கட்டுரையில் தம் கருத்தை வெளியிட்டதோடு, கண்ணியமற்ற, கடுமையான மொழியை வித்யாசாகர் தம் நூலில் பயன்படுத்தியதற்காக அவரைக் கடுமையாகத் தாக்கினார்.

பங்கிம் சந்திரரின் தாக்குதல் வித்யாசாகருக்கு வேதனையளித்தது. பங்கிம் சந்திரரும் தாம் வித்யாசாகரின் மனத்தைப் புண்படுத்தியதற்கு வருந்தினார். வித்யாசாகர் உயிரோடிருந்த வரையில் பங்கிம் சந்திரர் தம் கட்டுரையை மறு பிரசுரம் செய்யவில்லை. வித்யாசாகர் காலமானபிறகு பங்கிம்சந்திரர் தம் கட்டுரையின் கடுமையான விமரிசனப் பகுதிகளை நீக்கிவிட்டு அதை மறுபிரசுரம் செய்தார்.

ஒரு குலீன் பிராமணரே குலீன் முறைத் திருமணங்களுக்கெதிராக இயக்கம் நடத்தினார். அவர் பெயர் ராஷ்பிகாரி முகோபாத்தியாய். அவருடைய முன்னோர் திருமணங்கள் செய்துகொள்வதையே பிழைக்கும் தொழிலாகக் கொண்டிருந்தார்கள். ராஷ்பிகாரியின் சிறுவயதிலேயே அவருக்கு ஏழெட்டுத் திருமணங்கள் நடந்துவிட்டன. ஆனால், வயதுக்கு வந்தபின் அவர் குலீன் வழக்கத்தை வெறுத்து அதற்கெதிராகப் பாட்டுகளும் கட்டுரைகளும் எழுதத் தொடங்கினார். குலீன் கிழவர்களை மணந்துகொண்ட இளம்பெண்களின் பரிதாப நிலையை அவர் உருக்கமாகத் தம் பாடல்களில் வர்ணித்தார்.

ஓர் உண்மை நிகழ்ச்சியை ஆதாரமாகக் கொண்டு ஒரு பாடல் இயற்றினார் ராஷ்பிகாரி. அந்நிகழ்ச்சி இதுதான்:

ஒரு குலீன் ஒரு கிராமத்தில் திருமணம் செய்துகொண்டார். அதற்குப் பின் இருபது ஆண்டுகள் அவர் அந்தக் கிராமத்துக்குப் போகவில்லை. பிறகு ஒரு நாள் அந்தக் கிராமத்துக்குப் போனார். அவருக்குத் தம் மனைவியின் வீட்டை அடையாளம் தெரியவில்லை. பெண்ணின் தந்தையின் பெயர் மட்டுந்தான் ஞாபகமிருந்தது அவருக்கு. இறுதியில் ஒரு வீட்டுக்குப்போய் அங்கிருந்த ஒரு நடுவயதுப் பெண்மணியிடம், 'அம்மா, இன்னார் வீடு எது?' என்று கேட்டார்.

பெண்மணி சொன்னாள்: 'இதுதான். நீங்க யாரு?'

'நான் அவரோட பெண்ணைக் கல்யாணம் பண்ணிக்கிட்டவன்.'

அந்தப் பெண்மணி இதைக் கேட்டுவிட்டு ஒன்றும் பேசாமல் உள்ளே போய்விட்டாள். அவள்தான் அவருடைய மனைவி! குலீன் பிராமணர் தம் மனைவியையே 'அம்மா' என்று அழைத்திருக்கிறார்!

உண்மையை உணர்ந்ததும் அவர் வெட்கமடைந்து அந்தக் கிராமத்தை விட்டுப் போய்விட்டார்.

ராஷ்பிகாரி குலீன் முறைக்கு எதிராகப் பிரசாரம் செய்ததோடு குலீன் விதிகளை மீறித் திருமணங்கள் செய்ய முற்பட்டார்.

ராஷ்பிகாரி வெளியிட்ட பிரசுரம் ஒன்று வித்யாசாகருக்குக் கிடைத்தது. வித்யாசாகர் அதைப் பாராட்டி ராஷ்பிகாரிக்குக் கடிதமெழுதியதோடு, தம் கட்டுரையுடன் அதையும் ஆங்கிலத்தில் பெயர்த்து அரசாங்கத்துக்கு அனுப்புவதாகச் சொன்னார். பலதார மணத்துக்கெதிராகக் கையெழுத்துகள் சேகரிக்கும்படி அவர் ராஷ்பிகாரியைக் கேட்டுக் கொண்டார். ராஷ்பிகாரி நடத்திய சீர்திருத்தத் திருமணங்களுக்கு அவர் பணஉதவி செய்ததோடு அவற்றுக்கு வருகையும் தந்தார்.

பலதார மணத்தைச் சட்டபூர்வமாகத் தடுக்க வித்யாசாகரும் மற்ற சீர்திருத்தவாதிகளும் மேற்கொண்ட முயற்சி பலனளிக்கவில்லை. இந்துக்களிடையே பரவலாக இருந்த ஒரு வழக்கத்தில் தலையிட அரசாங்கம் துணியவில்லை.

எனினும் குலீன் முறைத் திருமணங்கள் நாளாவட்டத்தில் வழக் கொழிந்து போவதற்கும், பலதார மணங்கள் சமூகத்தில் குறைவதற்கும் வித்யாசாகரின் பலதார மண எதிர்ப்பு இயக்கம் உதவியது என்பதை மறுக்கமுடியாது.

# 16

## மெட்ரோபாலிட்டன் இன்ஸ்டிடியூஷன் அமைப்பு

'வித்யாசாகர் சம்ஸ்கிருதக் கல்லூரியை விட்டு விலகியபின் அவரது சாதனை மெட்ரோபாலிட்டன் இன்ஸ்டிடியூஷன் ஆகும். இத்தகைய செயல்திறம் வங்காளிகளிடையே அரிது.''

-ரவீந்திரர்

அந்தக் காலத்தில் மாநிலக் கல்லூரியில் (அதாவது முன்னாள் இந்துக் கல்லூரியில்) மாணவர்களின் சம்பள விகிதம் அதிகமாக இருந்ததால் நடுத்தர மக்களால் தங்கள் பிள்ளைகளை அங்கு சேர்க்க முடியவில்லை. கிருத்துவ மிஷனரி பள்ளிகளில் சம்பளவிகிதம் குறைவாக இருந்தாலும் மாணவர்கள் மதம் மாற்றப் படுவார்கள் என்ற பயத்தால் இந்துக்கள் தங்கள் பிள்ளைகளை அப்பள்ளிகளில் சேர்க்கத் தயங்கினர்.

இந்த நிலையில் சாதாரணவசதியுள்ள இந்துக்களும் கல்விபெற வாய்ப்பளிக்கும் நோக்கத்துடன் சில இந்துப் பெரியோர்கள் 1859-ம் ஆண்டில் 'மெட்ரோ பாலிட்டன் டிரெயினிங் ஸ்கூல்' என்ற பெயரில் ஒரு பள்ளியைத் தொடங்கினார். பிறகு இதன் பெயர் 'கல்கத்தா டிரெயினிங் ஸ்கூல்' ஆயிற்று. இது சரியாக நிர்வகிக்கப்படாததால் 1860-ம் ஆண்டில் வித்யாசாகர் தலைமையில் ஒரு புதிய நிர்வாகக்கமிட்டி அமைக்கப் பட்டது. இந்தக் கமிட்டியிலும் சில உட்பூசல்கள் தோன்றவே 1862-ல் ஒரு புதிய கமிட்டி நிறுவப்பட்டது. தமக்குப் பள்ளியை இயக்க முழு அதிகாரம் அளிக்கப் பட வேண்டும் என்ற நிபந்தனையுடன் வித்யாசாகர் இந்தக் கமிட்டியின் செயலாளரானார். 1864-ல் இந்தப் பள்ளிக்கு 'மெட்ரோபாலிட்டன் இன்ஸ்டிடியூஷன்' என்று பெயரிடப்பட்டது. இந்தப் பள்ளியில் மெட்ரிகுலேஷன் தேர்வில் சிறப்பாகத் தேறிய சில

மாணவர்கள் பள்ளியின் செலவில் மேற்படிப்புக்கு மாநிலக்கல்லூரிக்கு அனுப்பப்பட்டனர்.

இப்பள்ளியில் எஃப்.ஏ வகுப்புகளைத் தொடங்க அனுமதி வேண்டி, வித்யாசாகர் 1864-ம் ஆண்டில் கல்கத்தா பல்கலைக்கழகத்துக்கு விண்ணப்பம் செய்தார். அனுமதி கிடைத்துவிடும் என்ற நம்பிக்கையில் அவர் எஃப். ஏ. வகுப்பைத் தொடங்கி மாணவர்களை அதில் இலவச மாகச் சேர்த்துக் கொண்டுவிட்டார்.

அப்போது அவர் பல்கலைக்கழகத்தின் செனட்டில் உறுப்பினர். ஆனால், அனுமதிவழங்கும் அதிகாரம் சிண்டிகேட்டிடம் இருந்தது. சிண்டிகேட்டில் அரசாங்க அதிகாரிகள் மற்றும் கிருத்துவ மிஷனரிகளின் செல்வாக்கே ஓங்கியிருந்தது. மாநிலக்கல்லூரி முதல்வர் ஜே. சட்கிளிஃப், சிண்டிகேட்டின் உறுப்பினராக இருந்தார். வித்யாசாகர் கல்லூரி நடத்த அனுமதிக்கப்பட்டால் அந்தக் கல்லூரி தம் கல்லூரிக்குப் போட்டியாகிவிடும் என்று அவர் அஞ்சினார். கிருத்துவ மிஷனரிகளும் தங்கள் கல்லூரிகளுக்குப் போட்டியாக இந்துக்கள் கல்லூரி அமைப்பதை விரும்பவில்லை. ஆகவே, வித்யாசாகரின் விண்ணப்பம் காரணங்காட்டாமலேயே மறுக்கப்பட்டது. சிண்டி கேட்டின் தீர்மானத்தை எதிர்த்து வித்யாசாகர் எழுதிய கடிதங்களும் புறக் கணிக்கப்பட்டன.

இதன்பிறகு சில ஆண்டுகள் வித்யாசாகர் கல்லூரி வகுப்புகள் தொடங்க முயற்சிக்கவில்லை. அவர்தம் பள்ளியைச் சிறப்பாக நடத்துவதில் முழுக்கவனம் செலுத்தினார். பள்ளியில் மாணவர் எண்ணிக்கை பெருகியது. நகரத்தின் பிறபகுதிகளில் பள்ளியின் கிளைகள் திறக்கப்பட்டன. பள்ளியின் வளர்ச்சி மக்களை வியக்கச் செய்தது, மிஷனரிகளுக்குப் பொறாமையூட்டியது.

இந்தப் பள்ளியைத் தம் சொந்தக்குழந்தைபோல் நேசித்தார் வித்யாசாகர். வங்காளத்தில் திறமை வாய்ந்த ஆசிரியர்கள் எங்கெங்கு இருக்கிறார்களென்று தேடிக்கண்டுபிடித்து அவர்களைத் தம் பள்ளியில் நியமித்தார் அவர். அவர்களுக்கு நல்ல சம்பளம் கொடுத்தார். நன்றாகப் படிக்கும் மாணவர்களுக்குப் படிப்பை இலவசமாக்கினார், சிலருக்கு உபகாரச் சம்பளமும் அளித்தார். இவ்வாறு திறமைமிக்க ஆசிரியர்களும் மாணவர்களும் பள்ளிக்குப் புகழ்சேர்த்தனர்; பள்ளியால் தாங்களும் புகழ்பெற்றனர்.

வித்யாசாகர் பள்ளிமாணவர்களிடம் கண்டிப்பாக இருந்தார்; அதே சமயத்தில் அவர்களிடம் பரிவு காட்டினார். கண்டிப்பும் பாசமும் கொண்ட ஒரு தந்தை தம் பிள்ளைகளை வழிநடத்துவதுபோல் அவர் பள்ளி மாணவர்களுடன் பழகினார்.

ஒரு சமயம் ஒரு வகுப்பின் மாணவர்கள் ஏதோ குற்றம் செய்ததற்காக அவர்கள் எல்லோரையும் பள்ளியிலிருந்து நீக்கிவிட்டார். அவர்கள் அவருடைய வீட்டுக்கு வந்து அவரிடம் மன்னிப்பு வேண்ட, அவர் அவர்களை மறுபடி பள்ளியில் சேர்த்துக்கொண்டார். மாணவர்கள் அவருடைய வீட்டிலிருந்து திரும்பிச் செல்லும்போது நண்பகலாகி விட்டது. அப்போது மாணவர்களில் ஒருவன் தன் நண்பனிடம் சொன்னான்: 'இவரை எல்லோரும் தயாசாகர்னு சொல்றாங்க. ஆனால் நாம இன்னும் சாப்பிடலேன்னு தெரிஞ்சும் இவர் நமக்கு சாப்பிட ஒண்ணுங் கொடுக்காமே போகச் சொல்லிட்டார்!'

அவன் சொன்னது வித்யாசாகர் காதில் விழுந்துவிட்டது. அவர் மாணவர்களைக் கூப்பிட்டுச் சொன்னார்: 'நான் பண்ணினது தப்புதான், கொஞ்சம் இருங்க' என்றவர் பிறகு வேலைக்காரனை அனுப்பி நிறையத் தின்பண்டங்கள் வாங்கி வரச்செய்து அவர்களுக்குக் கொடுத்தார்.

ஒரு சமயம் பள்ளி மாணவர்கள் 'பௌஷ்' பண்டிகையை முன்னிட்டு பள்ளிக்கு விடுமுறை வேண்டினர். வித்யாசாகர் சொன்னார்: 'நான் விடுமுறை கொடுக்கிறேன். ஆனால் உங்களிலே ரொம்பப் பேர் வெளியூரிலேர்ந்து வந்து படிக்கறவங்களாச்சே! உங்களுக்கு 'பிட்டே' எப்படிக் கிடைக்கும்?'

'பிட்டே' என்பது கொழுக்கட்டை போன்ற ஓர் இனிப்புப் பண்டம். பௌஷ் பண்டிகையில் பிட்டே தயாரித்து உண்பார்கள்.

ஒரு குறும்புப் பையன், 'உங்க வீட்டிலேதான்!' என்று துணிவுடன் சொன்னான்.

ஹோ ஹோவென்று சிரித்துவிட்டார் வித்யாசாகர். 'சரி, அப்படியே ஆகட்டும்' என்று சொல்லிப் பண்டிகையன்று எல்லோருக்கும் பிட்டே விருந்தளித்தார்.

அவர் ஆசிரியர்களிடம் கண்டிப்பாக இருந்தார். அதே சமயத்தில் திறமையுள்ளவர்களுக்கு நல்ல சம்பளங்கொடுத்து உற்சாகப் படுத்தினார்.

ஒரு சமயம் சம்ஸ்கிருதக்கல்லூரியின் முதல்வர் மகேஷ் சந்திர நியாயரத்னா ஒரு மெட்ரோபாலிட்டன் பள்ளி ஆசிரியரை அவருக்கு என்ன சம்பளம் என்று கேட்டார். ஆசிரியர் தம் சம்பளத் தொகையைத் தெரிவித்ததும் அவர் ஆச்சரியப்பட்டு, 'இவ்வளவு சம்பளமா? வித்யாசாகர் பணத்தை அள்ளிக் கொட்டறாரே!' என்றார்.

ஆசிரியர்களில் ஒருவரான காளிகிருஷ்ண பட்டாச்சார்யாவுக்குத் திடீரென்று ஒருநாள் இரட்டிப்புச் சம்பளம் கிடைத்தது. அவர் அந்தப்

பணத்தை ரூபாய் நாணயங்களாக எடுத்துக்கொண்டுபோய் தம் தாயிடம் கொடுக்க, அப்பெண்மணி உணர்ச்சிவசப்பட்டு வித்யாசாகரை வாழ்த்தினார்.

துர்க்கா பூஜையை விமரிசையாகச் செய்ய வேண்டுமென்று அந்த அம்மாளுக்கு வெகுகாலமாக ஆசை. ஆனால், வசதிக்குறைவால் அந்த ஆசையைத் தீர்த்துக்கொள்ள இயலவில்லை. இதுதெரியவந்ததும் வித்யாசாகர் தம் செலவில் அந்தப் பெண்மணியின் விருப்பத்தை நிறைவேற்றினார்.

வித்யாசாகர் ஒருநாள் ஒரு கீழ்வகுப்பு ஆசிரியர் வகுப்பில் பாடம் நடத்தாமல் தூங்கிக் கொண்டிருப்பதைக் கவனித்து அவரைக் கடிந்து கொண்டார்.

ஆசிரியர், 'நான் ரொம்ப ஏழை. என் சம்பளம் குடும்பம் நடத்தப் போதாது. அதனாலே ரெண்டு மூணு டியூஷன் வச்சுக்கிட்டிருக்கேன். அதனாலே பள்ளிக்கு வந்தபிறகு களைப்பாக இருக்கு. உட்கார்ந்தால் தூக்கம் வந்துடும்னு நின்னுக்கிட்டே பாடம் நடத்துவேன். இன்னிக்கு உட்கார்ந்துக்கிட்டுப் பாடம் நடத்தினதாலே தூங்கிப் போயிட்டேன். மன்னிச்சுக்கங்க!'' என்று சொன்னார்.

'உங்களுக்கு டியூஷன்லே என்ன பணம் கிடைக்கறது?'

வித்யாசாகர் கேட்டார்.

ஆசிரியர் ஒரு தொகையைக் குறிப்பிட்டார்.

வித்யாசாகர் சொன்னார்: 'அந்தப் பணத்தை நான் தரேன். அந்த டியூஷன்களை விட்டுடுங்க. ஒழுங்காப் பாடஞ்சொல்லிக் கொடுங்க!''

வித்யாசாகரின் பள்ளியில் மாணவர்களை அடிப்பது, அவமானப் படுத்துவது இவையெல்லாம் கடுமையாகத் தடை செய்யப்பட்டிருந்தன. இந்தத் தடையை மீறிய ஆசிரியர்கள் தண்டிக்கப்பட்டனர்.

ஒருசமயம் ஒரு கிளைப் பள்ளியின் தலைமை ஆசிரியர் ஒரு மாணவனை பெஞ்சின் மேல் நிற்கச் செய்திருப்பதாக வித்யாசாகருக்குச் செய்தி கிடைத்தது. வீட்டிலிருந்த அவர் வண்டிக்காகவோ, பல்லக்குக் காகவோ காத்திராமல் நடந்தே பள்ளிக்கு வந்து அந்தத் தலைமை ஆசிரியரை வேலையிலிருந்து நீக்கிவிட்டார்.

அவரது இந்த நடவடிக்கையை மற்ற ஆசிரியர்கள் எதிர்த்தனர். தலைமை ஆசிரியர் வேலையிலிருந்து நீக்கப்பட்டால் தாங்களும் வேலையை விட்டு விடுவதாகப் பயமுறுத்தினர். வித்யாசாகர் இந்தப் பயமுறுத்தலுக்கு அஞ்சவில்லை. ஆசிரியர்கள் அடங்கிவிட்டனர்.

பிற்காலத்தில் விவேகானந்தராகப் பெரும்புகழ்பெற்ற நரேந்திரநாத் தத்தா மெட்ரோபாலிட்டன் பள்ளி மாணவன்தான். ஒருநாள் ஓர் ஆசிரியர் அவனுக்குத் தண்டனையளிப்பதற்காக அவனுடைய காதைப் பலமாகக் கிள்ளிவிட்டார். அவனுடைய காதிலிருந்து இரத்தம் வந்து விட்டது. இந்தச் சமயத்தில் அங்கு வந்த வித்யாசாகர் இதைக் கவனித்து விட்டார். அவர் உடனே ஆசிரியரைக் கூப்பிட்டு, 'இதுவரையிலே நீ ஒரு மனுஷன்னு நினைச்சுக்கிட்டிருந்தேன். ஆனால் இப்போ தெரியுது, நீ மனுஷன் இல்லே, மிருகம்!' என்று கடிந்துகொண்டார்.

இன்னொரு சமயம் ஓர் ஆசிரியர் தம் வகுப்பு மாணவர்களைப் பெஞ்சின் மேல் நிறுத்திவைத்திருந்தார். வித்யாசாகர் அவரைக் கூப்பிட்டுக் கேட்டார்: 'நீ என்ன நாடக ஒத்திகை நடத்திக்கிட்டிருக்கியா? உனக்கு என்ன வேஷம்? தோழி வேஷமா?'

வித்யாசாகர் தம் மாணவர்களின் தன்மான உணர்வை எவ்வளவு மதித்தார் என்பதற்கு உதாரணமாக ஒரு நிகழ்ச்சி.

ஓர் ஆசிரியர் ஒரு பையனை ஏதோ கேள்வி கேட்டார். அவனுக்குப் பதில் தெரியாமல் போகவே, அடுத்த பையனைக் கேட்டார். ஆனால், இரண்டாவது பையன் பதில் சொல்வதற்குமுன், ஆசிரியர் முதல் பையனிடமே திரும்பி அவனுக்குச் சில குறிப்புகளைக் கூறி அவனிட மிருந்தே சரியான பதிலை வரவழைத்தார்.

இதை மறைவிலிருந்து கவனித்துக் கொண்டிருந்த வித்யாசாகர் அந்த ஆசிரியரைக் கூப்பிட்டுப் பாராட்டிவிட்டுச் சொன்னார்: 'நீ செஞ்சது தான் சரியான முறை. ஒரு பையனுக்குப் பதில் தெரியலேன்னா அவனுக்குக் கொஞ்சம் உதவி செய்து அவனிடமிருந்தே பதிலை வரவழைக்கணும். உடனே அடுத்த பையனைக் கேட்டு அந்தப் பையன் பதில் சொல்லிட்டா, முதல் பையனுக்கு மனம் வருத்தப்படும்.'

சிறுவர்களாயினும் அறிவுள்ளவர்களை மிகவும் மதித்தார் வித்யாசாகர். ஒருசமயம் அவர் ஒரு போக்கிரிப் பையனைத் தண்டிப்பதற்காகப் பள்ளிநேரம் முடிந்தபிறகும் பள்ளியிலேயே நிறுத்திவைத்துவிட்டார். பையன், 'இனி இந்தமாதிரி குறும்புத்தனம் செய்ய மாட்டேன்!' என்று சத்தியம் செய்தும் அவர் அவனை நம்பாமல், 'நீ திருந்த மாட்டே! கரியை எத்தனை கழுவினாலும் அது சுத்தமாயிடாது' என்று சொன்னார். பையன் புத்திசாலி. அவன் துளசிதாசரின் கவிதையொன்றைச் சொன்னான் - 'சரியான குரு கிடைத்தால் குற்றம் விலகிவிடும். கரியில் ஒரு பொறி நெருப்புப் பற்றினால் கரியின் அழுக்கு மறைந்துவிடும்.'

வித்யாசாகர் சிறுவனின் புத்திசாலித்தனமான பேச்சைக் கேட்டு வியந்தார். அவனது குற்றத்தை மறந்து, 'நீ எதிர்காலத்தில் சிறந்து விளங்குவாய்!' என்று ஆசி கூறினார்.

வித்யாசாகரின் இரக்க குணத்தைப் பயன்படுத்தி அவரை ஏமாற்றியவர் பலர். ஒரு பணக்காரர் தம் மைத்துனனை அவரிடம் கூட்டிவந்து அவன் பரம ஏழையென்று சொல்லி அவனைப் பள்ளியில் இலவசமாகச் சேர்த்துவிட்டார். ஆனால் அவன் எப்போதும் நல்ல உடைகள் அணிந்து வருவதையும், பகல் சாப்பாட்டுக்கு விலையுயர்ந்த உணவு வகைகள் கொண்டு வருவதையும் கவனித்த வித்யாசாகருக்கு சந்தேகம் ஏற்பட்டது. விசாரித்ததில் உண்மை தெரிந்தது. அவர் அந்தப் பணக்காரரைக் கடிந்துகொண்டு பையனையும் பள்ளியிலிருந்து நீக்கிவிட்டார்.

1872-ம் ஆண்டில் வித்யாசாகர் எஃப்.ஏ. வகுப்புகள் தொடங்க பல்கலைக்கழகத்தின் அனுமதிக்காக மீண்டும் விண்ணப்பம் செய்தார். அப்போது இ.சி. பெய்லி என்ற வெள்ளையர் அரசாங்க உள்துறை இலாகாச் செயலாளராகவும் பல்கலைக்கழக சிண்டிகேட்டின் முக்கிய உறுப்பினராகவும் இருந்தார். வித்யாசாகர் அவரிடம் சென்று, 'வங்காளிகள் எதுக்கெடுத்தாலும் சர்க்கார் உதவியை எதிர்பார்க் கறாங்கன்னு நீங்க சொல்றீங்க. ஆனால், நான் சர்க்கார் உதவியில்லாமே வங்காளிகளையே வச்சு ஒரு கல்லூரி நடத்தறேன்னா அதுக்கு இடைஞ்சல் பண்றீங்க!' என்று சொன்னார்.

ஆங்கிலேயர்களால்தான் ஆங்கிலத்தை நன்றாகக் கற்பிக்க முடியும் என்ற கருத்து அப்போது பரவலாக இருந்தது. ஆனால் வித்யாசாகரோ, ஆங்கிலேயர்கள் செய்யக்கூடிய எதையும் இந்தியர்களாலும் சாதிக்க முடியும் என்று உறுதியாக நம்பியதோடு, தம் நம்பிக்கையைச் செயல் படுத்திக் காட்டவும் விரும்பினார்.

அவர் பல்கலைக்கழகத்துக்கு அனுப்பிய விண்ணப்பத்தில் சம்ஸ்கிருதக் கல்லூரியில் வங்காளிகளே ஆங்கிலம் கற்பிப்பதையும் அக்கல்லூரி மாணவர்கள் சிறப்பாகத் தேர்வுகளில் வெற்றிபெறுவதையும் குறிப்பிட்டு, தம் கல்லூரியிலும் அத்தகைய தரமான ஆசிரயர்களை ஆங்கிலம் கற்பிக்க நியமிப்பதாக உறுதியளித்தார். இந்த முயற்சி வெற்றிபெறாவிட்டால் வெள்ளைய ஆசிரியர்களை நியமிக்க ஒப்புக் கொண்டார். இதன் பிறகே எஃப்.ஏ. வகுப்புகள் தொடங்க அவருக்கு அனுமதி கிடைத்தது. 1873-ம் ஆண்டில் மெட்ரோபாலிட்டனில் எஃப்.ஏ. வகுப்புகள் தொடங்கப்பெற்றன.

இருந்தாலும் வித்யாசாகர் ஆங்கிலம் கற்பிக்க வங்காளி ஆசிரியர்களை நியமித்தது சில மாணவர்களின் பெற்றோருக்குப் பிடிக்கவில்லை. இதனால் மாணவர்களின் கல்வித்தரம் குறையும் என்றும் அவர்கள் அஞ்சினர். ஆங்கிலத்துக்கு வெள்ளைய ஆசிரியர்கள் நியமிக்கப்பட வேண்டும் என்ற கோரிக்கை எழுந்தது.

ஆனால், வித்யாசாகர் சற்றும் அசைந்து கொடுக்கவில்லை. அவர் மாணவர்களையழைத்து, 'எனக்கு இந்தத் தகராறெல்லாம் பிடிக்கலே. உங்களுக்கு இங்கே படிக்க இஷ்டமில்லேன்னா வேறே கல்லூரிக்குப் போங்க. நான் கல்லூரியையே மூடிவிடறேன்' என்றார்.

மாணவர்கள், 'நாங்க பாசானாலும் சரி, பெயிலானாலும் சரி. இங்கே தான் படிப்போம்!' என்று சொன்னார்கள்.

வித்யாசாகர் இதைக்கேட்டு மகிழ்ச்சியடைந்தார். 'மற்ற கல்லூரிகளிலே கிடைக்கற அதே தரமான கல்வி உங்களுக்கு இங்கே கிடைக்கும்' என்று சொல்லி அவர்களுக்குத் தைரியமூட்டினார்.

அப்போது மாநிலக் கல்லூரியில் மாதக் கட்டணம் 12 ரூபாய், நுழைவுக் கட்டணம் 10 ரூபாய். மிஷனரிக் கல்லூரிகளில் குறைந்தபட்சக் கட்டணம் 5 ரூபாய். மெட்ரோபாலிட்டன் கல்லூரியிலோ மாதக் கட்டணம் 3 ரூபாய்தான்.

1874-ம் ஆண்டின் இறுதியில் எஃப்.ஏ. தேர்வுகள் நடைபெற்றன. தேர்வு முடிவுகளுக்காகக் கவலையுடன் காத்திருந்தார் வித்யாசாகர். 1875-ம் ஆண்டு ஜனவரி மாதம் தேர்வு முடிவுகள் வெளியானபோது அவர் கர்மட்டாரில் இருந்தார். மெட்ரோபாலிட்டன் மாணவர்களின் தேர்வு விகிதம் திருப்திகரமாய் இருந்தது. அது மட்டுமல்ல; அக்கல்லூரி மாணவன் ஜோகேந்திர சந்திர பாசுவுக்குத் தேர்வில் இரண்டாவது இடம் கிடைத்திருந்தது.

வித்யாசாகருக்கு ஏற்பட்ட மகிழ்ச்சிக்கு அளவில்லை. அவர், உடனே கல்கத்தா சென்றதும் போய் அவனைக் கட்டித்தழுவிக் கொண்டு பாராட்டினார். அவனுடைய தந்தையிடம், 'என்ன, நீங்க ரொம்பப் பயந்தீங்களே! இப்போ பார்த்தீங்களா?' என்று கேட்டார். பிறகு ஜோகேந்திரனைத் தம் வீட்டுக்கு வரச்சொல்லிவிட்டு வீடு திரும்பினார். ஜோகேந்திரன் வந்ததும் அவர் தம்மிடமிருந்த வால்டர் ஸ்காட்டின் வேவர்லி நாவல்களின் நான்காம் பாகத்தில் தம் கையெழுத்திட்டு அதை அவனுக்குப் பரிசளித்தார்.

வித்யாசாகரின் இந்தச் சாதனை எல்லோரையும் வியக்கவைத்தது. பத்திரிகைகள் அவரைப் பாராட்டின. அப்போது பல்கலைக்கழகப் பதிவாளராக இருந்த சட்கிளிப், 'பண்டிதர் அற்புதம் நிகழ்த்தி விட்டார்!' என்று கூறி வியந்தார்.

மெட்ரோபாலிட்டனில் எஃப்.ஏ. தேறி மாநிலக் கல்லூரியில் பி.ஏ. படிக்கச் சென்றவர்களுக்கு வித்யாசாகர் உபகாரச் சம்பளம் அளித்த தோடு அவர்களுடைய கல்லூரிக்கட்டணத்தையும் மெட்ரோபாலிட்டன் கல்லூரி நிதியிலிருந்து கொடுத்தார்.

வித்யாசாகர் தம் கல்லூரி மாணவர்களின் நலனில் எவ்வளவு அக்கறை கொண்டிருந்தார் என்பதை விளக்கும் ஒரு நிகழ்ச்சி:

கோபால் சந்திர கங்கோபத்தியாய் என்ற ஏழைப் பையன் மெட்ரோபாலிட்டன் கல்லூரியில் எஃப்.ஏ வகுப்பில் சேர்ந்தான். அந்தக் காலத்தில் புத்தகங்கள் வாங்க இயலாத ஏழை மாணவர்கள், கல்லூரி நூலகத்திலிருந்து பாடப்புத்தகங்களை வாங்கிக் கொள்ளலாம். அவ்வாறு புத்தகங்கள் வாங்கிக் கொள்ளும்படி வித்யாசாகர் கோபால் சந்திரனிடம் கூறினார். கோபால்சந்திரன் கல்லூரித் தலைவரிடமிருந்து அனுமதி வாங்கி நூலகரிடம் கொடுத்தும், அவர் அவனுக்குப் புத்தகங்கள் கொடுக்கவில்லை.

சில நாள்கள் கழித்து வித்யாசாகர் புத்தகங்கள் கிடைத்தனவா என்று கோபால் சந்திரனைக் கேட்டார். கிடைக்கவில்லை என்று தெரிந்ததும் அவர் நூலகரை வேலையிலிருந்து நீக்கிவிட்டார்.

மெட்ரோபாலிட்டன் கல்லூரியும் பள்ளிகளும் மெட்ரோபாலிட்டன் இன்ஸ்டிடியூஷனின் நிர்வாகத்திலிருந்தன. 1876-ம் ஆண்டில் வித்யாசாகர் தம் மாப்பிள்ளை சூரியகுமார் அதிகாரியை இந்த அமைப்பின் செயலாளராக்கினார். இருந்தாலும் மேற்பார்வை வித்யாசாகரின் பொறுப்பிலேயே இருந்தது.

பிற்காலத்தில் நாட்டுத்தலைவர்களில் ஒருவராகப் புகழ் பெற்றவரும், வித்யாசாகரின் நண்பர் துர்க்காசரண் பானர்ஜியின் புதல்வருமான சுரேந்திரநாத் பானர்ஜி அப்போது ஒரு ஐ.சி.எஸ் அதிகாரியாகப் பணிபுரிந்து கொண்டிருந்தார். அப்போது அவர் செய்த ஒரு தவறுக்காக வேலையிலிருந்து நீக்கப்பட்டார். அவர் வக்கீல் தொழில் நடத்தவும் அனுமதிக்கப்படவில்லை. அவருடைய இந்த சங்கடமான நிலையில் அவருக்கு உதவ முன்வந்தார் வித்யாசாகர். சுரேந்திரநாத்துக்கு மெட்ரோபாலிட்டன் கல்லூரியில் 200 ரூபாய் சம்பளத்தில் ஆசிரியர் வேலைக் கிடைத்தது.

1879-ம் ஆண்டில் மெட்ரொபாலிட்டன் கல்லூரியில் பி.ஏ வகுப்புகள் தொடங்கப்பெற்றன. பிறகு எம்.ஏ வகுப்புகளும் தொடங்கப்பெற்றன.

1881-ம் ஆண்டில் சிட்டி பள்ளியின் கல்லூரி வகுப்புகள் தொடங்கப்பெற்றபோது சுரேந்திரநாத் இந்தப் புதிய கல்லூரியில் 300 ரூபாய் சம்பளத்தில் ஆசிரியராகச் சேர்ந்தார். வித்யாசாகர் தாமும் அந்தச் சம்பளம் கொடுப்பதாகக் கூறி அவரை மெட்ரோபாலிட்டன் கல்லூரியிலேயே தொடர்ந்து இருக்கும்படி கேட்டுக்கொண்டார். சுரேந்திரநாத் தாம் இரு கல்லூரிகளிலும் பணிபுரிவதாகக் கூறினார். வித்யாசாகர் இதற்கு இணங்காததால் சுரேந்திரநாத் மெட்ரோபாலிட்டன் கல்லூரியை விட்டு விலகினார்.

சுரேந்திரநாத் கல்வி கற்பிக்கும் முறை மாணவர்களைக் கவர்ந்திருந்தது. அவரால் மெட்ரோபாலிட்டன் கல்லூரிக்குப் புகழ் ஏற்பட்டிருந்தது. ஆகவே அவர் மெட்ரோபாலிட்டனைவிட்டு விலகியது மாணவர்களுக்கு அதிர்ச்சியளித்தது. அவரை மீண்டும் மெட்ரோபாலிட்டனுக்குக் கொண்டுவர வேண்டுமென்று மாணவர்கள் கிளர்ச்சி செய்தனர். ஆனால், தன்மானமும் சுதந்தர உணர்வும் கொண்ட வித்யாசாகர் அவர்களுடைய கோரிக்கைக்கு இணங்க மறுத்தார். ஒரு தனி மனிதன் எவ்வளவு திறமைசாலியாய் இருந்தாலும் ஒரு நிறுவனம் அவனையே முற்றிலும் நம்பியிருக்கக் கூடாது என்பது அவரது கருத்து. சுரேந்திரநாத் இல்லாமலே தம்மால் கல்லூரியைச் சிறப்பாக நடத்த இயலுமென்று காட்ட விரும்பினார் அவர். அவர் மாணவர்களைக் கூப்பிட்டு, 'நீங்க விரும்பினால் வேறே கல்லூரிக்குப் போகலாம். நான் சுரேந்திரநாத்தை மறுபடி கொண்டுவர மாட்டேன்!' என்று உறுதியாகச் சொல்லிவிட்டார். மாணவர்களின் கிளர்ச்சி தோல்வியுற்றது.

1882-ம் ஆண்டு முதல் மெட்ரோபாலிட்டன் கல்லூரியில் சட்ட வகுப்புகள் தொடங்கப்பெற்றன.

வங்காளத்தின் பொதுக்கல்வி இயக்குநர் தம் 1881-82 ஆண்டறிக்கையில் ஏழை மாணவர்களின் கல்வித் தேவையைப் பூர்த்தி செய்வதில் மெட்ரோபாலிட்டனின் சாதனையையும் அந்தச் சாதனைக்குக் காரணமான வித்யாசாகரையும் பாராட்டினார்.

இந்தச் சமயத்தில் மெட்ரோபாலிட்டன் இன்ஸ்டிடியூஷன் புத்தக வெளியீட்டுத் துறையிலும் இறங்கியது. அதன் ஆசிரியர்கள் பாடப்புத்தகங்களை எழுதினர். அப்புத்தகங்களை இன்ஸ்டிடியூஷன் வெளியிட்டது. இதனால் மாணவர்களுக்கு தரமான புத்தகங்கள் கிடைத்ததோடு நிறுவனத்துக்கும் வருமானம் கிடைத்தது.

1883-ம் ஆண்டில் மெட்ரோபாலிட்டன் கல்லூரி இந்தியாவிலேயே மிகப்பெரிய கல்லூரியாக விளங்கியது.

அதுவரை கல்லூரியில் முதல்வர் பதவி ஏற்படுத்தப்படவில்லை. வித்யாசாகர் 1884-ம் ஆண்டில் இந்தப் பதவியை உண்டாக்கி சூரியகுமார் அதிகாரியை கல்லூரி முதல்வராக்கினார்.

கல்லூரியும் பள்ளிகளும் வாடகைக் கட்டடங்களில் இயங்கி வந்தன. இதனால் பல அசௌகரியங்கள் ஏற்பட்டன. வித்யாசாகர் கல்லூரிக்காக சொந்தக் கட்டடம் கட்டத் தீர்மானித்து நிலம் வாங்கினார். பிறகு தம் சொத்துக்களை அடகுவைத்து பணம் கடன் வாங்கி கட்டடம் கட்டத் தொடங்கினார். பிறகு கல்லூரியின் வருமானத்திலிருந்து தம் பணத்தைத் திரும்பப் பெற்றுக்கொண்டார். சுமார் ஒன்றரை லட்சரூபாய் செலவில்

1887-ம் ஆண்டில் கல்லூரிக்கான புதிய மூன்றடுக்குக் கட்டடம் தயாராகி விட்டது.

கல்லூரியின் புதுமனை புகுவிழாவைச் சிறப்பாகக் கொண்டாட விரும்பினார் சூரியகுமார் அதிகாரி. விழாவுக்கு என்ன செலவாகுமென்று வித்யாசாகர் அவரைக் கேட்டார். 'சுமார் 500 ரூபாய்' என்று பதில் வந்தது. 'ஒரு ஆடம்பர விழாவுக்குச் செலவு செய்யாமல் இந்தப் பணத்தைக் கொண்டு ஏழை மாணவர்களுக்குப் பணஉதவி செய்ய ஒரு நிதி அமைக்கலாம்' என்று கூறிவிட்டார் வித்யாசாகர். அவ்வாறே செய்யப்பட்டது. எவ்விதமான சடங்கோ ஆடம்பர விழாவோ இன்றி புத்தக்கட்டடத்தில் கல்லூரி இயங்கத் தொடங்கியது.

1888-ம் ஆண்டில் வித்யாசாகர் திடீரென்று சூரியகுமார் அதிகாரியை செயலாளர் பொறுப்பிலிருந்து நீக்கிவிட்டு தாமே எல்லாப் பொறுப்பையும் மேற்கொண்டார். இதற்குக் காரணம் என்னவென்று தெளிவாகத் தெரியவில்லை. நிறுவனத்தின் கணக்கு வழக்குகளில் சில தவறுகளைக் கண்டதால்தான் அவர் இவ்வாறு செய்ததாகக் கருதப் படுகிறது. சூரியகுமார் அதிகாரி கல்லூரி முதல்வர் பதவியிலிருந்து நீக்கப்படவில்லை. எனினும் அவர் வித்யாசாகரிடம் கோபங்கொண்டு தாமே விலகிவிட்டார்.

இதன்பின் இந்த நிறுவனம் வித்யாசாகரின் இறுதிக்காலம்வரை அவரது நேரடிப் பொறுப்பிலேயே இருந்தது. மூப்பாலும் நோயாலும் உடலும் மனமும் தளர்ந்த நிலையிலும், அவர் தம் பொறுப்பை அக்கறையோடு நிறைவேற்றினார்.

தம் காலத்துக்குப் பின் நிறுவனத்தைச் செவ்வனே நடத்திதச் செல்ல சில பெரியவர்கள் அடங்கிய ஒரு நிர்வாகக்குழுவை அமைக்க விரும்பினார் வித்யாசாகர். ஆனால், அவரது உடல்நிலை சீர்கெட்டிருந்ததால் அவரால் இதற்கான ஏற்பாடுகளைச் செய்ய இயலவில்லை.

மெட்ரோபாலிட்டன் கல்லூரியிலும் பள்ளிகளிலும் கல்வி கற்றவர்கள், கற்பித்தவர்களில் பலர் பிற்காலத்தில் வங்காளத்திலும், நாடு முழுவதிலும் பெரும்புகழ் பெற்று விளங்கினர். இவர்களில் முக்கிய மானவர் நரேந்திரநாத் தத்தா - பிற்காலத்தில் விவேகானந்தர். இவர் மெட்ரோபாலிட்டன் பள்ளியில் படித்ததோடு, பிறகு அதன் கிளைப்பள்ளி ஒன்றில் சிறிதுகாலம் ஆசிரியராகவும் இருந்தார்.

ஏனோ சூரியகுமார் அதிகாரிக்கு நரேந்திரனைப் பிடிக்கவில்லை. 'நரேந்திரனுக்குப் பாடங்கற்பிக்கத் தெரியவில்லை' என்று வித்யா சாகரிடம் புகார் செய்யும்படி அவர் பள்ளி மாணவர்களைத் தூண்டி விட்டார். இதன் விளைவாக நரேந்திரனுக்கு வேலை போய்விட்டது.

நரேந்திரன் மெட்ரோபாலிட்டன் கல்லூரியில் மூன்றாண்டுகள் சட்டக்கல்வி கற்றார். ஆனால், தேர்வு எழுதவில்லை.

ராமகிருஷ்ணரின் சீடரும் 'தி காஸ்பெல் ஆஃப் ராமகிருஷ்ணா' என்ற புகழ்பெற்ற நூலின் ஆசிரியருமான மகேந்திரநாத் குப்தா பல ஆண்டுகள் மெட்ரோபாலிட்டன் கிளைப் பள்ளியொன்றின் தலைமையாசிரியராகப் பணிபுரிந்தவர். வித்யாசாகருடன் கருத்து வேற்றுமை ஏற்பட்டதால் அவர் இந்த வேலையை விட்டு விலகினார்.

சிறந்த குழந்தை இலக்கியப் படைப்பாளியும் திரைப்பட இயக்குநர் சத்தியஜித் ராயின் பாட்டனாருமான உபேந்திர கிஷோர்ராய் சௌத்ரி மெட்ரோபாலிட்டன் கல்லூரியில் படித்தவர்.

புகழ்பெற்ற விஞ்ஞானி பிரபுல்ல சந்திர ராயும் மெட்ரோபாலிட்டன் கல்லூரியின் முன்னாள் மாணவர்தாம். அவர் தம் வாழ்க்கை நினைவுகளில் தாம் இக்கல்லூரியில் சேர்ந்ததற்கான காரணங்களைக் கூறுகிறார். ஒரு காரணம், இக்கல்லூரி ஒரு சுதேசிநிறுவனம் என்ற பெருமை. இன்னொரு காரணம், சுரேந்திரநாத் பானர்ஜி இக்கல்லூரியின் ஆசிரியராக இருந்தார்.

மெட்ரோபாலிட்டன் கல்லூரிக்கு 1917-ம் ஆண்டில் 'வித்யாசாகர் கல்லூரி' என்று பெயரிடப்பட்டது.

வித்யாசாகர் தொடங்கிவைத்த கல்விப் பணி இன்னும் தொடர்கிறது.

17

## மைக்கேல் மதுசூதனுக்கு உதவி

'பண்டைக்கால முனிவரின் அறிவும், ஆங்கிலேயனின் ஊக்கமும், வங்காளி அன்னையின் இதயமும் கொண்டவர்.'

**- மைக்கேல் மதுசூதன் தத்தா**

தற்கால வங்காளிக் கவிதையின் தந்தை மைக்கேல் மதுசூதன் தத்தா. பல நூற்றாண்டுகளாக எவ்வித மாற்றமுமின்றி ஒரே பாணியில் இயற்றப்பெற்றுவந்த வங்காளிக் கவிதையின் உருவத்திலும் உள்ளடக்கத்திலும் நடையிலும் பல புதுமைகளைக் கொணர்ந்தார் மதுசூதன். கட்டற்ற கவிதை (Free Verse) வங்காளிக் கவிதையிலக்கியத்தில் அவரது புரட்சிகரமான சாதனையாகும். அவர் பழைய புராணக்கதை நிகழ்ச்சிகளைக் கருவாகக் கொண்டு இயற்றிய கவிதையில் பல புதுமைக் கருத்துகளைப் புகுத்தினார். இவ்விஷயத்தில் அவர் 'பாஞ்சாலி சபதம்' எழுதிய மகாகவி பாரதியின் முன்னோடி.

மதுசூதனின் புதுமை முயற்சிகள் பழைமையில் ஊறிய பெரும்பான்மை மக்களின் - குறிப்பாக, பண்டிதர்களின் - எதிர்ப்புக்கு ஆளானது இயற்கையே. அவர் கட்டற்ற கவிதையாக எழுதிய 'மேகநாத் வத்' காவியத்தைக் கேலி செய்து அமிருத பஜார் பத்திரிகையில் 'சுசுந்தரி வத்' (மூஞ்சூறுவதம்) கவிதை வெளியாயிற்று.

கட்டற்ற கவிதையாக மதுசூதன் எழுதிய முதல் காவியம் 'திலோத்தமா சம்பவ்' வித்யாசாகருக்குப் பிடிக்கவில்லைதான். ஆனால், அவர் விரைவில் மதுசூதனின் கவித்திறனைப் புரிந்துகொண்டார். அவர் 'மேகநாத் வத்' காவியத்தைப் பாராட்டினார்.

வித்தியோத்சாகினி சபா என்ற இலக்கிய அமைப்பு மதுசூதனுக்கு ஒரு பாராட்டுப் பத்திரம் அளித்தது. இந்தப் பத்திரத்தை எழுதியவர் வித்யாசாகர்.

மதுசூதனும் வித்யாசாகரின் அறிவுத்திறன், புரட்சிநோக்கு, கருணையுள்ளம் இவற்றை மிகவும் மதித்தார். விதவை மறுமண இயக்கத்தில் வித்யாசாகரின் சேவையைப் பாராட்டிய அவர் வித்யாசா கருக்குச் சிலை வைக்க ஏற்பாடு செய்யப்பட்டால் தாம் அந்த முயற்சிக்கு நன்கொடையளிப்பதாகக் கூறினார். அவர் வித்யாசா கருக்குத் தம் மரியாதையைத் தெரிவிக்கும் வகையில் தம் ‘வீராங்கனா’ காவியத்தை வித்யாசாகருக்கு சமர்ப்பணம் செய்தார்.

மதுசூதன் ஒரு செல்வக் குடும்பத்தைச் சேர்ந்தவர். தம் மாணவப் பருவத்தில் பெற்றோரின் விருப்பத்துக்கு மாறாகக் கிருத்துவமதத்தில் சேர்ந்துவிட்டதால் குடும்பத்திலிருந்து விலக்கப்பட்டார். இந்துக்கள் அவர்மேல் கோபங்கொண்டிருந்தனர். ஆனால், வித்யாசாகர் அவருடைய கவித்திறனுக்காக அவரை நேசித்தார்.

மதுசூதனின் தந்தை காலமான பிறகு அவருக்கு அவருடைய பூர்வீகச் சொத்து கிடைத்தது. அவர் இங்கிலாந்து சென்று பாரிஸ்டர் தொழிலுக்குப் பயிற்சிபெற விரும்பினார். அவர் தம் சொத்தை அடகுவைத்து, அதிலிருந்து தமக்கும் இந்தியாவிலேயே தங்கியிருக்கும் தம் குடும்பத்துக்கும் பணம் அனுப்ப ஏற்பாடு செய்துவிட்டு 1862-ம் ஆண்டில் லண்டன் சென்றார். ஆனால், அடகு பெற்றவர் சில தவணை களுக்குப் பிறகு பணம் கொடுப்பதை நிறுத்திவிட்டார். நிர்க்கதியாக விடப்பட்ட மதுசூதனின் மனைவி வேறுவழியின்றித் தம் குழந்தை களுடன் இங்கிலாந்துக்கே வந்துவிட்டார். தம் செலவுகளையே சமாளிக்க முடியாத நிலையிலிருந்த மதுசூதனுக்கு இப்போது தம் குடும்பத்தையும் காப்பாற்ற வேண்டிய பொறுப்பு ஏற்பட்டது. அவர் கடனாளியானார். கடன்களைத் திருப்பிக் கொடுக்க முடியாமல் அவர் தம் குடும்பத்துடன் 1863 இறுதியில் பிரான்சிலுள்ள வெர்ஸே நகருக்குப் போய்விட்டார். அங்கிருந்து அவர் உதவி வேண்டி தம் நண்பர்களுக்கு எழுதினார். யாரும் அவருக்கு உதவ முன்வரவில்லை.

வெர்ஸேயில் மதுசூதனுக்குக் கடன் சுமை ஏறிக்கொண்டிருந்தது. வீட்டு வாடகை கொடுக்க முடியவில்லை. இனியும் கடன் வாங்க வழியில்லை. அவர் விரைவில் கடன்களைத் தீர்க்காவிட்டால் சிறை செல்ல நேரும், அவரது குடும்பம் அநாதை இல்லத்துக்கு அனுப்பப்படும்.

இந்த நிலையில் அவருக்குக் கருணாசாகர் வித்யாசாகரின் நினைவு வந்தது. அவர் 1864-ம் ஆண்டு ஜூன் மாதம் வித்யாசாகருக்கு உருக்கமான ஒரு கடிதமெழுதினார்.

துரதிருஷ்டவசமாக அப்போது வித்யாசாகரிடமும் பணமில்லை. தம் நண்பர்களிடமும் பணம் பெறமுடியவில்லை அவரால். அவர் வேறு வழியின்றி 1500 ரூபாய் கடன் வாங்கி மதுசூதனுக்கு அனுப்பினார். இதற்குள் மதுசூதன் அவருக்கு இன்னும் இரண்டு கடிதங்கள் எழுதி விட்டார். ஒரு கடிதத்தில் அவர் வித்யாசாகரை, 'நீங்கள் வித்யாசாகர் மட்டுமல்ல, கருணாசாகருங்கூட' என்று வர்ணிக்கிறார்.

ஆனால், வித்யாசாகர் அனுப்பிய பணம் மதுசூதனுக்குச் சற்றும் போதவில்லை. அவர் 1864 செப்டம்பரில் நிறையப் பணம் அனுப்பும் படி வித்யாசாகருக்கு மறுபடி எழுதினார். இக்கடிதத்தில்தான் அவர் வித்யாசாகரை, 'பண்டைக்கால முனிவரின் அறிவும், ஆங்கிலேயனின் ஊக்கமும், வங்காளி அன்னையில் இதயமும் கொண்டவர்' என்று குறிப்பிடுகிறார்.

வித்யாசாகர் அனுகூல் சந்திர முகர்னி என்பவரிடம் 3000 ரூபாயும் ஸ்ரீசசந்திர வித்தியாரத்னாவிடம் 5000 ரூபாயும் கடன் வாங்கி மதுசூதனுக்கு அனுப்பினார். 1865-ம் ஆண்டு மே மாதம் மதுசூதன் வித்யாசாகரைத் தம் பிரதிநிதியாக நியமித்தார். வித்யாசாகர் அனுகூல் சந்திரரிடம் இன்னும் 12,000 ரூபாய் கடன் வாங்கி மதுசூதனுக்கு அனுப்பினார்.

உரிய சமயத்தில் வித்யாசாகர் செய்த உதவியால் மதுசூதனால் பாரிஸ்டர் பயிற்சியைத் தொடரமுடிந்தது. அவர் லண்டன் திரும்பி, பாரிஸ்டர் தேர்வில் தேறி, 1867 பிப்ரவரி மாதம் இந்தியா திரும்பினார். அவரது குடும்பம் மட்டும் லண்டனிலேயே இருந்தது. அவர் கல்கத்தாவில் வசிப்பதற்கேற்ற வீடு பார்த்து வைத்திருந்தார் வித்யாசாகர். ஆனால், மதுசூதனோ அதிக வாடகைக்கு ஸ்பென்சஸ் ஹோட்டலில் மூன்று அறைகள் எடுத்துக்கொண்டு வசிக்கத் தொடங்கினார். அவர் ஊதாரித் தனமாக செலவு செய்தார். தம் செலவுக்கும் தம் குடும்பத்துக்குப் பணம் அனுப்புதவற்கும் இன்னும் கடன் வாங்கினார்.

அவர் பாரிஸ்டர் தொழில் செய்ய ஒரு தடங்கல் ஏற்பட்டபோது வித்யாசாகரின் உதவியை நாடினார். இதற்குள் வித்யாசாகர் அவரது ஊதாரித்தனமான போக்கால் வருத்தமும் எரிச்சலும் அடைந்திருந்தார். இருந்தாலும் அவர் மதுசூதனுக்கு உதவத் தயங்கவில்லை.

மதுசூதன் பாரிஸ்டர் தொழில் செய்தார். ஆனால், அவருடைய வருமானம் அவரது ஊதாரிச் செலவுக்குப் போதவில்லை. ஆகையால் அவர் ஓர் அரசாங்க வேலையை மேற்கொண்டார். அதுவும் சரிப்படாமல் போகவே, மறுபடியும் பாரிஸ்டர் தொழில் செய்யத் தொடங்கினார்.

மேலும் மேலும் கடன்பட்டு வந்த மதுசூதனால் பழைய கடன்களைத் தீர்க்க முடியவில்லை. வித்யாசாகருக்குக் கடன் கொடுத்தவர்களோ

பணத்துக்காக அவரை நெருக்கினர். அவர் கடனைத் தீர்க்கும்படி மதுசூதனுக்குக் கடிதமெழுதி, தம் கவலையையும் தம் உடல்நிலை கெட்டிருப்பதையும் அக்கடிதத்தில் குறிப்பிட்டிருந்தார். ஆனால், மதுசூதனால் கடனைத் திருப்பித்தர முடியவில்லை. வித்யாசாகர் வேறு வழியின்றித் தம் அச்சகத்தின் மூன்றில் இரண்டு பங்கு உரிமையை விற்றுக் கடனைத் தீர்த்தார்.

மதுசூதன் பழங்கடனைத் திருப்பித் தராததோடு, மேலும் மேலும் வித்யாசாகரிடம் பணஉதவி கேட்கத் தயங்கவில்லை. மதுசூதனின் பொறுப்பற்ற தன்மையால் எரிச்சலடைந்த வித்யாசாகர், 1872 செப்டம்பர் மாதத்தில் அவருக்கு இவ்வாறு கடிதம் எழுதினார்:

'நான் என்னாலியன்றவரை முயன்று பார்த்தபின் உங்கள் நிலையை மாற்றுவது முடியாத காரியம் என்ற முடிவுக்கு வந்த விட்டேன். யாராவது ஒரு குபேரன் மனது வைத்தால்தான் உங்களைக் காப்பாற்ற முடியும். என் போன்றவர்களால் இயலாது. என் உடல்நிலை சரியில்லை. ஆகையால், அதிகம் எழுத முடியவில்லை என்னால்.'

இதற்கிடையில் ஒருசமயம் கல்கத்தா நீதிமன்றத்தில் ஒரு நீதிபதி பதவி காலியாகும் போலிருந்தது. அப்பதவிக்குத் தம்மை சிபாரிசு செய்யும்படி மதுசூதன் வித்யாசாகருக்கு எழுதிக் கேட்டுக் கொண்டார். இக்கடிதத்தில் அவர் கூறினார்: 'நான் என்ன குற்றமிழைத்தாலும் நீங்கள் உங்கள் இதயத்திலிருந்து என்னை விலக்கிவிட மாட்டீர்கள்' - வித்யாசாகரின் கருணையில் மதுசூதனுக்கு இருந்த நம்பிக்கைக்கு இந்தக் கூற்று ஒரு சான்று.

இந்தச் சமயம் வித்யாசாகர் நோய்வாய்ப்பட்டார். அப்போது மதுசூதனும் நோயுற்றிருந்ததால் அவரால் வித்யாசாகரைப் பார்க்கப் போகமுடியவில்லை. அவர் ஒரு கவிதை இயற்றி வித்யாசாகருக்கு அனுப்பினார். இக்கவிதையில் அவர் கூறுகிறார்.

'உலகம் முழுதும் அறியும்-

நீ வித்யாசாகர் என்று.

ஆனால், ஏழைக்குத்தான் தெரியும் -

நீ ஏழையின் நண்பன், கருணாசாகர் என்று!''

மதுசூதன் இறுதியில் தம் சொத்துகளை விற்றுக் கடன்களைத் தீர்த்தார். அவர் நோய்வாய்ப்பட்டு, மிகவும் துன்பமான சூழ்நிலையில், அநாதையாகத் தவித்த காலத்தில் வித்யாசாகரின் உதவியால் அவருக்கு உத்தர்பாரா ஜமீன்தாரின் நூலகத்தில் புகலிடம் கிடைத்தது. இறுதியில் அவர் கல்கத்தா மருத்துவமனையொன்றில் உயிர் துறந்தார்.

மதுசூதன் இறந்து நீண்ட காலத்துக்குப் பிறகு, அவரது சடலத்தை அடக்கம் செய்த இடத்தில் ஒருநினைவாலயம் கட்ட முயற்சியை மேற்கொண்டவர்கள், உதவி வேண்டி வித்யாசாகரை அணுகினர். வித்யாசாகர் மதுசூதனை நினைத்து அழுதுவிட்டார். பிறகு அவர் சொன்னார்: ‘நான் எவ்வளவோ முயற்சி செய்தும் அவரது உயிரைக் காப்பாற்ற முடியவில்லை. இனி அவருடைய எலும்புகளைக் காப்பாற்றி என்ன பிரயோசனம்!’

கவி மதுசூதனை நினைக்கும்போது, அவரது கவிதையைப் படிக்கும் போது, அவருக்கு உறுதுணையாக இருந்த வித்யாசாகரின் நினைவு வருவது திண்ணம்.

# 18

## எழுத்துப் பணி

'வித்யாசாகரின் மிகப் பெரிய கீர்த்தி வங்காளி மொழி. வித்யாசாகர் வங்க மொழியில் முதல், உண்மைக் கவிஞர். அவருக்கு முன் வங்காளி உரைநடை பிறந்து விட்டது. ஆனால் அவர்தான் அதில் கலைச்சிறப்பைப் புகுத்தினார். எழுதப்படும் விஷயத்தை எளிமையாக, அழகாக, ஒழுங்குக்குக் கட்டுப்படாதிருந்த வங்காளி உரைநடையை ஒழுங்குபடுத்தி அதற்கு எளிமையான போக்கையும் செயல்திறனையும் அளித்தார் வித்யாசாகர். உரைநடையின் வெற்றிக்கான புகழ் அவரையே சேரும்.

**-ரவீந்திரர்**

'வித்யாசாகரின் மொழி இனிமையானது, மனத்தைக் கவர்வது. அவருக்கு முன்னும் பின்னும் வேறு யாராலும் இவ்வளவு எளிய வங்காளி உரைநடை எழுத இயலவில்லை.'

**-பங்கிம் சந்திரர்**

வித்யாசாகர் சம்ஸ்கிருதக் கல்லூரி முதல்வர் பதவியைத் துறந்து கல்வி இலாகா இயக்குநர் கார்டன் எங்குக்கு எழுதிய கடிதத்தில் தம் எதிர்காலத் திட்டம் பற்றி இவ்வாறு கூறுகிறார்:

'என் உடல்நிலை சீரடைந்ததும் நான் புதிய புதிய நூல்களை எழுதியும் தொகுத்தும் வங்காளி இலக்கியத்தை வளப்படுத்துவதில் முழுமையாக ஈடுபடுவேன். நாட்டுமக்களுக்குக் கல்வி புகட்டும் பணியில் என் நேரடித் தொடர்பு மறைந்தாலும் என் முழுவாழ்க்கையையும் இந்தப் புனிதப் பணிக்கே அர்ப்பணிக்கப் போகிறேன்.'

1800-ம் ஆண்டில் வில்லியம் கோட்டைக் கல்லூரி தொடங்கப்பட்டபோது வங்காளியில் உரைநடை நூல்களே இல்லையெனலாம். மாணவர்களுக்குக் கல்வி கற்பிக்கத்தகுந்த பாட நூல்களும் இல்லை. கல்லூரியில் வங்காளிப்பிரிவின் தலைவராக இருந்த அருள்திரு. வில்லியம் கேரி வங்காளி உரைநடையில் நூல்களை இயற்ற வங்காளிப் பண்டிதர்களைத் தூண்டினார். அவர்களும் பல சம்ஸ்கிருத நூல்களை வங்காளியில் மொழி பெயர்த்தனர். ஆனால், இந்த மொழிபெயர்ப்புகளில் சம்ஸ்கிருத உரைநடைப் பாணியே பெரிதும் காணப்பட்டது. இந்தப் பண்டிதர்களில் ஒருவரான மிருத்யுஞ்சய் வித்தியாலங்காரின் உரைநடையில்தான் முதன்முதலாக வங்காளித்தன்மை இடம்பெற்றது.

வித்யாசாகரின் எழுத்துப் படைப்புகளை ஐந்து முக்கியப்பிரிவுகளாகப் பிரிக்கலாம். அவையாவன: பாடப் புத்தகங்கள், கொள்கைப் பிரசாரப் பிரசுரங்கள், தொகுப்பு நூல்கள், இலக்கிய நூல்களின் தழுவல்கள், மொழிபெயர்ப்புகள், தூய இலக்கியப் படைப்புகள்.

**பாடப் புத்தகங்கள்**

வங்காளிக்கல்வியை நாட்டில் பரப்புவதே வித்யாசாகரின் முக்கிய நோக்கமாக இருந்ததால் அவர் மாணவர்களுக்கேற்ற நூல்கள் இயற்றுவதில் அக்கறை எடுத்துக்கொண்டார். அவர் முதலில் பாகவதத்தின் பத்தாம் ஸ்கந்தத்தைத் தழுவி 'வாசுதேவ சரித்' என்ற பெயரில் கிருஷ்ணனின் கதையை எழுதினார். ஆனால், இது ஒரு மதம் சம்பந்தப் பட்ட நூல், ஆகவே, கல்லூரியில் பாடப் புத்தகமாகத் தகுதியற்றது என்று வில்லியம் கோட்டைக் கல்லூரி நிர்வாகம் கருதியது. இந்த நூல் அச்சிடப்படவில்லை. இதன் கையெழுத்துப் பிரதியும் இப்போது கிடைக்கவில்லை.

பிறகு வித்யாசாகர் 'வேதாள் பச்சீஸி' என்ற ஹிந்தி நூலை 'வேதாள் பஞ்சவிம்சதி' என்ற பெயரில் வங்காளியில் மொழிபெயர்த்தார் (1847). இதன் பிறகு மார்ஷ்மேன் என்பவர் ஆங்கிலத்தில் எழுதிய வங்காள வரலாற்றின் பிற்பகுதியைத் தழுவி 'பாங்க்லார் இதிஹாஸ்' (1848) எழுதினார்.

ராபர்ட் சேம்பர்ஸ், வில்லியம் சேம்பர்ஸ் என்ற இருவர் பல பெரும் அறிஞர்களின் வாழ்க்கை வரலாற்றை ஆங்கிலத்தில் எழுதியிருந்தனர். வித்யாசாகர் அவர்களில் சிலரது வரலாற்றைத் தழுவி 'ஜீவன் சரித்' (1849) எழுதினார். இந்நூலில் நியூட்டன், கலிலியோ, கோபர்நிக்கஸ் மற்றும் பலரின் வரலாறுகள் இடம்பெற்றன.

வித்யாசாகரின் நண்பரும் சம்ஸ்கிருதக் கல்லூரி ஆசிரியருமான மதன்மோகன் தர்க்காலங்கார் வங்காளி அரிச்சுவடி நூலை 'சிசு சிட்சா'

என்ற பெயரில் மூன்று பாகங்களாக எழுதியிருந்தார். வித்யாசாகர் இந்த நூலின் நான்காவது பாகமாகப் பயன்படும்படி 'போதோதய்' (1851) என்ற அறிவியல் நூலை எழுதினார். இந்த நூலில் பொருள், கடவுள், உடலியல், காலம், மனித இனம், நிறங்கள், உலோகங்கள் போன்ற விஷயங்களைப் பற்றி எளிமையான மொழியில் கட்டுரைகள் இடம்பெற்றன.

இதைத் தொடர்ந்து வித்யாசாகர் மனிதனின் நடைமுறை ஒழுக்கத்தை வலியுறுத்தி 'நீதிபோத்' என்ற தலைப்பில் ஒரு நூல் எழுதத் தொடங்கினார். ஆனால் நேரமின்மையால், அதைத் தம் நண்பர் ராஜாகிருஷ்ண பந்த்யோபாத்தியாயிடம் கொடுத்து முடித்துக்கொடுக்கச் சொன்னார். பிறகு அந்த நூலை நன்கு திருத்தி வெளியிட்டார் (1851).

தாமே சம்ஸ்கிருதம் கற்றுப் பிறருக்குக் கற்பித்த வித்யாசாகருக்கு சம்ஸ்கிருத இலக்கணம் கற்பதில் மாணவர்கள் படும்கஷ்டம் புரிந்திருந்தது. அவர் சம்ஸ்கிருத இலக்கணத்தை எளிய வங்காளியில் விளக்கி, 'சம்ஸ்கிருத வியாகரணேர் உபக்ரமணிகா' (1851) இயற்றினார். பிறகு இதன் தொடர்ச்சியாக, 'வியாகரண் கவுமுதி' என் நூலை நான்கு பாகங்களில் எழுதி வெளியிட்டார். இதன் முதலிரண்டு பாகங்கள் 1852-ம் ஆண்டிலும், மூன்றாம்பாகம் 1854-ம் ஆண்டிலும், நான்காம் பாகம் 1862-ம் ஆண்டிலும் வெளிவந்தது.

பஞ்சதந்திரம், ராமாயணம், மகாபாரதம், விஷ்ணுபுராணம் முதலிய சம்ஸ்கிருத நூல்களிலிருந்து சில பகுதிகள் அவரால் வங்காளியில் மொழிபெயர்க்கப்பட்டு, 'ருஜுபாட்' (1851-52) என்ற பெயரில் மூன்று பாகங்களாக வெளியிடப்பட்டது .

அவர் ஒருசமயம் சிறந்த சம்ஸ்கிருத இலக்கியத்தை அறிமுகப்படுத்தும் முறையில் ஒரு நீண்ட கட்டுரையை பெத்தூன் கழகக் கூட்டமொன்றில் படித்தார். இக்கட்டுரை 'சம்ஸ்கிருத மொழி, இலக்கியம் பற்றிய கட்டுரை' என்ற தலைப்பில் 1853-ம் ஆண்டில் பிரசுரமாயிற்று.

வித்யாசாகர் எழுதிய பாடப் புத்தகங்களுள் மிகப் புகழ்பெற்றது 'வர்ணபரிசய்' (1855) என்ற பெயரில் இரண்டு பாகங்களாக வெளியிடப் பட்ட வங்காளி அரிச்சுவடி நூலாகும்.

அவர் உதவி இன்ஸ்பெக்டராகப் பணிபுரிந்தபோது மதன்மோகன் தர்க்காலங்காரின் அரிச்சுவடி நூலான 'சிசு சிட்சா'வில் பல குறைகள் இருக்கக் கண்டார். அவற்றைப் போக்க அவர் தாமே 'வர்ணபரிசய்' இயற்றினார்.

அந்தக் காலத்தில் வழங்கி வந்த வங்காளி அரிச்சுவடிகளில் வங்காளி எழுத்துகளின் உருவம் ஒரே மாதிரியாக இல்லை. வழக்கிலில்லாத பல

எழுத்துகள் அவற்றில் இடம் பெற்றிருந்தன. அவை அறிவியல் முறையில் வரிசைப்படுத்தப்படவில்லை.

மக்களிடையே கல்வி விரைவில் பரவவேண்டுமானால் ஒரு மொழி பேசப்படும் எல்லாப் பகுதிகளிலும் ஒரே மாதிரியான எழுத்துகள் பயன்படுத்தப்பட வேண்டும். அரிச்சுவடிகளில் இடம்பெறும் வாக்கியங்கள் தொடக்கப்பள்ளி மாணவர்கள் புரிந்து கொள்ளும் வகையில் சிறியதாகவும் எளிமையாகவும் இருக்கவேண்டும். அவற்றில் ஒலி நயமிருந்தால் மாணவர்களுக்கு அவற்றைக் கற்பதில் உற்சாகமேற்படும்.

இந்த உண்மைகளைக் கருத்தில் கொண்டு வித்யாசாகர் இயற்றிய 'வர்ணபரிசய்' வங்காளிக் கல்வித்துறையில் ஒரு பெரும் புரட்சியாகும்.

இந்த நூலில் அரிச்சுவடி முதல் தடவையாக ஒரு சீரான முறையில் எழுதப்பட்டது. உயிரெழுத்துகளும் மெய்யெழுத்துகளும் வகைப்படுத்தப்பட்டன. பயன்படாத எழுத்துகள் தவிர்க்கப்பட்டன. அரிச்சுவடியில் அதுவரை இடம்பெறாத - ஆனால் வழக்கிலிருந்த - சில எழுத்துகள் சேர்க்கப்பட்டன. எழுத்துகளின் உச்சரிப்பு வேறுபாடுகள் சுட்டிக்காட்டப்பட்டன. ஆரம்பப் பாடங்களில் பயன்படுத்தப்பட்ட வாக்கியங்கள் எளிமையாகவும் ஒலிநயம் பொருத்தியவையாகவும் இருந்தன.

வர்ணபரிசய் நூலிலுள்ள 'ஜொல் பொடிதேச்சே' (மழைநீர் விழுந்து கொண்டிருக்கிறது), 'பாதா நொடிதேச்சே' (இலை அசைந்து கொண்டிருக்கிறது) என்ற வாக்கியங்களைப் படிக்கும்போது, அவற்றின் இசையொலியில் தம் குழந்தை மனம் மயங்கிவிட்டதாக ரவீந்திரர் தம் குழந்தைப் பருவ நினைவுகளில் குறிப்பிடுகிறார். அவர் கூறுகிறார்:

'என் வாழ்க்கையில் இதுதான் ஆதிகவியின் முதல் கவிதை. அப்போது நானடைந்த மகிழ்ச்சி எனக்கு நினைவு வரும்போதெல்லாம் கவிதையில் எதுகையின் முக்கியத்துவம் எனக்குப் புரிகிறது. எதுகையிருப்பதால்தான் வாக்கியம் முடிந்த பின்னும் அதன் ரீங்காரம் தொடர்கிறது. இவ்வாறாகத் திரும்பத் திரும்ப அன்று என் முழு உணர்வும் மழைநீரின் வீழ்ச்சியிலும் இலையின் அசைவிலும் லயித்து போய்விட்டது.'

1855 ஏப்ரல் மாதத்தில் 'வர்ணபரிசய்' முதல்பாகத்தின் 3,000 பிரதிகள் அச்சிடப்பட்டது. 1858-ம் ஆண்டுக்குள் அதன் 11 பதிப்புகள் (88,000 பிரதிகள்) வெளியாகிவிட்டன. 1890-ம் ஆண்டுக்குள் 152 பதிப்புகள் (33,60,000 பிரதிகள்) அச்சிடப்பட்டுவிட்டன.

'வர்ணபரிசய்' இரண்டாம் பாகம் 1855 ஜூன் மாதத்தில் வெளியாயிற்று. வித்யாசாகரின் வாழ்நாளில் இதன் 140 பதிப்புகள் (15,90,000 பிரதிகள் ) வெளியாகிவிட்டன.

இதிலிருந்து இந்த நூலுக்குப் பொதுமக்கள் அளித்த ஆதரவைப் புரிந்து கொள்ளலாம். இன்றும் - இருபதாம் நூற்றாண்டின் இறுதிக் காலத்திலும் வர்ணப் பரிசய் வங்காளப் பள்ளிகளில் கற்பிக்கப்பட்டு வருகிறது.

வித்யாசாகர் 1856-ம் ஆண்டில் ஈசாப் கதைகளை வங்காளியில் மொழிபெயர்த்து 'கதா மாலா' என்ற தலைப்பில் வெளியிட்டார்.

ஒழுக்கம், ஈகை, அன்பு, நன்றியுடைமை முதலிய பல்வேறு நற்குணங்களின் பெருமையை விளக்கும் பல கதைகளைத் தொகுத்து 'ஆக்யான மஞ்சரி' (1860) என்ற தலைப்பில் அவர் வெளியிட்டார். இது பின்னர் இரண்டு பாகங்களாக விரிவாக்கப்பட்டது.

**கொள்கைப் பிரசாரப் பிரசுரங்கள்**

இந்தப் பிரிவில் கீழ்க்கண்ட பிரசுரங்கள் அடங்கும்:

1. விதவை மறுமணம் சரியா இல்லையா என்பது பற்றிய பிரசுரம் (1855) - 2 பாகங்கள்.

2. பலதார மணங்களைத் தடுக்க வேண்டுமா என்பது பற்றிய பிரசுரம் - முதல் பாகம் (1871), இரண்டாம் பாகம் (1873).

3. நிஷ்கிருதி லாபப் பிரயாஸ் (1888) (மதன்மோகன் தர்க்காலங்காரின் மருமகன், வித்யாசாகருக்கு எதிராகப் பரப்பிய அவதூறுகளுக்குப் பதில்)

4. விதவை மறுமணத்தை எதிர்த்து எழுதப்பட்ட பல கட்டுரை களுக்குப் பதிலளித்து வித்யாசாகர் புனைபெயரில் எழுதிய கட்டுரைகள்.

மேற்கண்ட பிரசுரங்களில் வித்யாசாகர் சரித்திரச் சான்றுகள் மூலமாகவும் தம் வாதங்களாலும் தம் கொள்கைகளை நிலைநாட்ட முயல்கிறார். அவர் கேலியையும் நகைச்சுவையையும் கையாண்டு தம் எதிர்த்தரப்பினரின் நடத்தையையும் வாதங்களையும் எள்ளி நகையாடுகிறார். பல சுவையான கதைகளைச் சொல்கிறார். இப்பிர சுரங்களில் பல பகுதிகள் தரமான அங்கதச்சுவைக்கு எடுத்துக்காட்டாக விளங்குகின்றன. உதாரணமாக, சாத்திரவிதிகளை மீறி வாழ்க்கையில் செல்வாக்குப் பெற்றுள்ள பழக்கவழக்கங்களைப் பற்றி வித்யாசாகர் விதவைத் திருமணம் பற்றிய தம் இரண்டாவது கட்டுரையின் இறுதியில் கூறுவதைப் பார்க்கலாம்:

'நடைமுறை ஆசாரமே! உன் பெருமையே பெருமை! நீ உனக்கடங்கிய பக்தர்களை அடிமைச் சங்கிலியில் பிணைத்து ஆட்சி செலுத்துகிறாய். நீ கொஞ்சங்கொஞ்சமாக உன் ஆட்சியை விஸ்தரித்து இப்போது

அறத்தின் தலையைக் காலால் உதைக்கிறாய்; அறத்தின் உள்ளார்ந்த பொருளை அழித்துவிட்டாய்; நன்மை-தீமை, நீதி-அநீதி என்று பாகுபடுத்திச் சிந்திக்கும் வழியை அடைத்துவிட்டாய். உன் தாக்கத்தால் சாத்திர விதி சாத்திரத்துக்கு முரணாகக் கருதப்படுகிறது. அறம் அறத்துக்கு எதிராகக் கருதப்படுகிறது. அறத்துக்கு முரணாகச் செயல்படும் ஒழுக்கங் கெட்டவர்களும் உன்னைப் பின்பற்றுவதால் சான்றோராகக் கருதப்பட்டு சமூகத்தில் மரியாதை பெறுகிறார்கள். குற்றமற்ற சான்றோர்கள் உனக்கு எதிராகச் செயல்படுவதால் நாத்திகர்களாகவும் ஒழுக்கமற்றவர்களாகவும் கருதப்பட்டு இகழப்படுகிறார்கள்.'

'பாரத நாட்டு மக்களே! நீங்கள் இன்னும் எவ்வளவு காலம் மயங்கி, சோம்பிக்கிடப்பீர்கள்? ஒரு முறை ஞானக்கண்ணைத் திறந்து பாருங்கள் - உங்கள் புண்ணிய பூமியான பாரதத்தில் விபசாரமும் கருக்கொலையும் மலிந்துவிட்டன. இனியாவது சாத்திரத்தின் உட்பொருளையுணர்ந்து நடைமுறை ஆசாரத்தின் அடிமைத்தனத்திலிருந்து விடுபட்டு ஒழுக்கத்தை மேற்கொண்டால் நாட்டுக்கு ஏற்பட்டுள்ள களங்கத்தைத் துடைக்கலாம். ஆனால், உங்கள் அறிவும் அற உணர்வும் கெட்டு விட்டன. விதவைகளின் துன்பத்தைப் பார்த்தும் உங்கள் கல்லி தயங்களில் இரக்கம் தோன்றவில்லை. நாட்டில் விபசாரமும் கருக்கொலையும் மிகுந்தும் உங்களுக்கு அருவருப்பு ஏற்படவில்லை. கணவன் இறந்துவிட்டால் மனைவியின் உடம்பு கல்லாகிவிடும். அவளுக்கு துன்பம் துன்பமாகத் தோன்றாது, அவளது புலன்கள் அழிந்துபோய்விடும் என்று நீங்கள் நினைக்கிறீர்கள்.'

'அபலைகளே! நீங்கள் என்ன பாவம் செய்ததால் இந்தப் பாரதநாட்டில் பிறந்தீர்கள் என்று எனக்குச் சொல்லத் தெரியவில்லை.'

### தொகுப்பு நூல்கள்

வித்யாசாகர் சம்ஸ்கிருத இலக்கிய நூல்கள் பலவற்றை விரிவான முன்னுரைகளுடன் வெளியிட்டார். ஒவ்வொரு நூலையும் வெளியிடு முன் பல சுவடிப் பிரதிகளை ஆராய்ந்து தவறுகளைத் திருத்தினார். இந்த முன்னுரைகள் வித்யாசாகரின் ஆழ்ந்த அறிவுக்கும் ஆராய்ச்சித் திறனுக்கும் சான்றாக விளங்குகின்றன.

வித்யாசாகர் மாணவராக இருந்தபோது அவருடைய ஆசிரியர்கள் சிலரும் டாகுர்தாசும் அவருக்குக் கற்றுக்கொடுத்த வேடிக்கையான சம்ஸ்கிருத சுலோகங்களை அவர் சேர்த்து வைத்திருந்து அவற்றைப் பின்னர் 'சுலோக மஞ்சரி' என்ற தலைப்பில் வெளியிட்டார்.

அவர் ஆங்கிலத்தில் ஒரு கட்டுரைத் தொகுப்பையும் இரண்டு கவிதைத் தொகுப்புகளையும் தயாரித்து வெளியிட்டார்.

## இலக்கிய நூல்களின் தழுவல்கள், மொழிபெயர்ப்புகள்

வித்யாசாகர் மகாபாரதத்தை வங்காளியில் மொழிபெயர்க்க முற்பட்டு அதன் 'உபக்ரமணிகா' பகுதியை மொழிபெயர்த்தும் விட்டார். அப்போது காளிப்பிரசன்ன சின்ஹா என்பவர் மகாபாரதத்தை மொழி பெயர்த்துக் கொண்டிருப்பதாக அவர் கேள்விப்பட்டார். அவர் காளிப் பிரசன்னாவுக்குப் போட்டியாக இருக்க விரும்பாமல் 'உபக்ர மணிகா'வுடன் தன் மொழிபெயர்ப்பை நிறுத்திக்கொண்டு விட்டார். இந்தப் பகுதிமொழிபெயர்ப்பு 1860-ம் ஆண்டில் வெளிவந்தது.

அவர் காளிதாசனின் சாகுந்தல நாடகத்தைத் தழுவி வங்காளி உரைநடையில் 'சகுந்தலா' (1854) இயற்றினார். அதேபோல் வால்மீகி ராமாயணத்தையும் பவபூதியின் சம்ஸ்கிருத நாடகமான உத்தரராம சரிதத்தையும் தழுவி 'சீதார் வனவாஸ்' (1860) எழுதினார். இந்த இரு நூல்களும் தழுவல்களாக இருந்தாலும் தரமான இலக்கியப் படைப்புகளாகும்.

'சீதார் வனவாஸ்' மிகவும் உருக்கமாக எழுதப்பட்டிருந்தது. ராம்கதி நியாயரத்னா என்பவர் இந்த நூலைப் பற்றி இவ்வாறு கூறிப் பாராட்டினார்: '..(பிற்பகுதியில்) ஒருபக்கத்தைப் படித்தால் கல்போன்ற இதயமும் உருகிவிடும். கருணைச் சுவையைப் படைப்பதில் வித்யாசாகரின் திறன் எத்தகையதென்பது இந்த நூல் ஒன்றிலேயே முழுமையாகக் காட்டப்பட்டுள்ளது.'

வித்யாசாகர் ஷேக்ஷ்பியரின் 'காமெடி ஆஃப் எரர்ஸ்' நாடகத்தை 'ப்ராந்தி விலாஸ்' (1869) என்ற தலைப்பில் வங்காளி உரைநடையில் எழுதினார். இந்த நூலும் ஒரு சிறந்த இலக்கியப் படைப்பாகும்.

மதுசூதன் தர்க்கபஞ்சானன் என்பவர் எழுதிய சம்ஸ்கிருத நூலொன்று வித்யாசாகரால் 'வாமனாக்யான்' (1873) என்ற பெயரில் வங்காளியில் மொழிபெயர்க்கப்பட்டது.

அவர் ராமரின் முடிசூட்டு வரலாற்றை 'ராமேர் ராஜ்யாபிஷேக்' என்ற தலைப்பில் வங்காளியில் எழுதத்தொடங்கினார். ஆனால் இந்த நூல் முற்றுப்பெறவில்லை.

## தூய இலக்கியப் படைப்புகள்

வித்யாசாகர் தம் வாழ்நாள் முழுதும் சமூகச் சீர்திருத்தத்திலும் கல்வி வளர்ச்சியிலும் ஈடுபட்டிருந்ததால் அவருக்கு தூய இலக்கியம் படைக்கப் போதுமான நேரம் கிடைக்கவில்லை. ஆனால், அவர் முயன்றிருந்தால் ஒரு சிறந்த இலக்கியப் படைப்பாளராக திகழ்ந் திருப்பாரென்பதற்குப் பல சான்றுகள் அவருடைய கொள்கைப்

பிரசாரக் கட்டுரைகளிலும், தழுவல், மொழிபெயர்ப்பு நூல்களிலும் காணக் கிடைக்கின்றன. அவருடைய தூய இலக்கியப் படைப்புகள் எனச் சொல்லக் கூடியவை இரண்டே. ஒன்று - 'பிரபாவதி சம்பாஷண்'; இன்னொன்று - அவரது சுயசரிதை.

வித்யாசாகரின் நண்பர் ராஜகிருஷ்ண பந்த்யோபாத்தியாய்க்குப் பிரபாவதி என்ற பெண் இருந்தாள். அவள் தன் மூன்றாம் வயதிலேயே இறந்துவிட்டாள். வித்யாசாகர் அவளை மிகவும் நேசித்தார். பல்வேறு காரணங்களால் வாழ்க்கையில் அலுப்படைந்திருந்த அவருக்கு அச்சிறு குழந்தையின் அணுக்கம் பெரிய ஆறுதலாக இருந்தது. குழந்தையின் திடீர்மரணம் அவருக்கு அதிர்ச்சியளித்தது. அவர் தம் வேதனையை வெளியிட்டு, 'பிரபாவதி சம்பாஷண்' என்ற கட்டுரையை 1864-ம் ஆண்டில் எழுதினார். ஆனால், அவர் அதைப் பிரசுரிக்கவில்லை. அவர் காலமானபின் இக்கட்டுரை கண்டுபிடிக்கப்பட்டுப் பிரசுரிக் கப்பட்டது.

வித்யாசாகர் அக்குழந்தையின் மேல் கொண்டிருந்த பரிவும் அதன் பிரிவால் அவருக்கேற்பட்ட கையறுநிலையும் இப்படைப்பில் உருக்க மாகச் சித்திரிக்கப்பட்டுள்ளன. மாதிரிக்கு ஒரு சிறு எடுத்துக்காட்டு:

'குழந்தாய்! நான் பல காரணங்களால் சிறிது காலமாக மிகவும் நொந்து போயிருக்கிறேன். வாழ்க்கை எனக்கு விஷமாக ஆகிவிட்டது. ஒரே ஒரு பொருளைத் தவிர மற்றெதிலும் எனக்கு ஆர்வமோ இன்பமோ ஏற்பட வில்லை. அந்த ஒரே பொருள் நீதான். இதுகாறும் உன்னை ஆதாரமாகக் கொண்டிருந்ததால் எனக்கு இந்த விஷமயமான வாழ்க்கையும் அமுதமயமாகத் தோன்றியது. எனக்கு வாழ்க்கை கசந்துபோகும்போது உன்னைத்தூக்கி மடியில் வைத்துக்கொண்டு உனக்கு முத்தம் கொடுத் தால் என் உடல் முழுதும் அமுதத்தில் முழுகினாற் போன்ற உணர்வு ஏற்படும். குழந்தாய்! உன்னிடம் என்ன மோகனசக்தி இருந்ததென்று சொல்லத் தெரியாது எனக்கு. நீ இருள் சூழ்ந்த வீட்டில் விளக்காய் இருந்தாய், பாலைவனத்தில் ஊற்றாய் இருந்தாய். அதிகம் சொல்வானேன்! இதுவரை நீதான் என் வாழ்க்கையின் ஒரே ஆதாரமாக இருந்தாய். ஆகையால் இப்போது நீயின்றி என் நிலை எவ்வளவு பரிதாபமாக இருக்குமென்பதை எளிதில் புரிந்து கொள்வாய்.'

இக்கட்டுரையை எழுதிய காலத்தில் வித்யாசாகரின் மனநிலை எப்படியிருந்தது என்று மேலேயுள்ள எடுத்துக்காட்டிலிருந்து தெரிகிறது. அவரது இலக்கியப் படைப்புத்திறனுக்கும் இது ஒரு சான்று.

வித்யாசாகர் தம் வாழ்நாளில் தம் நண்பர்களின் வற்புறுத் தலுக்கிணங்கித் தம் வரலாற்றை எழுதத் தொடங்கினார். ஆனால்,

பல்வேறு பணிகளில் ஈடுபட்டிருந்ததாலும் இறுதியாண்டுகளில் உடல்நிலைச் சீர்கேட்டாலும் அவரால் தொடர்ந்து எழுதமுடிய வில்லை. அவர் இறந்தபோது இந்த வரலாற்றின் முதலிரண்டு இயல்களே எழுதப்பட்டிருந்தன. வித்யாசாகரின் முன்னோர் வரலாறும், அவரது குழந்தைப் பருவமும் இவற்றில் இடம்பெற்றுள்ளன. அவர் கல்கத்தா சம்ஸ்கிருதக் கல்லூரியில் மாணவனாகச் சேர்ந்த செய்தியுடன் இரண்டாவது இயல் நிறைவுறுகிறது.

வித்யாசாகரின் மரணத்துக்குப்பின் அவருடைய புதல்வர் நாராயண் இந்த முற்றுப்பெறாத படைப்பை 1891 செப்டம்பர் மாதத்தில் ‘வித்யாசாகர் சரித்’ என்ற தலைப்பில் வெளியிட்டார். எளிய வங்காளி நடைக்கு ஒரு சிறந்த உதாரணமாகத் திகழ்கிறது இந்த நூல்.

# 19

## பிற பணிகள்

***பத்திரிகைப் பணி***

*'வித்யாசாகரின் காலத்தில் பல பத்திரிகைகள் தோன்றியிருந்தன. மக்களின் அறிவை வளர்க்கவும் அவர்களிடையே புதுமைக் கருத்துகளைப் புகுத்தவும் பத்திரிகைகள் பெரிதும் துணை செய்யும் என்பதை உணர்ந்த வித்யாசாகர் பத்திரிகைகளின் வளர்ச்சியில் அக்கறை காட்டினார். தாமே பல பத்திரிகைகளில் கட்டுரை எழுதவும் செய்தார். அவருடைய கட்டுரை களைத் தாங்கி வந்த பத்திரிகைகள் பொதுமக்களின் கவனத்தை ஈர்த்தன. அவற்றின் விற்பனையும் பெருகியது.*

*தேவேந்திரநாத் தாகூரும் வேறு சில பிரும்ம சமாஜத்தினரும் தத்துவ போதினி சபை என்ற அமைப்பை நிறுவியபோது அந்த அமைப்பின் வெளியீடாகத் 'தத்துவபோதினி' என்ற பத்திரிகை 1843-ம் ஆண்டு ஆகஸ்ட் மாதம் தொடங்கப்பட்டது. சமூக சீர்திருத்தவாதியான அட்சயகுமார் தத்தா இதன் ஆசிரியரானார். இப்பத்திரிகையில் வெளியிடத்தக்க கட்டுரைகளைத் தேர்ந்தெடுக்க ஒரு கமிட்டி நிறுவப் பட்டது. வித்யாசாகரும் இந்தக் கமிட்டியில் ஓர் உறுப்பினராக இருந்தார். அதனால் அவருக்கு அட்சய குமாரின் கட்டுரைகளைத் திருத்தும் வாய்ப்பு ஏற்ப்பட்டது. வித்யாசாகர் செய்த திருத்தங்களால் இக்கட்டுரைகள் இன்னும் சிறந்து விளங்கின. இதற்காக அட்சயகுமார் வித்யாசாகரிடம் மிகவும் நன்றி பாராட்டினார். பிற்காலத்தில் அட்சயகுமார் வங்காளி உரைநடையில் சிறந்த எழுத்தாளராகத் திகழ்ந்தார்.*

சர்வசுபகரி சபை 1850-ம் ஆண்டில் தொடங்கப்பட்டது. அதன் வெளியீடாக 'சர்வசுபகரி பத்திரிகை' வெளிவந்தது. வித்யாசாகர் இதன் முதல் இதழில் 'இளம்வயதுத் திருமணத்தின் தீமைகள்' என்ற தலைப்பில் ஒரு கட்டுரை எழுதினார்.

சம்ஸ்கிருதக் கல்லூரியின் பழைய மாணவர் சாரதாப் பிரசாத் கங்கோ பாத்தியாய் சிறந்த அறிஞர். ஆனால் அவருக்குக் காது மந்தமாக இருந்ததால் வேலை கிடைக்காமல் சிரமப்பட்டார். வித்யாசாகர் அவருக்கு ஒரு வேலை கொடுப்பதற்காக 1858-ம் ஆண்டு நவம்பரில் 'சோமப்பிரகாஷ்' என்ற பத்திரிகையைத் தொடங்கினார். பின்னர் சாரதாப் பிரசாதுக்கு வேறோரிடத்தில் ஒருநல்ல வேலை கிடைத்து அவர் அங்கே போய்விட்டார். அப்போது வித்யாசாகர் துவாரகாநாத் வித்தியாபூஷன் என்பவரை இப்பத்திரிகையின் ஆசிரியராக்கினார். இப்பத்திரிகை அரசியல், சமூகம், பொருளாதாரம் பற்றிய முற்போக்குக் கருத்துகளைத் துணிவுடன் வெளியிட்டது. ஆண்டுச் சந்தாவாக 10 ரூபாய் கொடுத்தவர்களுக்குத்தான் இப்பத்திரிகை அனுப்பப்பட்டது. அப்படியும் இப்பத்திரிகை நன்றாக விற்பனையாயிற்று.

'இந்து பேட்ரியட்' பத்திரிகையின் ஆசிரியர் ஹரிஷ் சந்திரமுகர்ஜி 1861-ம் ஆண்டில் மரணமடைந்தார். பிறகு காளிபிரசன்ன சின்ஹா என்பவர் அதை 5000 ரூபாய்க்கு வாங்கி அதை நடத்தும் பொறுப்பை வித்யாசாகரிடம் ஒப்படைத்தார். வித்யாசாகர் கிருஷ்ணதாஸ் பால் என்ற இளைஞரை இப்பத்திரிகையின் ஆசிரியராக்கி, பத்திரிகையை நல்ல முறையில் கொண்டுவர அவருக்குப் பெரிதும் உதவினார். ஆனால், சிறிது காலத்துக்குப் பிறகு கிருஷ்ணதாஸ் பால் வித்யாசாகருக்குத் தெரியாமலேயே பத்திரிகையைப் பிரிட்டிஷ் இந்திய சபையின் நிர்வாகத்தின் கீழ் கொண்டுவரத் திட்டமிட்டார். இதையறிந்ததும் வித்யாசாகர் தாமாகவே பத்திரிகையிலிருந்து விலகிக் கொண்டார்.

வித்யாசாகர் வேறு பல பத்திரிகைகளிலும் கட்டுரைகள் எழுதினார். ஹிந்தி எழுத்தாளர் பாரதேந்து ஹரிச்சந்திரா நடத்திவந்த ஹிந்திப் பத்திரிகையிலும் வித்யாசாகரின் கட்டுரைகள் வெளிவந்தன.

### இந்துக் குடும்ப நலநிதி அமைப்பு

இந்துக் குடும்பங்களில் குடும்பத்தலைவர் திடீரென்று இறந்துவிட்டால் எஞ்சியவர்கள் அநாதைகளாகி இன்னலுறுவதைக் கண்ட வித்யாசாகர் இத்தகையவர்களுக்கு ஓரளவு பாதுகாப்பு அளிக்கும் நோக்கத்துடன் ஓர் அமைப்பை உருவாக்க விரும்பினார். 1872 பிப்ரவரி மாதத்தில் அவரும் சில நகரப்பெரியோரும் கூடி இதுபற்றி விவாதித்தனர். அதே ஆண்டு ஜூன் மாதத்தில் 'இந்துக் குடும்ப நலநிதி' தொடங்கப்பெற்றது.

இது ஒருவகைக் காப்பீட்டு நிதி. ஒருவர் தம் வாழ்நாளில் மாதாமாதம் ஒரு குறிப்பிட்ட தொகையை இந்த நிதியில் செலுத்த வேண்டும். அவர் மரணமடைந்தால் அவர் செலுத்திவந்த தொகைக்கேற்றபடி ஒரு குறிப்பிட்ட தொகை அவருடைய மனைவி, பிள்ளை அல்லது நெருங்கிய உறவினருக்கு வாழ்நாள் முழுதும் அளிக்கப்படும்.

வித்யாசாகர் சுமார் மூன்றாண்டுகள் இந்த நிதியின் அறங்காவலர்களில் ஒருவராகப் பணிபுரிந்தார். ஆனால், இந்த அமைப்பு நல்லமுறையில் செயல்படவில்லை. இதன் ஆவணங்கள் சரியாக வைத்துக்கொள்ளப் படவில்லை. விதிகள் சரிவரக் கடைபிடிக்கப்படவில்லை. மற்ற அறங் காவலர்கள் அமைப்பின் முன்னேற்றத்தில் கவனம் செலுத்தாமல், உட் பூசலில் ஈடுபட்டனர். வித்யாசாகர் இந்தக் குறைகளை நீக்க முயன்றும் அவரது முயற்சி வெற்றிபெறவில்லை. இந்த நிலையில் அமைப்புடன் தொடர்பு கொண்டிருக்க விரும்பாமல் அவர் தம் அறங்காவலர் பதவியை விட்டு விலகினார்.

மற்ற அறங்காவலர்கள் அவரை அவரது ராஜிநாமாவுக்குக் காரணம் கேட்டபோது அவர் அந்த அமைப்பில் நடைபெறும் ஒழுங்கீனங் களைக் குறிப்பிட்டு இவ்வாறு எழுதினார்: ‘உங்களைவிட எனக்கு இந்த நிதியின் மேல் அதிகப் பரிவு உண்டு. அதையும் மீறி இந்த அமைப்பி லிருந்து விலகுவது எனக்கு எவ்வளவு வருத்தமளிக்கிறது என்பது என் ஆத்மாவுக்குத்தான் தெரியும்.’

**வார்ட்ஸ் இன்ஸ்டிடியூஷனில் பணி**

கார்ன்வாலிஸ் பிரபுவின் சாசுவத நிலவரித்திட்டம் காரணமாக வங்காளத்தில் நிறைய ஜமீன்தார்கள் இருந்தார்கள். அவர்கள் அகால மரணமடைந்து அவர்களுடைய வாரிசுகள் சிறுவர்களாக இருந்ததால் அந்த வாரிசுகள் உரிய வயதுக்கு வரும்வரை ஜமீன் சொத்து அரசாங்க நிர்வாகத்தில் இருக்கும். அந்த வாரிசுகளைப் பராமரிக்க ‘வார்ட்ஸ் இன்ஸ்டிடியூஷன்’ என்ற அமைப்பு 1856-ம் ஆண்டில் அமைக் கப்பட்டது. இந்த அமைப்பு ரெவின்யூ போர்டின் நிர்வாகத்தில் இயங்கியது. இதன் செயல்பாட்டை மேற்பார்த்து அரசாங்கத்துக்கு அவ்வப்போது அறிக்கையனுப்பச் சில மேற்பார்வையாளர் நியமிக்கப் பெற்றனர். வித்யாசாகர் இத்தகைய மேற்பார்வையாளர்களுள் ஒருவராக 1863-ம் ஆண்டில் நியமிக்கப்பட்டார்.

அவர் எந்தப் பணியை மேற்கொண்டாலும் அதைப் பொறுப்புடன் நிறைவேற்றுவார். ஆகவே, வார்ட்ஸ் இன்ஸ்டிடியூஷனை மேற் பார்க்கும் பணியையும் அவர் அக்கறையோடு செய்தார். சில தடவைகள் அந்த அமைப்பைப் பார்வையிட்டபின் 1864-ம் ஆண்டில் அரசாங் கத்துக்கு ஓர் அறிக்கை அனுப்பினார்.

இன்ஸ்டிடியூஷனில் தங்கியிருந்த மாணவர்கள் எல்லோரும் ஓர் இடத்தில் அமர்ந்து படிப்பது வழக்கம். அவர்கள் வெவ்வேறு வகுப்புகளில் படித்துக் கொண்டிருந்தார்கள். ஆனால், அவர்களைக் கவனித்துக்கொள்ள ஒரேயோர் ஆசிரியர்தாக இருந்தார்.

வெவ்வேறு வகுப்பு மாணவர்கள் வெவ்வேறு இடங்களில் அமர்ந்து படிக்க வேண்டும். ஒவ்வொரு வகுப்பு மாணவர்களுக்கும் தனித்தனி ஆசிரியர்கள் இருக்கவேண்டும் என்று வித்யாசாகர் தம் அறிக்கையில் கருத்துத் தெரிவித்திருந்தார்.

இதன்பிறகு அரசாங்கம் மேற்பார்வையாளர்களை ஒரு விரிவான அறிக்கை அனுப்பும்படி கேட்டுக்கொண்டது. ஆனால், வித்யாசாகர் மற்ற மேற்பார்வையாளர்களிலிருந்து கருத்து வேறுபட்டார். ஆகையால் அவர் 1865 ஜனவரி மாதத்தில் ஒரு தனி அறிக்கை வெளியிட்டார். இந்த அறிக்கையில் அவர் கீழ்க்கண்ட பரிந்துரைகளைச் செய்தார்:

1. இன்ஸ்டிடியூஷனில் உள்ள சிறுவர்கள் நான்கு முதல் ஆறு ஆண்டுகள் அங்கு தங்கி சாதாரணப் பள்ளிகளில் கல்வி கற்கிறார்கள். இந்தக் குறுகிய காலத்துக்குள் அவர்கள் முழுமையான கல்வியறிவு பெறமுடியாது. ஆகவே, அவர்களுக்கு இன்ஸ்டிடியூஷனிலேயே கல்வி போதிக்க ஏற்பாடு செய்யப்பட வேண்டும்.

2. ஜமீன் சொத்தை நிர்வாகிக்க அவர்களுக்குப் பயிற்சியளிக்கப்பட வேண்டும்.

3. சிறுவர்களுக்குப் பிரம்படி கொடுப்பதை அனுமதிக்கும் விதி நீக்கப்பட வேண்டும்.

இந்தக் கடைசிப் பரிந்துரை பற்றி வித்யாசாகர் தம் அறிக்கையில் எழுதினார்: ‘குற்றம் எதுவாக இருந்தாலும் அதற்காக உடலை வருத்தும் தண்டனையளிக்கப்படுவதை நான் கடுமையாக எதிர்க்கிறேன். சிறுவர்களுக்கு இத்தகைய தண்டனை கொடுப்பதால் அவர்களது குணம் சீர்திருந்துவதற்குப் பதிலாக மேலும் கெட்டுப்போகிறது.’

பத்தொன்பதாம் நூற்றாண்டின் இடைக்காலத்தில் இத்தகைய கருந்து எவ்வளவு புரட்சிகரமானது என்பதைச் சொல்லத் தேவையில்லை. வித்யாசாகரின் தலைமையில் சம்ஸ்கிருதக் கல்லூரியிலும் மெட்ரோ பாலிட்டன் பள்ளியிலும் மாணவர்களின் உடலை வருத்தும் தண்டனைகள் தடை செய்யப்பட்டிருந்தன என்பது முன்பே கூறப்பட்டுள்ளது.

வித்யாசாகர் 1865 ஆகஸ்டிலும் இன்னோர் அறிக்கை அனுப்பினார். ஆனால் அரசாங்கம் அவருடைய பரிந்துரைகளை முழுமையாக

ஏற்றுக்கொள்ளவில்லை. மேலும் அவருக்கும் இன்ஸ்டிடியூஷனின் இயக்குநருக்கும் கருத்து வேறுபாடு ஏற்பட்டது. ஆகவே, அவர் அதே ஆண்டில் மேற்பார்வையாளர் பதவியிலிருந்து விலகிக் கொண்டார்.

### ஹோமியோபதி மருத்துவப்பணி

வித்யாசாகர் தம் நண்பர் ராஜேந்திர தத்தாவை ஹோமியோபதி கற்கத் தூண்டினார். அவரும் அவ்வாறே செய்து நெடுங்காலமாக வித்யாசாகரைத் துன்புறுத்தி வந்த தலைவலியைக் குணமாக்கினார். இதனால் வித்யாசாகருக்கு ஹோமியோபதி முறையில் நம்பிக்கை வளர்ந்தது. அவர் தாமே அதை முறைப்படி கற்றதோடு தம் தம்பி தீனபந்துவையும் வேறுபலரையும் கற்கத் தூண்டினார். இதன்பின் அவர் எங்கு தங்கியிருந்தாலும் அங்குள்ள நோயாளிகளுக்கு இலவச மருத்துவம் செய்ததோடு, மருந்துகளும் பத்திய உணவும் இலவசமாகக் கொடுத்தார். அவர் தீனபந்துவிடம் ஹோமியோபதி நூல்களும் மருந்துகளும் கொடுத்து அவரைக் கிராமத்துக்கு அனுப்பி ஏழை மக்களுக்கு இலவசமாக மருத்துவமளிக்கச் செய்தார்.

அவரது தூண்டுதலால் ஹோமியோபதி கற்றுப் புகழ்பெற்றவர் பலர். அவருடைய நண்பர் டாக்டர் மகேந்திரலால் சர்க்கார் அலோபதி மருந்துவ நிபுணர். அவருக்கு ஹோமியோபதியில் நம்பிக்கையில்லை. இது குறித்து அவருக்கும் வித்யாசாகருக்குமிடையே ஒரு வாதம் நிகழ்ந்தது. இறுதியில் மகேந்திரலால் ஹோமியோபதி முறையைச் சோதித்துப் பார்க்க இணங்கி அதைக் கற்றுக்கொண்டார். இதன்பிறகு அவர் ஹோமியோபதியின் பெருமையைப் புரிந்துகொண்டார். அவர் அலோபதி மருத்துவத்தைக் கைவிட்டு ஹோமியோபதித் துறையில் மருத்துவம் தொடங்கிப் பெரும்புகழ் பெற்றார்.

வித்யாசாகர் வெளிநாடுகளிலிருந்து ஹோமியோபதி நூல்களை வரவழைத்து அவற்றைப் பலருக்கு இலவசமாக அளித்தார். இவ்வாறு அவர் மக்களிடையே ஹோமியோபதி பற்றிய உணர்வை வளர்த்தார். அவர் தம் நோயாளி நண்பர்களுக்குத் தாமே மருத்துவம் செய்தார் அல்லது அவர்களை ஹோமியோபதி கற்ற தம் நண்பர்களிடம் அனுப்பினார். அவர் தம் நோயாளிகளின் நோய்களின் விவரம், அவர்களுக்குத் தரப்பட்ட மருந்துகள், அவற்றின் விளைவு இவற்றை யெல்லாம் ஒரு நோட்டுப் புத்தகத்தில் குறித்து வைப்பார். இத்தகைய நோட்டுப் புத்தகம் ஒன்றை இன்றும் கல்கத்தாவில் ரவீந்திரபாரதி அருங்காட்சியகத்தில் காணலாம். அவருடைய நூலகத்தில் ஏராளமான ஹோமியோபதி நூல்கள் இடம் பெற்றிருந்தன.

20

## வாழ்க்கையின் பிற்பகுதி

'வித்யாசாகரின் வாழ்க்கையே ஒரு நீண்ட போராட்டந்தான். தொடக்கத்தில் வறுமையுடன் போராட்டம், பிறகு அதிகாரிகளுடன் மோதல், சமூகத்தில் மூடநம்பிக்கைகள், மக்களின் அறியாமை இவற்றுக்கெதிராகப் போராட்டம் - இவ்வாறு கழிந்தது அவரது வாழ்க்கை.

அவரது வாழ்க்கையின் பிற்பகுதியோ முன்பகுதியை விட இன்னும் துன்பகரமாக இருந்தது. 1869-ம் ஆண்டு அவருக்கு மிகவும் துன்பமளித்த ஆண்டாகும்.

அவர் அச்சகம் அமைத்தபோது ஒரு புத்தகக் கடையும் நிறுவிய செய்தி முன்னமே கூறப்பட்டுள்ளது. தமது பல அலுவல்கள் காரணமாக அவரால் இந்தப் புத்தகக் கடையை நேரடியாகக் கண்காணிக்க இயலவில்லை. அதை நிர்வகிக்க அவரால் நியமிக்கப்பட்டவர்கள் நிர்வாகத் திறனற்றவர்களாகவோ மோசக்காரர் களாகவோ இருந்ததால் கடை சரியாக இயங்க வில்லை. அதில் நஷ்டம் ஏற்பட்டது.

இறுதியில் புத்தகக் கடை வித்யாசாகருக்கு ஒரு பெரிய தலைவலியாகி விட்டது. அதில் கவனம் செலுத்த அவருக்கு நேரமுமில்லை. ஒருநாள் அவர் தம் நண்பர்களிடம் பேசிக்கொண்டிருந்தபோது, 'இந்தக் கடை ஒரு தலைவலியா இருக்கு. யாராவது இதைக் கேட்டா சும்மா கொடுத்துடுவேன்' என்று வெறுத்துப்போய்ச் சொன்னார்.

அப்போது அங்கிருந்த நண்பர்களில் பிரஜநாத் முகோபாத்தியாய் என்பவர், 'நீங்க நெசமாத்தான் சொல்றீங்களா?' என்று கேட்டார்.

'நெசமாத்தான்!'

‘அப்படீன்னா எனக்குக் கொடுத்துடுங்க!’

‘சரி, எடுத்துக்க!’ என்று சொல்லிவிட்டார் வித்யாசாகர்.

இந்தச் சமயத்தில் கடையை விலைக்கு வாங்கிக்கொள்ளப் பலர் முன்வந்தனர். ஒருவர் அதற்காக 10,000 ரூபாய் தரத் தயாராக இருந்தார். ஆனால் வித்யாசாகர் கடையை விற்க இணங்கவில்லை. அவர் தம் வாக்கைக் காப்பாற்றி கடையை பிரஜநாத்துக்குக் கொடுத்துவிட்டார். இது நிகழ்ந்தது 1869-ம் ஆண்டு ஆகஸ்ட் மாதத்தில்.

1869 மார்ச்சில் வித்யாசாகரின் பீர்சிங்கா வீடு தீ விபத்துக்குள்ளாயிற்று. ஆட்சேதம் நேரவில்லை. எனினும் வீட்டில் ஒரு பொருள்கூட தீக்குத் தப்பவில்லை. வித்யாசாகர் தம் சகோதரிகளைக் கல்கத்தாவுக்கு அழைத்துவந்தார். தாயையும் கல்கத்தாவுக்கு அழைத்தார். ஆனால், பகவதிதேவி கல்கத்தாவுக்கு வர மறுத்துவிட்டார். ‘நானும் கல்கத்தா வந்துவிட்டால் நம்மை அண்டியிருக்கும் மாணவர்களும் ஏழைகளும் என்ன செய்வார்கள்?’ என்று கேட்டார். வித்யாசாகர், பகவதிதேவியும் மற்ற ஏழைகளும் கிராமத்திலேயே தங்க ஏற்பாடு செய்தார்.

இதே ஆண்டில் குடும்பத்தில் சச்சரவு தலைதூக்கியது. வித்யாசாகரின் தம்பி தீனபந்து சம்ஸ்கிருத அச்சகத்திலும் புத்தகக்கடையிலும் தமக்கும் பங்கு உண்டென்றும் அது தமக்குப் பிரித்துத் தரப்படவேண்டுமென்றும் வாதிட்டார். உண்மையில் தீனபந்துவுக்கு இவ்விரண்டு நிறுவனங்களிலும் ஓர் உரிமையுமில்லை. மேலும் வித்யாசாகரின் மற்ற சகோதரர்கள் போல் தீனபத்துவும் அண்ணனின் பராமரிப்பில் வளர்ந்தவர். அண்ணனின் பரிந்துரை காரணமாகத்தான் அவர் வில்லியம் கோட்டைக் கல்லூரியில் ஆசிரியர் பதவி, உதவி இன்ஸ்பெக்டர் பதவி, உதவி மாஜிஸ்திரேட் பதவி ஆகிய பதவிகள் பெற்றார். அது மட்டுமல்ல, வித்யாசாகர் தீனபந்து உள்ளிட்ட தம் எல்லாத் தம்பிகளுக்கும் மாதாமாதம் பணஉதவி செய்துவந்தார். தீனபந்துவின் அநியாயக் கோரிக்கை வித்யாசாகரின் மனத்தைப் புண்படுத்தியது.எனினும், அவர் இந்த வழக்கை நீதிமன்றத்துக்குக் கொண்டுசெல்ல விரும்பாமல் சில நடுவர்களின் தீர்ப்புக்கு விட்டார். நடுவர்கள் இந்த வழக்கில் சாட்சியம் சொல்ல வித்யாசாகரின் இன்னொரு தம்பி சம்புசந்திரரைக் கூப்பிட்டனர். இவ்வாறு இக்கட்டான நிலையில் அகப்பட்டுக்கொண்ட சம்புசந்திரர் தீனபந்துவிடம் வந்து தம் கோரிக்கையை வாபஸ் பெறும்படி அவரைக் கெஞ்சிக்கேட்டுக் கொண்டார். தீனபந்து இணங்கவே அத்துடன் தகராறு முற்றுப்பெற்றது.

ஆனால், இதன் விளைவாக தீனபந்து வித்யாசாகரிடமிருந்து மாத உதவி பெற விரும்பவில்லை. வித்யாசாகர் தீனபந்துவுக்குத் தெரியாமல் தீனபந்துவின் மனைவியிடம் பணம் கொடுத்தார். இது தெரிந்ததும்

தீனபந்து கோபங்கொண்டு தம் மனைவியைப் பணத்தைத் திருப்பிக் கொடுக்கச் செய்தார். இது வித்யாசாகருக்கு வருத்தமளித்தது. இறுதியில் டாகுர்தாசும் சம்புசந்திரரும் தலையிட்டு தீனபந்துவைச் சமாதானம் செய்தனர். அதன்பிறகு தீனபந்து அண்ணனிடமிருந்து பணஉதவியை தொடர்ந்து பெற்றுக்கொள்ள இசைந்தார்.

அதே 1869-ம் ஆண்டின் இறுதியில் இன்னொரு வருந்தத்தக்க நிகழ்ச்சியும் நேர்ந்துவிட்டது.

க்ஷீர்பாயி கிராமத்தைச் சேர்ந்த மூசிராம் பந்த்யோபாத்தியாய் என்பவர் மனமோகினிதேவி என்ற விதவையை மணந்து கொள்ள விரும்பினார். அவர் பீர்சிங்காவுக்கு வந்து அப்போது அங்கிருந்த வித்யாசாகரின் உதவியை நாடினார். க்ஷீர்பாயி கிராமத்தைச் சேர்ந்த ஹால்தார் குடும்பத்தினர் ஒரு மதச்சடங்கின் மூலமாக மூசிராமை தங்கள் பிள்ளையாக ஏற்றுக்கொண்டிருந்தனர். மூசிராம் ஒரு விதவையைக் கல்யாணம் செய்து கொள்வதில் அவர்களுக்கு இஷ்டமில்லை. அவர்கள் வித்யாசாகரிடம் வந்து எப்படியாவது இந்தக் திருமணத்தைத் தடுத்துவிடும்படி அவரைக் கேட்டுக் கொண்டனர். அவர்கள் வித்யாசாகரின் நண்பர்கள். அத்துடன் அவருடைய பல சமூக சேவைகளுக்கு உதவியவர்கள். ஆகையால், அவர் அவர்களுடைய கோரிக்கைக்கு இணங்கி மூசிராமையும், மனமோகினியையும் கிராமத்தி லிருந்து அனுப்பி விடும்படி தம் தம்பிகளிடம் சொன்னார். ஆனால், தம்பிகள் தீனபந்துவும் ஈசானும் அவ்வாறு செய்யாமல் காதலரிரு வரையும் ஓரிடத்தில் ஒளித்து வைத்திருந்து இரவோடிரவாக அவர்களுக்குத் திருமணம் செய்துவைத்துவிட்டனர்.

மறுநாள் காலை இந்தச் செய்தி தெரிந்ததும் வித்யாசாகருக்கு வந்த கோபத்துக்கு அளவில்லை. அவர் தம்பிகளைக் கூப்பிட்டு கடிந்துகொண்டார். ஈசான் சொன்னார்: ‘விதவை மறுமணம் உங்க கொள்கையாச்சே! இந்தத் திருமணத்திலே என்ன தப்பு?’

தம் குடும்பத்தினரும் ஊர்க்காரர்களுமே தம் விருப்பத்துக்கெதிராக நடந்துகொண்டு தாம் ஹால்தார் குடும்பத்துக்கு அளித்த வாங்குறு தியைப் பொய்யாக்கிவிட்டது வித்யாசாகரின் மனத்தைப் புண் படுத்தியது. அவரது மிதமிஞ்சிய தன்மான உணர்வு காரணமாக அவர் பீர்சிங்காவை விட்டு வெளியேறவும் குடும்ப விஷயங்களிலிருந்து விலகியிருக்கவும் முடிவு செய்தார்.

சிலநாள்களில் அவர் கல்கத்தா திரும்பியபின் தம் தாய் தந்தையருக்கும், மனைவிக்கும் தம்பிகளுக்கும் கடிதமெழுதினார். தமக்குக் குடும்ப வாழ்க்கையில் விரக்தி ஏற்பட்டுவிட்டதாகவும், ஆகையால், குடும்பத்தி லிருந்து ஒதுங்கி தனிமையில் வாழப்போவதாகவும் இனி ஒருபோதும்

கிராமத்துக்குத் திரும்பிவரப் போவதில்லையென்றும் அவர் இக்கடிதங்களில் தெரிவித்தார். அவர் தம் தாய்தந்தையருக்கு எழுதிய கடிதங்களில் தாம் அவர்களுக்கு ஏதாவது குற்றமிழைத்திருந்தால் தம்மை மன்னிக்கும்படி கேட்டுக் கொண்டார். மனைவிக்கு எழுதிய கடிதத்தில், 'உன் பிள்ளை வளர்ந்து பெரியவனாகி விட்டான். இனி அவன் உன்னைக் கவனித்துக்கொள்வான்' என்று எழுதினார்.

இந்தச் சமயத்தில் டாகுர்தாஸ் காசியில் வசித்து வந்தார். பிள்ளையின் முடிவு அவருக்குப் பிடிக்கவில்லை. 'ஒரு திருடன் ஒரு வீட்டிலிருந்து சாப்பாட்டுத் தட்டைத் திருடிக்கொண்டுபோய் விட்டானாம். அந்த வீட்டுக்காரன் திருடன் மேல் கோபித்துக் கொண்டு சோற்றைத் தரையில் போட்டுக்கொண்டு சாப்பிட்டானாம்' என்று ஒரு வங்காளிப் பழமொழி உண்டு. டாகுர்தாஸ் இதைக் குறிப்பிட்டு, 'நீ அநாவசியமாக உன்னை வருத்திக் கொள்கிறாய்' என்று வித்யாசாகருக்கு எழுதினார். 'இல்லையில்லை. நான் குடும்பத்தில் உழன்று கொண்டிருந்த போதுதான் பலவகை வேதனைக்கு உள்ளாகியிருந்தேன். குடும்பத்தை உதறிவிட்டு வெளியே வந்தபின் இப்போது கவலையில்லாமல் நிம்மதியாக இருக்கிறேன். எனக்கு சுவர்க்கம் கிடைத்தாற்போலிருக்கிறது. நீங்கள் எனக்காகக் கவலைப்பட வேண்டாம்!' என்று அவருக்குப் பதிலெழுதினார் வித்யாசாகர்.

அந்தச் சமயத்தில் அவர் எவ்வளவு நொந்துபோயிருந்தாரென்பது அவரது இக்கடிதங்களிலிருந்து தெரியவருகிறது.

வித்யாசாகர் சம்ஸ்கிருதக் கல்லூரியின் உதவிச் செயலாளராக இருந்த போது அக்கல்லூரியில் இலக்கிய ஆசிரியர் பதவி காலியான செய்தியும் வித்யாசாகரின் பரிந்துரைப்படி அப்பதவிக்கு மதன்மோகன் நியமிக்கப் பட்ட செய்தியும் முன்னமே கூறப்பட்டுள்ளன. பிறகு வித்யாசாகரும் மதன்மோகனும் ஆளுக்குப் பாதிப்பணம் முதலீடு செய்து சம்ஸ்கிருத அச்சகம் அமைத்ததும் முன்பே கூறப்பட்டுள்ளது.

சில ஆண்டுகளுக்குப் பிறகு மதன்மோகன் மூர்ஷிதாபாத் மாவட்ட நீதிமன்றத்தில் ஒரு வேலை பெற்று அங்கே போய்விட்டார். பிறகு அவர் உதவி மாஜிஸ்திரேட்டாகப் பதவி உயர்வும் பெற்றார்.

இந்தச் சமயத்தில் ஏதோ காரணங்களால் அவருக்கும் வித்யா சாகருக்குமிடையே கருத்து வேற்றுமை ஏற்பட்டது. வித்யாசாகர் மதன்மோகனுடன் எவ்விதத் தொடர்பும் வைத்துக்கொள்ள விரும்ப வில்லை. 'நீங்க அச்சகத்திலே என் பங்கை வாங்கிக்கங்க அல்லது உங்க பங்கை எனக்கு வித்துடுங்க' என்று அவர் மதன்மோகனிடம் கூறினார். மதன்மோகன் தம் பங்கை வித்யாசாகருக்கு விற்க இணங்கினார். பங்கை மதிப்பிட ஒரு நடுவர்குழு அமைக்கப்பட்டது. நடுவர் குழு பங்கின்

மதிப்பைக் கணக்கிட்டது. இதற்குள் மதன்மோகன் நோய்வாய்ப்பட்டு இறந்துவிட்டார். வித்யாசாகர் மதன்மோகனுக்குரிய தொகையை அவருடைய மனைவிக்குக் கொடுத்துவிட்டார்.

நடுவர் தீர்ப்பின்படி அச்சகம் அதுவரை வெளியிட்டு வந்த புத்தகங்களின் உரிமை அச்சகத்தின் சொத்தாகக் கருதப்பட்டது. ஆகவே, அவற்றைத் தொடர்ந்து வெளியிடும் உரிமை வித்யாசாகருக்குக் கிடைத்தது.

மதன்மோகன் வங்காளி அரிச்சுவடி நூலை 'சிசு சிட்சா' என்ற பெயரில் மூன்று பாகங்களாக எழுதியிருந்தார். இந்த நூலும் அச்சகத்தால் வெளியிடப்பட்டதால் இதன் உரிமையும் நடுவர் தீர்ப்பின்படி வித்யா சாகருக்கே கிடைத்தது.

மதன்மோகன் இறந்தபின் அவருடைய தாயும், இளம் விதவையான அவருடைய இரண்டாவது பெண் குந்தமாலாவும் நிராதரவாக விடப் பட்டனர். அவர்கள் வித்யாசாகரிடம் உதவி வேண்ட, அவரும் அவர்கள் ஒவ்வொருவருக்கும் மாதம் பத்துரூபாய் பணஉதவி செய்ய ஒப்புக்கொண்டார்.

மதன்மோகனின் மூத்த பெண்ணின் கணவர் ஜோகேந்திரநாத் ஒரு நாள் வித்யாசாகரிடம் வந்து சொன்னார்: 'குந்தமாலா ரொம்பக் கஷ்டப் படறா. நீங்க அவளுக்கு 'சிசு சிட்சா' வெளியிட அனுமதி கொடுத்தால் அவளுக்கு உதவியாக இருக்கும்' என்று சொன்னார்.

'அதற்கென்ன, கொடுக்கிறேனே' என்றார் வித்யாசாகர்.

இத்துடன் சும்மா இருக்கவில்லை ஜோகேந்திரநாத். 'நீங்க ஏதோ தயவுகாட்டறதா நினைச்சுக்காதீங்க. உண்மையிலே 'சிசு சிட்சா' வெளியிடற உரிமை அச்சகத்துக்குச் சேராது. அந்த உரிமை என் மாமனாரோட சொத்துதான்' என்று சொன்னார்.

இந்த அநியாயமான கூற்றைக்கேட்டு வித்யாசாகருக்குக் கோபம் வந்துவிட்டது. 'அப்படீன்னா நான் பழைய ரிகார்டுகளைப் பார்த்துச் சொல்றேன்' என்று அவர் சொல்லிவிட்டார்.

விஷயத்தை ஆறப்போட விரும்பவில்லை ஜோதிகேந்திரநாத். அவர் ஒரு வழக்கறிஞர் மூலம் வித்யாசாகருக்கு நோட்டீஸ் அனுப்பினார்.

வித்யாசாகர் நடுவர்களையணுகினார். 'சிசு சிட்சா'வை வெளியிடும் உரிமை அச்சகத்துக்கே உண்டு. ஆகையால், அது வித்யாசாகரின் சொத்து என்று நடுவர் கருத்து தெரிவித்தனர்.

இப்போது ஜோகேந்திரநாத் தணிந்து வந்தார். 'அப்படீன்னா நீங்க முன்னாலே ஒப்புக்கொண்ட மாதிரி 'சிசு சிட்சா' உரிமையைக் குந்தமாலாவுக்குக் கொடுங்க' என்று சொன்னார்.

'நானாகக் கொடுக்கத் தயாராகத்தானிருந்தேன். என் உரிமையை நீங்க மறுத்ததாலே இனி தரமாட்டேன். நான் அவளுக்கு மாதம் 10 ரூபாய் கொடுக்க ஒப்புக்கொண்டிருக்கேன். அதைத் தரேன்' என்று சொல்லி விட்டார் வித்யாசாகர்.

இந்த நிகழ்ச்சியால் ஜோகேந்திரநாத்துக்கு வித்யாசாகர் மேல் கோபம் ஏற்பட்டது. அவர் தாம் எழுதிய மதன்மோகனின் வரலாற்றில் வித்யாசாகரின் மதிப்பைக் குறைக்கும் வகையில் பல கருத்துகளை வெளியிட்டார். ஒன்று, வித்யாசாகரின் 'வேதாள் பஞ்சவிம்சதி' நூல் மதன்மோகனால் பெருமளவு திருத்தப்பட்டது. ஆகையால் வித்யாசாகர், மதன்மோகன் இவ்விருவரையும் அந்த நூலின் கூட்டா சிரியர்களாகக் கொள்ளவேண்டும் என்ற கருத்து. இன்னொன்று, மதன் மோகனின் பரிந்துரை காரணமாகத்தான் வித்யாசாகருக்கு சம்ஸ்கிருதக் கல்லூரி முதல்வர் பதவி கிடைத்தது என்ற கருத்து.

இவ்விரண்டு கருத்துகளுமே விஷமத்தனமானவை. உண்மையென்ன வெனில், வித்யாசாகர் 'வேதாள் பஞ்சவிம்சதி' எழுதியபின் அதைத் தம் நண்பர்களான மதன்மோகனுக்கும் கிரிஷ்சந்திர வித்தியாரத்னாவுக்கும் படித்துக் காட்டினார். அவர்கள் ஒரு சில இடங்களில் பரிந்துரைத்த மாற்றங்களை ஏற்றுக்கொண்டு நூலைத் திருத்தினார். அதற்காக அந்த நூலை ஒரு கூட்டு முயற்சி என்று சொல்வது பொருந்தாது. இரண்டாவ தாக, வித்யாசாகருக்கு சம்ஸ்கிருதக் கல்லூரி முதல்வர் பதவி கிடைத்ததில் மதன்மோகனுக்கு ஒரு பங்குமில்லை. மாறாக, வித்யாசாகரின் பரிந்துரையின் விளைவாகத்தான் மதன்மோகனுக்கு இலக்கிய ஆசிரியர் பதவி கிடைத்தது. மதன்மோகனே தம் இறுதிக் காலத்தில் நண்பரொருவருக்கு எழுதிய கடிதமொன்றில் தாம் பெற்ற பதவிகளுக்கெல்லாம் மூலகாரணம் வித்யாசாகரே என்று கூறியதோடு அவருடன் பிற்காலத்தில் கருத்து வேற்றுமை ஏற்பட்டதற்காக வருத்தம் தெரிவித்திருந்தார்.

காலமாகிவிட்ட தம் பழைய நண்பர் பற்றிய விவாதத்தில் இறங்க வித்யாசாகருக்கு விருப்பமில்லையெனினும் ஜோகேந்திரநாத்தின் விஷமப் பிரசாரத்திலிருந்து தம்மைக் காப்பாற்றிக் கொள்வதற்காக அவர் 'நிஷ்கிருதிலாபப் பிரயாஸ்' என்ற கட்டுரையில் உண்மை நிலையை விளக்கினார்.

*1870*-ம் ஆண்டில் வித்யாசாகரின் மகன் நாராயணின் திருமணம் நடைபெற்றது.

அதே ஆண்டில் காசியில் டாகுர்தாஸ் கடும் நோய்வாய்ப்பட்டார். இச்செய்தி கேட்டு வித்யாசாகர் தம் தாயுடனும் சகோதரர்களுடனும் காசிக்குப் போய்ச் சிறிதுகாலம் தந்தைக்குப் பணிவிடை செய்தார்.

டாகுர்தாஸின் உடல்நிலை சற்றுத் தேறியது. அதுவரை டாகுர்தாஸ் ஒரு புரோகிதரின் வீட்டில் தங்கியிருந்தார். அந்தவீடு அவ்வளவு வசதியாக இல்லை. வித்யாசாகர் வேறோரு வசதியான வீட்டை வாடகைக்கு எடுத்து அதில் தந்தையைத் தங்கச் செய்தார்.

வித்யாசாகர் காசிக்கு வந்திருக்கும் செய்தி கேட்டு அங்கு வசிக்கும் சிலர் வங்காளிப் புரோகிதர்கள் அவரிடம் வந்து, 'காசிக்குப் புனிதப் பயணம் செய்பவர்கள் எங்களுக்குத் தானம், தட்சணை கொடுத்துப் புண்ணியம் சம்பாதிப்பது மரபு. நீங்களும் எங்களுக்குத் தானம் செய்யுங்கள்' என்று கூறினார்கள்.

அந்தப் புரோகிதர்கள் சாத்திரம் கற்றவர்களல்லர். ஆசாரமாக வாழவுமில்லை. பணமே குறியாகத் தொழில் செய்துவந்தனர். ஆகவே வித்யாசாகர் அவர்களை மதிக்கவில்லை. அவர் பதிலளித்தார்: 'நான் புண்ணியம் சம்பாதிக்க இங்கே வரலே. என் அப்பாவைப் பார்க்கத்தான் வந்தேன். உங்க மாதிரி பிராமணர்களுக்கு நான் தானம் பண்ணினால் எனக்குக் கல்கத்தாவிலே முகத்தைக் காட்ட யோக்கியதை இருக்காது.'

இதைக்கேட்டுக் கோபங்கொண்ட பிராமணர்கள், 'உங்களுக்கு விஸ்வநாதர் மேலேகூட நம்பிக்கையில்லையா?' என்று கேட்டார்கள்.

'இல்லே, எனக்கு உங்க விஸ்வநாதர் மேலே நம்பிக்கை இல்லே.'

'பின்னே யாரைத்தான் நம்பறீங்க நீங்க?'

வித்யாசாகர் தம் பெற்றோரைச் சுட்டிக்காட்டிச் சொன்னார்: 'இவர்கள் தான் எனக்கு விஸ்வநாதர் - அன்னபூர்ணா.'

வித்யாசாகர் தம் தாயையும் சகோதரர்களையும் காசியிலேயே விட்டுவிட்டு கல்கத்தா திரும்பினார். இதற்கு ஒரு மாதத்துக்குப்பின் பகவதி தேவி வாந்திபேதி கண்டு காசியிலேயே காலமானார்.

இந்தச் செய்தி வித்யாசாகருக்குப் பெரும் அதிர்ச்சியளித்தது. அவர் கல்கத்தாவுக்கு அருகிலுள்ள காசிபூரில் கங்கைக்கரையில் தாயின் ஈமச்சடங்குகளைச் செய்தார். பிறகு ஓராண்டுக் காலம் கடும்விரதம் மேற்கொண்டு வாழ்ந்தார். தாமே சமைத்து ஒருவேளை சாப்பிட்டார். மீன் உணவு, தோல்செருப்பு, குடை, பல்லக்கு, கட்டிலில் படுக்கை இவற்றைத் தவிர்த்தார்.

சொந்தக் கிராமத்தைத் துறந்துவிட்டு வந்தாலும் வித்யாசாகர் கிராமத்திலிருந்த தம் உறவினர்களையும் மற்ற ஏழைகளையும் கைவிட்டுவிடவில்லை. அவர் அவர்களுக்குக் கொடுத்துவந்த உதவிப் பணத்தைத் தொடர்ந்து அனுப்பினார். அவர் குடும்பப் பொறுப்பிலிருந்து தம்மை விடுவித்துக்கொண்டு, கல்கத்தாவில் தனியே வசித்துக்கொண்டு,

பொதுப் பணியில் தம் வாழ்க்கையைச் செலவிட விரும்பினார். ஆனால், அவரது நோக்கம் நிறைவேறவில்லை. 1872-ம் ஆண்டில் அவருடைய மூத்த மாப்பிள்ளை கோபால்சந்திர சமாஜ்பதி வாந்திபேதி கண்டு இறந்துபோனார். ஆகவே, வித்யாசாகருக்கு தம் விதவைப் பெண்ணையும் அவளுடைய இரண்டு பிள்ளைகளையும் பராமரிக்கும் பொறுப்போடு, இறந்தபோன மாப்பிள்ளையின் தாய், சகோதரன், சகோதரி ஆகியோரையும் கவனித்துக்கொள்ள வேண்டியநிலை ஏற்பட்டது. அவர் தம் பெண்ணையும் பேரக்குழந்தைகளையும் தம்முடன் வைத்துக்கொண்டார். இவ்வாறு அவர் தம் விருப்பத்துக்கு மாறாகக் குடித்தனக்காரராகிவிட்டார்.

மூத்த மாப்பிள்ளையின் அகாலமரணம் அவருக்குப் பெரும் அதிர்ச்சியளித்தது. அவர் தம் பெண் மேற்கொண்ட விரதங்களையும் நியமங்களையும் தாமும் மேற்கொண்டார். மீன் உணவையும் இரவு உணவையும் தவிர்த்தார். ஏகாதசியில் உபவாசமிருந்தார். பெண்ணின் தொடர்ந்த வற்புறுத்தலுக்குப் பிறகுதான் அவர் இந்த விரதங்களைக் கைவிட்டார்.

1872-ம் ஆண்டில் காம்பெல் துரை வங்காளத்தின் துணை நிலை ஆளுநராக இருந்தபோது சம்ஸ்கிருதக் கல்லூரியில் சில மாற்றங்கள் செய்யப்பட்டன. அவற்றுள் மிக முக்கியமான மாற்றம் - ஸ்மிருதி ஆசிரியர் பதவி ரத்து செய்யப்பட்டு, வேறோர் ஆசிரியருக்கு ஸ்மிருதி கற்பிக்கும் பொறுப்பு அதிகப்படியாக அளிக்கப்பட்டது. இந்த மாற்றத்தை அறிவித்த கெஜெட் அறிவிப்பில், இந்த மாற்றத்தைக் கொண்டுவருவதற்கு முன் ஆளுநர் வித்யாசாகரையும் வேறுசில அறிஞர்களையும் கலந்தாலோசித்ததாகக் கூறப்பட்டிருந்தது.

உண்மையில் வித்யாசாகர் இந்த நடவடிக்கையை எதிர்த்தார். ஸ்மிருதி ஒரு விரிவான, சிக்கலான விஷயம். அதைக் கற்பிக்க ஒரு தனி ஆசிரியர் தேவை என்பது அவரது கருத்து. ஆனால் அரசாங்க அறிவிப்பில் ஸ்மிருதி ஆசிரியர் பதவி ரத்தானது வித்யாசாகரின் ஒப்புதலுடன்தான் என்ற கருத்து தொனித்தது. வித்யாசாகர் ஆளுநரின் செயலாளருக்கு ஒரு கடுமையான கடிதம் எழுதினார். அரசாங்க அறிவிப்பு பொதுமக்களிடையே தம்மைப் பற்றித் தவறான கருத்தை ஏற்படுத்தும் என்று கூறிய அவர், உண்மை நிலையை அரசாங்கம் விளக்க வேண்டுமென்று கோரினார்.

இந்தக் கடிதம் ஆளுநருக்குக் கோபமூட்டியது. இதன் விளைவாகக் கல்வித்துறை வித்யாசாகரின் நூல்களைப் பெருமளவில் வாங்குவதைக் குறைத்துக்கொண்டது. இதனால் அவருடைய வருமானம் குறைந்தது.

வித்யாசாகர் அதுவரையில் காசியிலிருக்கும் தம் தந்தைக்கு மாதம் 60 ரூபாயும், ஒவ்வொரு தம்பிக்கும் 70 ரூபாயும் கொடுத்துவந்தார்.

இப்போது பணமுடை காரணமாக அவர்களுடைய ஒப்புதலுடன் உதவித் தொகையை நாற்பது ரூபாயாகக் குறைத்தார். அதுபோல் மற்றவர் களுக்குக் கொடுத்து வந்த உதவித் தொகையையும் ஓரளவு குறைத்தார். பின்னர் தம் நிதி நிலைமை சீர்பட்டதும் மறுபடி உதவித்தொகையைப் பழைய விகிதத்துக்கு உயர்த்தினார்.

பள்ளிக்கு வேண்டிய பாடப் புத்தகங்களைத் தேர்வு செய்வதற்காக அரசாங்கம் 1873-ம் ஆண்டில் ஒரு கமிட்டியை நிறுவியது. வித்யா சாகரும் அக்கமிட்டியின் உறுப்பினராகும்படி கேட்டுக் கொள்ளப் பட்டார். ஆனால், அவர் இரண்டு காரணங்களுக்காக அக்கமிட்டியில் உறுப்பினராக இசையவில்லை. ஒன்று, வித்யாசாகர் எழுதிய பல புத்தகங்கள் கமிட்டியின் தேர்வை எதிர்நோக்கியிருந்தன. வித்யாசாகரே அப்புத்தகங்களைத் தேர்வு செய்வது உசிதமில்லை. இரண்டாவது காரணம், அவர் கமிட்டியில் உறுப்பினராக இருந்தால் மற்ற உறுப்பினர்கள் அவருடைய புத்தகங்களைப் பற்றி தங்கள் உண்மையான கருத்துகளை வெளியிடத் தயங்குவர். இந்த நிகழ்ச் சியிலிருந்து வித்யாசாகரின் நேர்மையுணர்வு வெளிப்படுகிறது.

1873-ம் ஆண்டில் மறுபடியும் டாகுர்தாஸின் உடல்நிலை மோசமாகி விட்டது. வித்யாசாகர் காசிக்குச் சென்று சிறிதுகாலம் தந்தைக்குப் பணிவிடை செய்தார். அப்போது துர்க்காதேவியின் சிரார்த்த நாள் வந்தது. வித்யாசாகர் சடங்குகளைச் செய்ய காசி வாழ் மராத்திப் பிராமணர்களை அழைத்தார், அவர்களுடைய அடக்கமும் மந்திரங்கள் சொல்வதில் அவர்களுக்கிருந்த அக்கறையும் வித்யாசாகரை ஈர்த்தன. அவர் அவர்களுக்குத் தாராளமாக சன்மானம் அளித்தார்.

1874-ம் ஆண்டில் பகவதி தேவியின் சிராத்தத்துக்கும் மராத்திப் பிராமணர்களே அழைக்கப்பட்டனர். சடங்கு செய்பவர் பிராமணர்களின் கால்களைக் கழுவிவிட வேண்டும். அந்தப் பிராமணர்களில் சிலரின் கால்களில் புண் ஏற்பட்டு அதிலிருந்து சீழ் வடிந்துகொண்டிருந்தது. எனினும், வித்யாசாகர் சிறிதும் அருவருப்பு இல்லாமல் அவர்களுடைய கால்களைக் கழுவிவிட்டார். எந்தக் காரியத்தையும் அக்கறையோடு செய்யவேண்டும் என்பது அவரது கொள்கை.

இவ்வாறு அவர் தொடர்ந்து மராத்திப் பிராமணர்களை ஆதரிப்பது கண்டு வங்காளிப் பிராமணர்களுக்கு வருத்தமேற்பட்டது. அவர்கள் வித்யாசாகரின் நண்பரொருவரையணுகி வித்யாசாகரிடம் தங்களுக்காக சிபாரிசு செய்யும்படி கேட்டுக்கொண்டார்கள். ஆனால் வித்யாசாகர் நண்பரின் வேண்டுகோளை ஏற்கவில்லை. அவர் சொன்னார்: 'இங்குள்ள வங்காளிப் புரோகிதர்களிடம் சாத்திர தேர்ச்சியு மில்லை, நல்ல நடத்தையுமில்லை. இவர்கள் வங்காளிகள் என்ற ஒரே காரணத்துக்காக நான் இவர்களை ஆதரிக்க மாட்டேன்.'

வித்யாசாகரின் தம்பி ஈசான் பொறுப்பில்லாமல் வாழ்ந்துவந்தார். அவரைச் சீர்திருத்த வித்யாசாகர் மேற்கொண்ட முயற்சிகள் பலனளிக்க வில்லை. அவர் வித்யாசாகரிடமிருந்து பெற்றுவந்த உதவித் தொகை போதாமல் பலரிடமும் கடன் வாங்கியிருந்தார். அப்படியும் டாகுர் தாசுக்கு தம் ஊதாரி மகன் மேல் பாசம் குறையவில்லை. அவர் ஈசானின் கடன்களைத் தீர்த்து அவரைத் தம்மிடம் அனுப்பிவைக்கும்படி வித்யாசாகரைக் கேட்டுக்கொண்டார். வித்யாசாகரும் அவ்வாறே செய்தார்.

வித்யாசாகர் காசியில் தங்கியிருந்தபோது காய்கறிகள் வாங்க தாமே தினம் கடைக்குச் செல்வார். அவருக்கு அறிமுகமான சிலர் இதைக் கவனித்துவிட்டு அவரிடம் கூறினார்கள்: 'நீங்க ஏன் கறிகாய் வாங்கப் போறீங்க? வேலைக்காரனை அனுப்பக்கூடாதா? நீங்க இப்படிப் போறது எங்களுக்கு வெக்கமாக இருக்கு.'

வித்யாசாகர் அவர்களுக்குப் பதிலளித்தார்: 'நான் என் அப்பாவுக்காகக் காய்கறி வாங்கப் போறேன். அவருக்குப் பணிவிடை செய்யத்தான் இங்கே வந்திருக்கேன். உங்களுக்கு வெக்கமாக இருந்தால் என்னைக் கவனிக்காத மாதிரி போயிடுங்க.'

காசியிலிருந்து கல்கத்தா திரும்பிய பிறகு வித்யாசாகரின் உடல்நிலை கெட்டுப்போய்விட்டது. அவர் கான்பூருக்குப் போய் அங்கு சில மாதங்கள் தங்கியிருந்து, உடம்பைத் தேற்றிக்கொண்டு திரும்பினார்.

இந்தச் சமயத்தில் அவர் தம் நண்பர்கள், உறவினரின் நன்றி கெட்ட நடத்தையால் மனம் நொந்துபோயிருந்தார். குறிப்பாக, அவரிடம் உதவி பெற்றுப் பயனடைந்தவர்களே அவருக்குத் துரோகம் செய்தது அவர் மனத்தைப் புண்படுத்தியது.

அவருடைய மனநிலையை வெளிப்படுத்தும் ஒரு நிகழ்ச்சி: ஒருவர் அவரிடம் வந்து, 'இன்னார் உங்களைத் தூற்றிக்கிட்டுத் திரிகிறார்' என்று சொன்னார்.

வித்யாசாகர் ஆச்சரியத்தோடு சொன்னார்: 'அப்படியா? நான் அவருக்கு உபகாரமெதுவும் செய்யலியே! அவர் ஏன் என்னைத் தூற்றிக்கிட்டுத் திரியணும்?'

வித்யாசாகருக்கு தம்மைச் சுற்றி வாழ்ந்த நாகரீக மக்களின் தொடர்பு வெறுத்துப்போய்விட்டது. அவர்களிடமிருந்து விலகி வசிக்க விரும்பினார் அவர். மேலும் மருத்துவர்களும் அவர் அவ்வப்போது மாறுதலுக்காக கல்கத்தாவை விட்டு வெளியே போய் வசிக்கவேண்டும் என்று யோசனை கூறினார்கள். ஆகவே, அவர் பழங்குடி மக்களான சாந்தால்கள் வசிக்கும் சாந்தால் பர்கனாவில் கர்மட்டார் என்ற

கிராமத்தில் நிறைய நிலத்தை வாங்கி அதில் சிறிய வீட்டைக் கட்டிக்கொண்டார். கல்கத்தா வாழ்க்கை அலுத்தபோதெல்லாம் கர்மட்டாருக்குப் போய் அங்கு சிறிதுகாலம் வசிப்பார்.

அவர் தம் வீட்டைச் சுற்றிலும் ஒரு தோட்டம் அமைத்தார். வீட்டையும் தோட்டத்தையும் கவனித்துக்கொள்ள சாந்தால் இனத்தைச் சேர்ந்த அபிராம் மண்டல் என்பவனை நியமித்தார்.

கர்மட்டாரில் வாழ்ந்துவந்த சாந்தால்கள் பரம ஏழைகள், கல்வியறி வற்றவர்கள், கபடமறியாதவர்கள். தலைமுறை தலைமுறையாக நாகரீக மக்களின் சுரண்டலுக்கு ஆளாகிவந்த அவர்களுக்கு முதலில் வித்யாசாகரிடம் நம்பிக்கை ஏற்படவில்லை. ஆனால், சிறிது காலத்தில் அவர் தங்கள் உண்மையான நண்பர் என்று புரிந்துகொண்டு அவரை நேசிக்கத் தொடங்கினர். அவர்களுடைய உறவு வித்யாசாகருக்குப் பெருத்த ஆறுதலளித்தது. அவர்களது எளிமையும் கபடமற்ற தன்மையும் அவரை ஈர்த்தன. நாகரீக மக்களின் நடத்தையால் மனித இனத்தின் மீதே நம்பிக்கையிழந்திருந்த அவர், சாந்தால்களின் உறவின் மூலம் அந்த நம்பிக்கையை திரும்பப் பெற்றார்.

தாம் எங்கு சென்றாலும் அங்குள்ள மக்களின் துயர்துடைக்க முயல்வது வித்யாசாகரின் இயற்கைக் குணமாகும். கர்மட்டாரிலும் அவர் சாந்தால் களுக்குப் பலவகைகளிலும் உதவத் தொடங்கினார். நோய்வாய்ப்படும் சாந்தால்களுக்கு அவர் ஹோமியோபதி மருத்துவம் செய்து அவர்களுக்கு வேண்டிய மருந்துகளும் பத்திய உணவும் இலவச மாகவே கொடுத்தார். அவர்களுக்காக ஓர் இரவுப் பள்ளியும் அமைத்தார். அவர் கல்கத்தாவிலிருந்து கர்மட்டாருக்கு வரும்போ தெல்லாம் நிறையத் துணிமணிகளும் உணவுப்பண்டங்களும் வாங்கி வந்து சாந்தால்களுக்குப் பகிர்ந்தளிப்பார்.

வித்யாசாகர் கல்கத்தாவிலிருந்து வந்திருக்கும் செய்தி கேட்டதும் சாந்தால் மக்கள் அவரை வரவேற்க ஓடோடிவந்து, தங்களிடமுள்ள காய்கறிகளை அவருக்கு அளிப்பார்கள்.

ஒருநாள் ஒரு சாந்தால் அவரிடம் ஒரு கோழியைக் கொண்டுவந்து கொடுத்தான். வித்யாசாகர் அவனிடம், 'நான் பிராமணன். கோழி சாப்பிடமாட்டேன்' என்றார்.

சாந்தால் வருத்தத்துடன், 'அப்படியா? நான் வேறே ஒண்ணும் கொண்டு வரல்லியே!' என்று சொன்னான்.

அவன் மனத்தை நோகச் செய்ய விரும்பாத வித்யாசாகர் அவனிட மிருந்து கோழியை வாங்கிக் கொண்டார். அவன் போன பிறகு அதை வெளியே விட்டுவிட்டார்.

ஒரு செல்லக்குழந்தை தன் பெற்றோரிடம் எடுத்துக்கொள்ளும் உரிமையை சாந்தால்கள் வித்யாசாகரிடம் எடுத்துக் கொண்டனர். அவர் எவ்வளவு பெரிய மனிதர் என்பதை அறியாத அவர்கள் அவரை ஒருமையிலேயே விளிப்பார்கள்.

ஒருசமயம் ஒரு சாந்தால் ஒரு பெண்ணைக் கூட்டிக்கொண்டு அவரிடம் வந்து சொன்னான்: 'இவளுக்குக் கட்டிக்கத் துணி இல்லே. ஒரு துணி கொடு!'

'என்கிட்ட துணியில்லே' என்றார் வித்யாசாகர்.

'நீ பொய் சொல்றே. உன் பொட்டிச்சாவியைக் கொடு. நான் பாக்கறேன்' என்றான் சாந்தால்.

வித்யாசாகர் அவனிடம் சாவியைக் கொடுத்தார். அவன் பெட்டியைத் திறந்தான். அதில் நிறையத்துணிகள் இருந்தன. அவன் ஒரு துணியை எடுத்து பெண்ணிடம் கொடுத்தான்.

இந்தக் காட்சியை பார்த்து வித்யாசாகர் சிரித்தார்.

வங்காளி அறிஞர் ஹரப்பிரசாத் சாஸ்திரி ஒரு சமயம் கர்மட்டாருக்கு வந்து வித்யாசாகரின் விருந்தாளியாகத் தங்கியிருந்தார். அவருடைய வர்ணனையிலிருந்து வித்யாசாகரின் கர்மட்டார் வாழ்க்கையைப் பற்றி நாம் அறிந்து கொள்ளமுடிகிறது.

ஒரு நாள் காலையில் பல சாந்தால்கள் தங்கள் நிலத்தில் விளைந்த சோளக் கொண்டைகளை எடுத்துக்கொண்டு வித்யாசாகரிடம் வந்தார்கள். அவர் சோளக் கொண்டைகளை வாங்கிக்கொண்டு அவர்களுக்குப் பணம் கொடுத்தார். சிறிதுநேரத்தில் சோளக்கொண்டைகள் மலையாகக் குவிந்துவிட்டன. வித்யாசாகர் இவ்வளவு சோளக் கொண்டைகளை வைத்துக்கொண்டு என்ன செய்யப் போகிறாரென்று சாஸ்திரிக்குப் புரியவில்லை.

நண்பகல் நேரம் வந்தது. மெலிந்த உடலும் ஒட்டிய வயிறுமாகப் பல சாந்தால்கள் வித்யாசாகரிடம் வந்து, 'பசிக்குது, எங்களுக்கு ஏதாவது சாப்பிடக்கொடு!' என்றார்கள். வித்யாசாகரும் தம்மிடமிருந்த சோளத்தை அவர்களுக்குப் பகிர்ந்தளித்தார். அவர்கள் அங்கேயே நீ மூட்டி சோளக் கொண்டைகளைச் சுட்டுச் சாப்பிட்டுவிட்டு அவரை வாழ்த்திச் சென்றனர்.

சிறிது நேரத்துக்குப் பிறகு வீட்டில் வித்யாசாகரைக் காணவில்லை. வெகுநேரங்கழித்து அவர் கையில் ஒரு சிறு பெட்டியுடன் வயல்களின் வழியே நடந்துவருவதைக் கண்டார் சாஸ்திரி.

'எங்கே போயிருந்தீங்க?'

வித்யாசாகர் பதிலளித்தார்: 'இங்கே கொஞ்ச தூரத்திலே ஒரு சாந்தால் குழந்தைக்கு திடீர்னு மூக்கிலே ரத்தம் கொட்டித்தாம். குழந்தையோட அம்மா எனக்கு ஆளனுப்பினா. நான் போய் மருந்து கொடுத்ததிலே ரத்தப்போக்கு நின்னுப்போச்சு.' அந்தக் குழந்தையின் வீடு வித்யாசாகரின் வீட்டிலிருந்து சுமார் ஒன்றரைமைல் தொலைவு!

வித்யாசாகர் தம் மருத்துவப்பணியில் எவ்வளவு அக்கறை கொண்டிருந்தாரென்பது அவர் கர்மட்டாரிலிருந்து தம் நண்பர் ராஜ நாராயண் போசுக்கு எழுதிய ஒரு கடிதத்திலிருந்து தெரிகிறது: 'நான் நாளையோ, நாளை மறுநாளோ உங்களைச் சந்திக்க கல்கத்தா வருவதாக இருந்தேன். ஆனால், இங்கே இரண்டு நோயாளிகள் என்னிடம் சிகிச்சை பெற்று வருவதால் இப்போது அவர்களை விட்டு விட்டுப் புறப்பட முடியாத நிலையில் இருக்கிறேன்.'

இத்தகைய மனிதரை சாந்தால்கள் தெய்வமாகக் கருதிப் போற்றியதில் வியப்பில்லை. வித்யாசாகரின் குடும்பத்தில் பிறந்த அறிஞர் சந்தோஷ் குமார் அதிகாரி ஒருசமயம் கர்மட்டார் போயிருந்தார். அப்போது அபிராம் மண்டலின் பேரன் நாத்துராம் வித்யாசாகரின் வீட்டைப் பராமரித்துவந்தான். அவன் வீட்டின் அருகில் அமைந்திருந்த ஒரு மேடையை சந்தோஷ் குமாருக்குக் காட்டி, 'பெரியவரு இந்த மேடையிலேதான் வந்து உக்காந்திருப்பாரு. அதனாலே இப்பவும் நான் தினம் இந்த மேடைமேலே பூப்போடுவேன்' என்று சொன்னான்.

'ஏன்?' சந்தோஷ் குமார் கேட்டார்.

இந்தக் கேள்வியைக் கேட்டு ஆச்சரியமாக இருந்தது நாத்துராமுக்கு. 'என்ன இப்படிக் கேக்கறீங்க?' அவர் ஒரு சாமியில்லையா? சாமிக்குப் பூப்போட வேண்டாமா?' என்று கேட்டான் அவன்.

1888-ம் ஆண்டிலிருந்து வித்யாசாகர் கர்மட்டார் செல்வதை நிறுத்திவிட்டார். ஒரு சமயம் அவருடைய நண்பரொருவர் அவரைக் கேட்டார்: 'கர்மாட்டார் போனால் உங்களுக்கு அமைதி கிடைக்குதுன்னு சொல்றீங்க. உங்க உடம்பும் தேறுது. பின்னே ஏன் அங்கே போறதை நிறுத்திட்டீங்க?'

'இனி அங்கே போக வழியில்லே' என்று வருத்தத்துடன் சொன்னார் வித்யாசாகர்.

'ஏன்?'

'அங்கே இருக்கற ஜனங்க ரொம்ப ஏழைங்க. அவங்களோட பரிதாப நிலையைப் பார்க்கப் பொறுக்கலே எனக்கு. ஆகையாலே, நிறையப் பணம் எடுத்துக்கிட்டுப் போய் அவங்களுக்குக் கொடுக்க

முடிஞ்சாத்தான் அங்கே போய் இருக்கலாம். அவ்வளவு வசதி எனக்கு இல்லையே! அவங்க பட்டினி கிடக்கறப்போ நான் மட்டும் அங்கே வயிறு நிறையச் சாப்பிட்டுக்கிட்டு இருக்க முடியுமா?''

வித்யாசாகரின் மரணத்துக்குப்பின் அவருடைய பிள்ளை நாராயண் கர்மட்டார் நிலத்தையும் வீட்டையும் விற்றுவிட்டார். பின்னர் பிகார் அரசாங்கம் வித்யாசாகரின் நூற்றைம்பதாவது பிறந்த நாளையொட்டி இவற்றைக் கையகப்படுத்திக் கொண்டுள்ளது. இப்போது அந்த வீட்டில் வித்யாசாகரின் நினைவாக ஒரு பெண்கள் பள்ளி இயங்குகிறது.

கர்மட்டார் ரயில் நிலையத்துக்கு வித்யாசாகர் ரயில் நிலையம் என்று பெயரிடப்பட்டுள்ளது.

வித்யாசாகர் புதுமைக் கருத்துகளை வரவேற்றார். ஆயினும், அதே சமயத்தில் நாட்டின் பண்டைய பாரம்பரியத்தில் மதிப்பு வைத்திருந்தார். ஆகவேதான், அவர் வாழ்நாள் முழுதும் இந்தியப் பாணியில் உடையணிந்து வந்தார். அவருடைய தன்மானத்துக்குச் சோதனையாக ஒரு நிகழ்ச்சி *1874*-ம் ஆண்டில் நேர்ந்தது.

ஒருநாள் அவர் புகழ்பெற்ற ஹிந்தி எழுத்தாளர் பாரதேந்து அரிச்சந்திரா, சுரேந்திரநாத் பானர்ஜி ஆகியோருடன் ஏஷியாட்டிக் சொசைட்டி எனப்படும் பண்பாட்டு நிறுவனத்துக்குச் சென்றார். அந்தக் காலத்தில் இந்த நிறுவனம் இந்திய அருங்காட்சியகத்தின் கட்டடத்தில் இயங்கி வந்தது. வித்யாசாகர் அக்கட்டடத்துக்குள் நுழையும்போது செருப்புடன் நுழையக் கூடாதேன்று வாயிற்காப்பானால் தடுக்கப் பட்டார். மற்ற இருவரும் மேலைநாட்டுப் பாணியில் கோட், பேண்ட், ஷூ அணிந்திருந்ததால் தடையின்றி உள்ளே சென்றனர். செருப் பணிந்துகொண்டு அங்கு வந்தவர்கள் செருப்புகளைக் கழற்றி கையில் எடுத்துக்கொண்டு உள்ளே நுழைவதை வித்யாசாகர் பார்த்தார். இந்திய உடை இவ்வாறு அவமதிக்கப்படுவதைக் காணப்பொறுக்கவில்லை அவருக்கு. அவர் உடனே வெளியே வந்து தமக்காகக் காத்திருந்த வண்டியிலேறிக் கொண்டார்.

அருங்காட்சியத் தலைவருக்கு இச்செய்தி எட்டியதும் அவர் ஓடோடி வந்து அவரை உள்ளே வரும்படி கேட்டுக் கொண்டார். ஆனால், தமக்கெனத் தனிச்சலுகை எதுவும் பெறவிரும்பாத வித்யாசாகர் உள்ளே வர மறுத்துவிட்டார் . பிறகு அவர் இந்திய அருங்காட்சியகத்துக்கும் ஏஷியாட்டிக் சொசைட்டிக்கும் கடிதமெழுதி, செருப்பணிந்தவர்கள் அவமதிக்கப்படுவதைக் கண்டித்தார். பல செய்திப் பத்திரிகைகளும் வித்யாசாகரின் கருத்தை ஆதரித்து எழுதின. பின்னர் இந்த அநியாய விதி மாற்றப்பட்டது.

வித்யாசாகர் பல மொழிகள் கற்றவர். வாழ்வின் பல துறைகளிலும் ஈடுபாடு கொண்டவர், புத்தகப் பிரியர். ஆகவே அவர் சம்ஸ்கிருதம், வங்காளி, ஆங்கிலம், இந்தி, பார்சி மொழிகளில் ஏராளமான புத்தகங்கள் வாங்கிச் சேர்த்தார். இலக்கியம், இலக்கணம், மொழி, தத்துவம் போன்ற துறைகளைத் தவிர, மருத்துவம், உயிரியல், சமூக அறிவியல், அரசியல், அறிவியல் போன்ற இன்னபிற துறைகளையும் சார்ந்த ஆயிரக்கணக்கான நூல்கள் அவரது நூலகத்தில் இருந்தன.

வித்யாசாகர் புத்தகங்களை வாங்கிச் சேர்த்ததோடு அவற்றை அழகாகப் பைண்ட் செய்து பேணிக்காப்பதிலும் அக்கறை எடுத்துக்கொண்டார். விலையுயர்ந்த நூல்களை வெளிநாடுகளிலிருந்து தருவித்து அவற்றைத் தோலால் பைண்ட் செய்து அவற்றின் பெயர்களை தங்கநிற எழுத்துகளில் எழுதச் செய்வார். இதற்காக ஆகும் செலவைப் பொருட்படுத்தமாட்டார்.

ஒரு சமயம் அவருடைய நண்பரொருவர் அவரிடம், 'நீங்க என் புத்தகங்களைப் பைண்;டு பண்ண இவ்வளவு செலவு செய்யறீங்க?' என்று கேட்டார்.

வித்யாசாகர் உடனே அவருக்குப் பதில் சொல்லாமலிருந்துவிட்டு, சிறிதுநேரங்கழித்து அவரைக் கேட்டார்: 'உங்க சால்வை ரொம்ப நல்லாயிருக்கே. என்ன விலைகொடுத்து வாங்கினீங்க?'

நண்பர் பெருமையாகச் சொன்னார்: 'இதோட விலை இருநூறு ரூபாயாக்கும்!'

'அப்படியா? குளிரிலேர்ந்து உடம்பைக் காப்பாத்திக்க ரெண்டு மூணு ரூபாயிலே கம்பளி வாங்கினாப் போதுமே! இவ்வளவு விலையுயர்ந்த சால்வை எதுக்கு?'

நண்பர் வாய் திறக்கவில்லை.

வித்யாசாகர் வாடகை வீடுகளில் குடியிருந்து வந்ததால் ஒவ்வொரு முறை வீடுமாறும் போதும் புத்தகங்களைச் சேதமின்றி இடம் மாற்றுவது சிரமமாக இருந்தது. அத்துடன் சொந்தக் கிராமத்தோடு தொடர்பைத் துண்டித்துக்கொண்ட பிறகு, அவருக்கு கல்கத்தாவில் ஒரு சொந்த வீடு கட்டிக்கொள்ளும் எண்ணம் ஏற்பட்டிருக்கவேண்டும். அவர் தம் தந்தையிடம் சென்று, தாம் வாடகை வீட்டில் வசிப்பதால் தமக்கேற்படும் அசௌகரியங்களைக் கூறி கல்கத்தாவில் சொந்தவீடு கட்டிக்கொள்ள அனுமதியைப் பெற்றார். பிறகு பாதுர்பாகான் பகுதியில் ஒரு மாடிவீடு கட்டி 1877-ம் ஆண்டில் புதிய வீட்டில் குடிபுகுந்தார். அவர் தம் புத்தகங்களுடன் மாடியில் தங்கிக்கொண்டார். அவருடைய உறவினர்களும் அவரை அண்டி வாழ்ந்தவர்களும் கீழ்த்தளத்தில் வசித்தனர்.

வித்யாசாகரின் மரணத்துக்குப் பிறகு அவரது வீடு பலமுறைகள் கைமாறிவிட்டது. இப்போது அது பழுதடைந்த நிலையில் இருக்கிறது. அதை அரசாங்கம் கையகப்படுத்திக் கொண்டு அதில் வித்யாசாகர் நினைவகம் நிறுவவேண்டுமென்பது மக்களின் கோரிக்கை. ஆனால், ஏனோ இதுவரை இதற்கான முயற்சிகள் மேற்கொள்ளப்படவில்லை. அந்தவீடு அமைந்துள்ள தெருவுக்கு வித்யாசாகரின் பெயர் சூட்டப் பெற்றுள்ளது.

கண்ணியமான வங்காளிக் குடும்பங்களில் சொத்துப் பிரிவினை குறித்து சச்சரவு நேர்ந்தால் சம்பந்தப்பட்டவர்கள் தங்கள் சச்சரவை நீதிமன்றத் துக்குக் கொண்டுசெல்லத் தயங்கினர். அவர்கள், அறிவுத்திறனுக்கும் நேர்மைக் குணத்துக்கும் புகழ்பெற்ற - வித்யாசாகரை நடுவராகக் கொண்டு தங்கள் சச்சரவைத் தீர்த்துக்கொள்ள விரும்பினர். வித்யாசாகரும் பிரச்னையைத் தீர ஆராய்ந்து சொத்துகளை நேர்மையான முறையில் பிரித்துத் தருவார். எல்லாத் தரப்பினரும் அவரது தீர்ப்பை ஒப்புக் கொள்வர்.

இவ்வாறு அவர் பல குடும்பங்களின் சொத்துப் பிரிவினை வழக்குகளைத் தீர்த்து வைத்திருக்கிறார்.

வித்யாசாகரின் நண்பரும் சுரேந்திரநாத் பானர்ஜியின் தந்தையுமான துர்க்கா சரண் பானர்ஜி இறந்தபின் சுரேந்திரநாத்துக்கும் அவருடைய தம்பிகளுக்குமிடையே சொத்துப் பிரிவினை பற்றித் தகராறு எழுந்த போது சுரேந்திரநாத்தின் தாயின் வேண்டுகோளுக்கிணங்க வித்யாசாகர் நடுவராக இருந்து இந்தத் தகராறைத் தீர்த்து வைத்தார்.

வித்யாசாகர் 1875-ம் ஆண்டில் தம் உயிலைத் தயாரித்தார். அதில் அவர் தம் சொத்துகளின் விவரங்களைக் குறிப்பிட்டு அதுவரை தாம் பொது நிறுவனங்களுக்கும் தனிப்பட்ட நபர்களுக்கும் அளித்து வந்த மாதாந்திர உதவி தம் சொத்திலிருந்து தொடர்ந்து அளிக்கப்பட ஏற்பாடு செய்தார். இப்பட்டியலில் சுமார் ஐம்பது உறவினர்களும் மற்றவர்களும் இடம்பெற்றனர். அவர்களுக்கு அளிக்கப்பட்ட மாத உதவி சுமார் 700 ரூபாய். பொது நிறுவனங்களுக்கு மாத உதவி சுமார் 300 ரூபாய்.

இந்த உயிலின் கடைசிப்பாரா மிகவும் வரலாற்று முக்கியத்துவம் பெற்றதாகும். அது பின்வருமாறு:

‘என் புதல்வன் என்று அறியப்படும் நாராயண் பந்த்யோபாத்தியாய் தான்தோன்றித்தனமாகவும் கெட்ட நடத்தையுள்ளவராகவும் இருப்ப தாலும் நான் அவருடன் தொடர்பைத் துண்டித்துக் கொண்டுவிட்டேன். ஆகையால், என் சொத்திலிருந்து உதவி பெறத்தக்கவர்களின் பட்டியலில் அவரது பெயர் இடம்பெறவில்லை. அவர் என் வாரிசாகக்

கருதப்படக்கூடாது, இந்த உயிலை அமல்படுத்துபவர்களில் ஒருவராகவும் நியமிக்கப்படக் கூடாது. அவர் உயிரோடு இல்லா விட்டால் என் சொத்துகள் யார் யாரைச் சேருமோ அவர்களையே அவர் உயிரோடிருந்தாலும் சேரும்.'

வித்யாசாகர் தம் புதல்வரின் நடத்தையால் எவ்வளவு புண்பட்டிருந்தார் என்பது மேற்கண்ட வாசகத்திலிருந்து தெரிகிறது. ஒழுங்கற்ற நடத்தை தவிர வேறு என் காரணங்களால் நாராயண் தம் தந்தையால் ஒதுக்கிவைக் கப்பட்டாரென்பது இன்றுவரை ஒரு புதிராகவே இருக்கிறது.

இவ்வாறு வித்யாசாகர் தம் புதல்வரை ஒதுக்கி வைத்தது அவருடைய உறவினர்களுக்கு - குறிப்பாக, மனைவி தினமயிதேவிக்கு வருத்த மளித்தது. தம் முடிவை மாற்றிக்கொள்ளுமாறு அவர்கள் மீண்டும் மீண்டும் வித்யாசாகரை வேண்டிக்கொண்டனர். நாராயணும் தம் நடத்தைக்காக அவரிடம் மன்னிப்பு கேட்டுக்கொண்டார். வித்யாசாகர் முதலில் தம் முடிவில் உறுதியாக இருந்தாலும் பின்னர் அவரது மனம் சற்று இளகியதாகவும், அவர் தம் உயிலை மாற்ற நினைத்ததாகவம் சொல்லப்படுகிறது. ஆனால், என்ன காரணமோ உயில் கடைசிவரை மாற்றப்படவில்லை.

வித்யாசாகரின் இறுதிக்காலத்தில் நாராயண் அவருக்கு அருகிலிருந்து பணிவிடை செய்தார். அவரது சடலத்துக்குத் தீயிட்டதும் நாராயணன் தான்.

வித்யாசாகரின் மரணத்துக்குப் பின் நாராயணின் புதல்வன் பியாரி மோகனின் சார்பில் வித்யாசாகரின் உயிலை எதிர்த்து ஒரு வழக்கு தொடரப்பட்டது. வித்யாசாகர் தமக்குப்பின் தமது சொத்து யாருக்குச் சேரவேண்டும் என்று குறிப்பிட்டுச் சொல்லாததால் அந்த உயில் இந்து சட்டப்படி செல்லாது என்று தீர்ப்பளிக்கப்பட்டது. வித்யாசாகர் உயிலில் வெளியிட்டிருந்த விருப்பத்துக்கு மாறாக அவரது சொத்து நாராயணுக்கே கிடைத்தது.

இந்து சட்டத்தில் வல்லவரென்று புகழப்பெற்ற வித்யாசாகரின் உயில் சட்டப்படி செல்லாததாக நிராகரிக்கப்பட்டது ஒரு வியப்பளிக்கும் விஷயந்தான்.

நாராயணுக்குச் சொத்து கிடைத்தால் அவர் அதைப் பாழாக்கிவிடுவார், வித்யாசாகர் செய்துவந்த தான தருமங்கள் தொடர்ந்து நடைபெறாது என்ற பயத்தில்தான் வித்யாசாகர் அவ்வாறு உயில் எழுதியிருந்தார். வித்யாசாகர் பயந்தபடியே நடந்துவிட்டது. நாராயணால் சொத்துகளைச் சரியாகப் பராமரிக்க முடியவில்லை. அவரால் மெட்ரோபாலிட்டன் கல்லூரியை சரிவர நடத்தமுடியாமல் போகவே அதை சுரேந்திரநாத்

பானர்ஜியின் நிர்வாகப் பொறுப்பில் விட்டார். பிறகு, அதை சுரேந்திர நாத்துக்கே விற்றுவிடும் நோக்கத்துடன் அவரிடமிருந்து 2000 ரூபாய் முன்பணமும் வாங்கிவிட்டார். வித்யாசாகர் நூலகத்திலிருந்த நூல்களில் பெரும்பகுதியை விற்றுவிட்டார்.

வித்யாசாகரின் சொத்திலிருந்து பீர்சிங்கா பகவதி வித்தியாலயத்துக்கு மாதம் 100 ரூபாய் அளிக்கப்பட வேண்டும் என்று உயிலில் விதிக்கப் பட்டிருந்தது. இந்த விதியிலிருந்து தப்ப நாராயண் ஒரு தந்திரம் செய்தார். அப்பள்ளியின் பெயரை ‘டாகுர்தாஸ் இன்ஸ்டிடியூஷன்’ என்று மாற்றிவிட்டார்! இந்த நிலை தொடர்ந்தால் வித்யாசாகரின் சொத்து முழுதும் அழிந்துபோகும், அவரது உயிலை அமுலாக்க இயலாது என்று உணர்ந்த சம்புசந்திரரும் இன்னும் சில நகரப் பெரியோரும் நாராயணுக்கெதிராக நீதிமன்றத்தில் புகார் செய்தனர். நீதிமன்றம் நாராயணின் உரிமைகளைக் கட்டுப்படுத்தியதோடு வித்யாசாகரின் எஞ்சிய சொத்துகளை நிர்வகிக்கவும் அவற்றின் வருமானத்திலிருந்து உயிலில் குறிப்பிடப்பட்ட உதவித்தொகைகளை வழங்கவும் ஓர் அதிகாரியை நியமித்தது.

பீர்சிங்கா பள்ளிக்கு அதன் பழைய பெயர் ‘பகவதி வித்தியாலயம்’ திரும்ப அளிக்கப்பட்டது. மெட்ரோபாலிட்டன் கல்லூரியையும் பள்ளி களையும் இயக்க ஒரு நிர்வாகக்குழு அமைக்கப்பெற்றது. கல்கத்தாவின் சிறந்த இலக்கிய அமைப்பான ‘வங்கீய சாகித்திய பரிஷத்’துக்கு வித்யாசாகரின் நூலகத்தில் எஞ்சியிருந்த புத்தகங்கள் அளிக்கப்பட்டன. இப்புத்தகங்கள் இன்றும் ‘வித்யாசாகர் கலெக்ஷன்’ என்ற பட்டியலின் கீழ் பரிஷதின் நூலகத்தில் இடம் பெற்றுள்ளன.

1876-ம் ஆண்டில் டாகுர்தாஸ் காசியில் காலமானார். அப்போது வித்யாசாகரும் அங்கு இருந்தார். தம் ஈமச்சடங்குகள் காசியிலேயே நடைபெற வேண்டுமென்று டாகுர்தாஸ் விருப்பம் தெரிவித்திருந்தார். அவ்வாறே அவரது சடலம் அங்கு தீக்கிரையாக்கப்பட்டது. ஆனால், மறுநாள் வித்யாசாகருக்குக் கடுமையான வாந்திபேதி கண்டது. அவர் தந்தையின் விருப்பப்படி காசியிலேயே மற்ற ஈமச்சடங்குகளையும் செய்ய விரும்பினார். ஆனால், அவருடைய சகோதரர்கள் அவரை உடனே கல்கத்தாவுக்குச் சென்று மருத்துவம் செய்து கொள்ளும்படி வற்புறுத்தினர். ஆகவே, வித்யாசாகர் கல்கத்தாவுக்குப் போய் அங்கே மற்ற ஈமச்சடங்குகளைச் செய்தார். தம் உடல்நிலை சீர்பட்டபின் மறுபடி காசிக்குச் சென்று புரோகிதர்களுக்கு விதிப்படி தானங்கள் செய்தார்.

வித்யாசாகரின் சாத்திரப் புலமையை அரசாங்கம் மதித்ததால், இந்து சாத்திர விதிகள் பற்றி பிரச்னை ஏதாவது எழுந்தால் அதுபற்றி வித்யாசாகரின் கருத்தை நாடியது.

இவ்வாறு எழுத்த ஒரு பிரச்னை - மத அனுஷ்டானங்களுக்காக ஏற்படுத்தப்பட்ட அறக்கட்டளையின் சொத்தை அறங்காவலர்கள் விற்கலாமா என்பதாகும்.

சாதாரணமாக இவ்வாறு விற்பது உசிதமில்லையெனினும் அறக்கட்டளையின் நோக்கத்தை நிறைவேற்றுவதற்குப் பணம் தேவைப்பட்டால் அந்தச் சொத்தை அடகு வைக்கவும், அதன் ஒரு பகுதியை விற்கவும் அறங்காவலர்களுக்கு உரிமையுண்டு என்று கருத்து தெரிவித்தார் வித்யாசாகர்.

கல்கத்தா உயர் நீதிமன்ற நீதிபதி துவாரகாநாத் மித்ராவின் முன் ஒரு வழக்கு வந்தது. ஒரு விதவை, தன் இறந்துவிட்ட கணவனின் சொத்தை அனுபவித்து வந்த காலத்தில் ஒழுக்கந்தவறி நடந்து கொண்டாள். ஒழுக்கந்தவறிய அவளுக்கு தன் கணவனின் சொத்தை அனுபவிக்க உரிமையில்லை என்று இறந்தவரின் உறவினர் வழக்கு தொடர்ந்தனர். துவாரகாநாத்தும் இந்தக் கருத்தை ஆதரித்தார். இப்பிரச்னையின் முக்கியத்துவம் காரணமாக வித்யாசாகரின் கருத்தும் வேண்டப்பட்டது.

வித்யாசாகர் இவ்வாறு கூறினார்: 'கணவன் இறந்ததுமே அவனது சொத்து அவனுடைய விதவைக்கு உரித்தாகிவிட்டது. அதன்பிறகு அவளது ஒழுக்கக்கேட்டைக் காரணங்காட்டி அவளது உரிமையைப் பறிக்க முடியாது.'

இக்கருத்து ஏற்றுக்கொள்ளப்பட்டு வழக்கு தள்ளுபடி செய்யப்பட்டது.

இந்த நிகழ்ச்சி பழைமைவாதிகளுக்கு ஆத்திரமூட்டியது. 'வித்யாசாகர் ஒழுக்கக்கேட்டை ஆதரிக்கிறார்!' என்று அவர்கள் பிரசாரம் செய்யத் தொடங்கினர்.

1880-ம் ஆண்டில் அரசாங்கம் வித்யாசாகருக்கு 'கம்பேனியன் ஆஃப் தி இண்டியன் எம்பையர்' (C.I.E) என்ற விருது அளித்து கவுரவித்தது. ஆனால். வித்யாசாகர் என்றுமே விருதுகளை மதிப்பவரல்லர். அவர் விருதளிப்பு விழாவில் கலந்து கொள்ளவில்லை.

1881-ம் ஆண்டில் ரவீந்திரரும் அவருடைய அண்ணன் ஜோதிரிந்திரநாத்தும் வங்காள இலக்கியவாதிகளை ஒன்றிணைத்து ஒரு சங்கம் அமைக்க விரும்பினர். அவர்கள் வித்யாசாகரிடம் வந்து அந்தச் சங்கத்தில் உறுப்பினராகும்படி கேட்டுக்கொண்டனர். வித்யாசாகர் அந்தச் சங்கத்தில் யார் யார் உறுப்பினர்களாயிருப்பார்களென்று கேட்டார். ஜோதிரிந்திரநாத் பெரிய பிரபல இலக்கியவாதிகள், அறிஞர்களடங்கிய நீண்ட பட்டியலொன்றை வாசித்தார். அவரிடம் வித்யாசாகர் கூறினார்: 'இந்த மாதிரி பெரிய பெரிய ஆட்களையெல்லாம் சேர்த்துக்காதே. இவங்க ஒருத்தரோட ஒருத்தர் ஒத்துப்போகமாட்டாங்க. சங்கம் ஒழுங்காக நடக்காது.'

அவரது வாக்கு பலித்தது. தொடங்கப்பட்டச் சிறிது காலத்திலேயே சங்கம் செயலிழந்து போய்விட்டது.

1883-ம் ஆண்டில் வித்யாசாகர் பஞ்சாப் பல்கலைக்கழகத்தின் 'ஃபெலோ'வாக நியமிக்கப்பட்டார்.

19-ம் நூற்றாண்டின் இடைப்பகுதியில், படித்த உயர்மட்டத்து மக்களிடையேயும் நடுத்தர மக்களிடையேயும் குடிப்பழக்கம் வலுத் திருந்தது. அவர்கள் அதை ஒரு நாகரீகமான பழக்கமாகக் கருதினர். வித்யாசாகர் இன்னும் சில பெரியவர்களுடன் சேர்ந்து இந்தப் பழக்கத்துக்கு எதிராக 1864-ம் ஆண்டில் 'வங்காள மது எதிர்ப்புச் சங்க'த்தை அமைத்திருந்தார்.

ஆனால், துரதிருஷ்டவசமாக அவரே அபினி உட்கொள்ள வேண்டிய நிலை ஏற்பட்டது. முன்பே கூறப்பட்டுள்ள சாலை விபத்தின் நெடுங்கால விளைவாக அவருக்கு 1884-ம் ஆண்டில் கடுமையான வயிற்றுக் கோளாறு ஏற்பட்டது. மருத்துவரின் ஆலோசனைப்படி அவர் காலையும் மாலையும் சிறிதளவு அபினி உட்கொள்ளத் தொடங்கினார். இதனால் சற்று குணம் ஏற்பட்டாலும், சிலமாதங்களுக்குப் பின் நோய் மறுபடி தோன்றியது. அபினிப் பழக்கத்தைக் கைவிடமுயன்றார். ஆனால் இறுதிவரை அவர் இம்முயற்சியில் வெற்றிபெறவில்லை.

அவரது வாழ்க்கையின் இறுதிப்பருவத்தில் அரசாங்கம் அவருக்கு 'மகாமகோபாத்தியாய' பட்டம் வழங்க விரும்பியது. ஆனால், வித்யாசாகர் தமக்கு அது வேண்டாமென்று கூறிவிட்டார்.

அவர் தம் வாழ்க்கையின் பிற்பகுதியில் தம் உறவினர், நண்பர், தம்மை அண்டியவர்களின் நன்றிகெட்ட நடத்தையால் மனம் நொந்திருந்தார் என்பது முன்பே குறிப்பிடப்பட்டுள்ளது. அவரது அப்போதைய மனநிலையைக் காட்டும் இருநிகழ்ச்சிகளை இங்கு நினைவு கூறலாம்.

வித்யாசாகர் கர்மட்டாரிலிருந்தபோது அவருக்குப் பரிச்சயமான மருத்துவர் ஒருவர் தம் நண்பரொருவரைக் கூட்டிக் கொண்டு வந்து வித்யாசாகரிடம் சொன்னார்: 'இவர் ஒரு கண்ணியமான மனிதர். இவரது உடல்நிலை தேறுவதற்காக இவரை இங்கே அழைத்து வந்திருக்கேன். இவரை இங்கே தங்க அனுமதியுங்க.'

வித்யாசாகர் சிரித்துக்கொண்டே பதிலளித்தார்: 'எனக்கு இவரைத் தெரியாது, உங்களைத்தான் தெரியும். இவர் ஒரு கண்ணியமான மனிதர்னு நீங்க சொல்றதாலே நம்பறேன். ஆனால், இந்தக் காலத்திலே கண்ணியமான மனிதர் யாரும் என் கண்ணுக்குத் தென்படலே.'

வித்யாசாகர் தம் பேரக்குழந்தையிடம் மிகவும் பிரியமாக இருந்தார். அவனுக்கு ஒரு தடவை ஒரு புதிய நாலணா நாணயத்தைக்

கொடுத்துவிட்டுக் கேட்டார்: 'உனக்கு யாரை ரொம்பப் பிடிக்கும் - என்னையா, இந்தக் காசையா?'

பேரன் பதிலளித்தான்: 'உன்னை எனக்குப் பிடிச்சிருக்கு, தாத்தா. ஆனா, இந்தக்காசை இன்னும் ரொம்பப் பிடிச்சிருக்கு.'

வித்யாசாகர் வேதனையோடு சிரித்தவாறு சொன்னார்: 'உனக்கு மட்டு மில்லே, எல்லாருக்கும் அப்படித்தான். நீ கள்ளங்கபடு இல்லாதவன், வெளிப்படையாச் சொல்லிட்டே. மத்தவங்க சொல்றதில்லே. இதுதான் வித்தியாசம்!'

அந்தக் காலத்தில் சிறுவயதுத் திருமணங்கள் நடைபெற்று வந்தன. அப்படி மணந்து கொண்டவர்கள் ஒரு குறிப்பிட்ட வயதுக்கு வருமுன்னால் உடலுறவு கொள்வதைத் தடுக்கும் ஒரு சட்டத்தை அரசாங்கம் இயற்ற விரும்பியது. சட்டமியற்றுமுன் அரசு இதுபற்றி வித்யாசாகரின் கருத்தை வேண்டியது.

*1891*-ம் ஆண்டில் - அதாவது வித்யாசாகரின் வாழ்க்கையின் இறுதியாண்டில் - அவர் இதுவிஷயமாக வெளியிட்ட கருத்து, அவரது சாத்திர அறிவை மட்டுமல்ல நடைமுறையுணர்வையும் காட்டுகிறது.

அவர் கூறினார்: 'நம் நாட்டில் எல்லாப் பெண்களும் ஒரே வயதில் பூப்படைவதில்லை. மனைவி பூப்படைந்ததும் கணவன் அவளுடன் உடலுறவு கொள்ளவேண்டும் என்று சாத்திரம் விதிக்கிறது. ஆகையால், மனைவி ஒரு குறிப்பிட்ட வயதுக்கு வருமுன் அவளுடன் கணவன் உடலுறவு கொள்ளக்கூடாது என்பதற்குப் பதிலாக, மனைவி பூப்படையுமுன் அவளுடன் உடலுறவு கூடாது என்று விதிப்பது உசிதமாகும். இந்தத் தடை சாத்திரவிதிக்கு ஆதரவாக இருப்பதால் பொதுமக்களும் இந்தச் சட்டத்தை வரவேற்பார்கள். சட்டத்தையும் எளிதில் அமல்படுத்தலாம்.'

*1891*-ம் ஆண்டில் வித்யாசாகரின் உடல்நிலை மிகவும் கெட்டுப்போய் விட்டது. அவரது குடலில் கட்டி ஏற்பட்டிருந்தது. மருத்துவர்கள் அவரைச் சிறிதுகாலம் வேறெங்காவது போய்த் தங்கும்படி யோசனை கூறினர். அப்போது மெட்ரோபாலிட்டன் கல்லூரியும் பள்ளிகளும் அவரது நேரடி நிர்வாகத்தில் இருந்ததால் அவரால் கல்கத்தாவிலிருந்து தொலைவில் எங்கும் செல்ல இயலவில்லை. அவர் ஃபராஷ்டாங்கா என்ற இடத்தில் ஒரு வீட்டை வாடகைக்கு எடுத்துக்கொண்டு அங்கு சிறிது காலம் வசித்தார். ஆனால், அவரது உடல்நிலை சீரடைய வில்லை. அவர் கல்கத்தா திரும்பினார்.

வித்யாசாகருக்குப் பூஜை, ஹோமம் போன்ற மதச் சடங்குகளில் நம்பிக்கையில்லை. எனினும் தம் பெண்கள், உறவினர்களின்

வற்புறுத்தலால் தம் நோய் குணமாவதற்காக, ஹோமம் நடத்த அனுமதித்தார். ஆனால், அவரது உடல்நிலை மேம்படவில்லை.

அவர் தன் நினைவு இழந்து புலம்பும்போதுகூட மெட்ரோபாலிட்டன் பள்ளிகளைப் பற்றி ஏதேதோ சொல்லிப் புலம்பினார். அலோபதி, யுனானி மருத்துவர்கள் முயற்சி செய்தும் அவரைக் காப்பாற்ற முடியவில்லை. 1891 ஜூலை மாதம் 29-ம் நாள் நள்ளிரவுக்குப் பின் அவரது உயிர் பிரிந்தது.

வித்யாசாகரின் மரணச் செய்தி வங்காளம் முழுவதையும் அதிர்ச்சிக் குள்ளாக்கியது. அவரது பூத உடலைத் தரிசிக்க நகர மக்கள் திரண்டு வந்தனர். அவரது சடலம் அவரது அன்புக்குரிய மெட்ரோபாலிட்டன் கல்லூரிக்குக் கொண்டு செல்லப்பட்டு அங்கு சிறிது நேரம் வைக்கப் பட்டிருந்தது. பிறகு கங்கைக்கரையில் ஈமச்சடங்குகள் நடைபெற்றன.

ஐரோப்பிய, அமெரிக்க செய்திப் பத்திரிகைகளும் வித்யாசாகரின் மரணச் செய்தியை வெளியிட்டன. இந்தியாவெங்கும் இரங்கற் கூட்டங்கள் நடைபெற்றன. அவற்றுள் குறிப்பிடத்தக்கது வங்காள ஆளுநர் சர் சார்லஸ் எலியட்டின் தலைமையில் 1891 ஆகஸ்ட் 27-ம் நாள் கல்கத்தா நகரமன்றத்தில் நடைபெற்ற இரங்கற்கூட்டமாகும். நகரப் பெரியோர் பலர் கலந்துகொண்ட இக்கூட்டத்தில் வித்யாசாகரின் உருவச்சிலையை சம்ஸ்கிருதக் கல்லூரியில் நிறுவத் தீர்மானிக்கப்பட்டது.

வித்யாசாகர் காலமாகி நான்காண்டுகளுக்குப் பிறகு எமரால்டு தியேட்டரில் நடைபெற்ற வித்யாசாகர் நினைவுக் கூட்டத்தில் ரவீந்திரர் தம் உரையில் கூறினார்: '...வித்யாசாகர் இந்த வங்க நாட்டில் தன்னந்தனியாக இருந்தார். அவருடைய தரத்தில் அவருக்குத் தோழமை தரக்கூடிய எவரும் அவர் காலத்தில் இல்லை. ஆகவே, அவர் தம் வாழ்நாள் முழுதும் தனிமையின் தண்டனையை அனுபவித்தார். வங்காளிகளான நாம் வேலையைத் தொடங்குவோம், அதை முடிக்க மாட்டோம்; நாம் செய்யும் காரியங்களில் நமக்கு நம்பிக்கையில்லை; ஆர்ப்பாட்டம் செய்வோம், வேலை செய்யமாட்டோம்; நாம் நம்பும் கொள்கைகளை செயல்படுத்துவதில்லை. இதையெல்லாம் கவனித்து வந்த வித்யாசாகருக்கு இந்தப் பலவீனமான, அற்பமான, இதயமற்ற, சோம்பேறித்தனமான, ஆடம்பரமிக்க, வாயாடி வங்காளி இனத்தைப் பற்றி ஓர் ஆழ்ந்த இகழ்ச்சியுணர்வு இருந்தது. ஏனெனில், இந்தக் குணங்களுக்கு முற்றிலும் மாறுபட்ட தன்மைகள் கொண்டவராக இருந்தார் அவர்...'

ரவீந்திரர் வங்காளிகளைப் பற்றிக் கூறிய கருத்து இந்திய இனத்துக்கே இன்றும் பொருந்தும்.

இந்த நூற்றாண்டிலும் அவர் சரியாகப் புரிந்துகொள்ளப் படவில்லை என்பதைக் காட்டும் ஒரு வருந்தத்தக்க நிகழ்ச்சி இந்த நூற்றாண்டின் எழுபதுகளில் நிகழ்ந்தது. வித்யாசாகர் 'புரட்சி'க்கு எதிரி என்று கருதிய சில நக்சலைட்டுகள் கல்கத்தா சம்ஸ்கிருதக் கல்லூரியிலிருந்த அவரது மார்பளவுச் சிலையின் முகத்தைச் சிதைத்துவிட்டார்கள்!

ஆம், செயல்திறமையில், புரட்சிநோக்கில், மனிதநேயத்தில் அவர் தம் காலத்தில் தனியராகத்தானிருந்தார். ஏனெனில், தமக்குரிய காலத்துக்கு நூறு ஆண்டுகள் முன்னதாகவே பிறந்துவிட்டார். அவர் காலமாகி ஒரு நூற்றாண்டு கடந்த பின்னும், இந்திய மக்களால் அவருடைய முற்போக்குக் கருத்துகளை முழுமையாகச் செயல்படுத்த இயலவில்லை.

இத்தகைய மாமனிதர் ஒருவர் ஒரு நூற்றாண்டுக்கு முன் நம் நாட்டில் வாழ்ந்து செயல்பட்டார் என்ற நினைவு நமக்கு உணர்ச்சியூட்டி நம்மை முன்னேற்றப் பாதையில் வழி நடத்திச் செல்லட்டும்!

# 21

## வித்யாசாகரின் நகைச்சுவை!

‘வித்யாசாகர் சுறுசுறுப்பான வாழ்க்கை நடத்தினார். கற்றல், கற்பித்தல், எழுத்து, சமூகநலம் போன்ற பல் துறைப் பணிகளில் அவர் தம் வாழ்க்கை முழுதும் ஈடுபட்டிருந்தார். இவ்வளவு பணிகளுக்கிடையிலும் அவர் தம் நண்பர்களோடு உரையாடுவதில் ஆர்வங் காட்டினார். அவருடைய பேச்சில் நகைச்சுவை மிளிரும். வாழ்வில் அவர் எதிர்கொள்ள நேர்ந்த இன்னல்களும் சோதனைகளும் அவரது நகைச்சுவை உணர்வைப் பாதிக்கவில்லை. பேராசை, சுயநல உணர்வு, நன்றி மறக்கும் தன்மை, சொல் ஒன்று செயல் வேறாகச் செயல்படுதல், தம்தம் வசதிக்கேற்ப சாத்திர விளக்கம் அளித்தல் போன்ற மனிதக் குறைகளை மீண்டும் மீண்டும் நேரில் சந்தித்த வித்யாசாகரின் நகைச்சுவையில் அங்கதச்சுவை மிகுந்திருந்தது.

தன்னையே கேலிசெய்துகொள்ளத் துணிந்த மனிதன்தான் உண்மையான நகைச்சுவையுணர்வு படைத்தவன். தம்மைத்தாமே கேலிசெய்துகொள் ளும் திராணி வித்யாசாகருக்கு இருந்தது.

வித்யாசாகரின் வெளித்தோற்றம் பார்ப்பவர் மனத்தில் மரியாதை உணர்வைத் தோற்றுவிப்பதாக இருக்காது. இது அவருக்கே நன்றாகத் தெரியும். அந்தக் காலத்தில் ஒரிஸ்ஸாவைச் சேர்ந்த ஏழைப் பிராமணர்கள் கல்கத்தாவில் பல வங்காளி வீடுகளில் சமையற்காரர்களாகப் பணிபுரிந்துவந்தனர். வித்யா சாகர் கருப்பாக, குட்டையாக இருப்பார். ஒரு முரட்டு வேட்டியும் துணியும் அணிந்திருப்பார். ஒரியாப் பிராமணர்கள் போல் தலைமுடியை குட்டையாக வெட்டிக்கொண்டு, முன்தலையை மழித்துக்

கொண்டு, குடுமி வைத்திருப்பார். அவரைப் பார்த்தால் ஓர் ஒரியா சமையல்காரன் போல்தானிருப்பார்.

ஒருசமயம் அவர் தெருவில் போய்க்கொண்டிருந்தபோது தற்செயலாக ஒரு நடுவயது வங்காளிப் பெண்மணிமேல் இடித்துக்கொண்டு விட்டார். அந்த அம்மாளுக்குக் கோபம் வந்துவிட்டது. அவள் 'யாருடா இது ஒரியாப் பட்டிக்காட்டான், என்மேலே வந்து இடிக்கறே!' என்று கத்தினாள்.

இதைக் கேட்டு வித்யாசாகருக்குக் கோபம் வரவில்லை. அவர் தமக்குள் சிரித்துக்கொண்டு அங்கிருந்து நகர்ந்துவிட்டார்.

அவரது ஊரான பீர்சிங்கா முதலில் ஹூக்ளி மாவட்டத்தில் இருந்தது. பிறகு, அது மேதினிபூர் மாவட்டத்தில் சேர்க்கப்பட்டது. ஒரிஸ்ஸாப் பகுதிக்கு அடுத்த மாவட்டம் மேதினிபூர்.

இந்த மாவட்ட மாற்றத்தைப் பற்றி வித்யாசாகர் வேடிக்கையாக அங்கலாய்த்துக் கொண்டார். 'ஏற்கெனவே என்னைப் பார்த்தால் ஒரியாக்காரன் மாதிரி இருக்கு. இப்போ என் ஊரையும் மேதினிபூரிலே சேர்த்துட்டாங்களே!'

ஒருசமயம் வித்யாசாகரும் இன்னும் சிலரும் ஒரு வீட்டின் முன்னறையில் அமர்ந்து உரையாடிக்கொண்டிருந்தனர். அங்கிருந் தவர்களில் ஒருவர் கல்கத்தா நீதிமன்ற நீதிபதி துவாரகாநாத் மித்ரா.

அப்போது யாரோ ஒருவன் தெருவில் நின்றுகொண்டு ஜன்னல் வழியே உள்ளே எட்டிப்பார்த்துக் கொண்டிருந்தான்.

வித்யாசாகர் அவனைக் கேட்டார்: 'என்னப்பா எட்டிப் பார்க்கறே?'

'இங்கே துவாரகாமித்திர் வந்திருக்கறதா கேள்விப்பட்டேன். அவரைப் பார்க்கத்தான்...'

'அவ்வளவுதானே, இங்கே வா!' என்ற வித்யாசாகர், 'இதோபார், இவர்தான் கிருஷ்ணதாஸ் பால். இவரைவிட அழகாயிருக்கறவர்தான் துவாரகாமித்திர்... இப்போ தெரியுதா துவாரகாமித்திர் யாருன்னு?' என்று கேட்டார்.

அங்கிருந்தவர்களெல்லோரும் அவர் சொன்னதைக்கேட்டுச் சிரித்து விட்டார்கள். காரணம், அங்கிருந்த எல்லோருமே அவலட்சணந்தான்!

அக்காலத்திலேயே தெய்வமாகப் போற்றப்பட்ட ராமகிருஷ்ண பரமஹம்சர் வித்யாசாகரின் சமகாலத்தவர். இருந்தாலும் வித்யாசாகர் ஒருமுறைகூட அவரைச் சந்திக்கச் சென்றதில்லை. ஒருசமயம், ராமகிருஷ்ணரே வித்யாசாகரைப் பார்க்க வந்துவிட்டார். வந்தபின்

சொன்னார்: 'நான் இவ்வளவு காலம் குளங்குட்டைகளிலே உழன்றுக் கிட்டு இருந்தேன். இப்போ சாகரத்துக்கே வந்துட்டேன்.'

வித்யாசாகர் சிரித்துக்கொண்டே சொன்னார்: 'ஆனால், இந்த சாகரத்திலே உப்புத்தண்ணிதானே கிடைக்கும்!'

'வெறுங்கடல்லேதான் உப்புத்தண்ணி இருக்கும். நீ வித்யாசாகர் - கல்விக்கடல். இங்கே ரத்தினமே கிடைக்கும்!'

'இல்லேயில்லே, இங்கே கிளிஞ்சல்தான் கிடைக்கும்!' என்றார் வித்யாசாகர்.

ராமகிருஷ்ணர் சொன்னார்: 'நீ சித்தன். அதனால்தான் மனம் மென்மையாக இருக்கு. சித்தமான (அதாவது, வெந்த) காய்கறி மிருதுவாக இருக்குமல்லவா?'

சிரித்துக்கொண்டு பதிலளித்தார் வித்யாசாகர்: 'வாஸ்தவந்தான். ஆனால், அரைச்ச உளுத்தம் பருப்பை வேகவச்சா அது கல்லுமாதிரி கெட்டியாயிடும்!'

வித்யாசாகருக்கு சி.ஐ.இ. பட்டம் கிடைத்தபோது அவரைப் பாராட்ட வந்த நண்பரொருவர் அவர் வருத்தமாக இருப்பதைக் கண்டு, 'ஏன் வருத்தமாக இருக்கீங்க?' என்று கேட்டார்.

'வருத்தப்படாமே என்ன செய்யறது? எனக்கு சாம்பல்தானே கிடைச்சிருக்கு!' என்றார் வித்யாசாகர்.

சி.ஐ.இ என்று எழுத்துகளைச் சேர்த்து உச்சரித்தால் 'சாயி' என்ற வார்த்தை வரும். 'சாயி' என்ற சொல்லுக்கு வங்காளியில் 'சாம்பல்' என்று பொருள்!

அரசனைவிட அறிஞன் உயர்ந்தவன் என்ற கருத்தைச் சொல்லும் சம்ஸ்கிருதக் கவிதை ஒன்று உண்டு.

> 'வித்வத்வஞ்ச ந்ருபத்வஞ்ச நைவதுல்யம் கதாசன;
> ஸ்வதேசே பூஜ்யதே ராஜா, வித்வான் சர்வத்ர பூஜ்யதே.'

(அறிவும் அரச பதவியும் ஒருபோதும் சமமல்ல. அரசன் தன் நாட்டில் தான் மதிக்கப்படுகிறான். அறிஞன் எங்கும் மதிக்கப்படுகிறான்).

ஆனால், உண்மை வாழ்க்கையில் அறிவை விடச் செல்வத்துக்கே, வெளி ஆடம்பரத்துக்கே அதிக மதிப்பளிக்கப்படுகிறது. இதை ஏஷியாட்டிக் சொசைட்டி நிகழ்ச்சியில் கண்ட வித்யாசாகர் மேற்கண்ட கவிதையை இவ்வாறு மாற்றியெழுதினார்:

'வித்வத்வஞ்ச ஜூதோத்வஞ்ச நைவ துல்யம் கதாசன;

ஸ்வதேசே பூஜ்யதே வித்யா, ஜ௵தோ சர்வத்ர பூஜ்யதே.'

(அறிவும் செருப்பும் ஒருபோதும் சமமல்ல. அறிவு தன் நாட்டில் தான் மதிக்கப்படுகிறது. செருப்போ எங்கும் மதிக்கப்படுகிறது!).

வித்யாசாகரின் உதவியை நாடி வந்த ஓர் ஏழைப் பிராமணன், 'எனக்கு ரொம்ப 'துராவஸ்தா.' எனக்கு உதவுங்க!' என்று சொன்னான்.

'துராவஸ்தா' என்ற சொல் பிழை. சரியான சொல் 'துரவஸ்தா!' 'கஷ்டநிலை' என்று அதற்குப் பொருள்.

அவனுடைய தவற்றைத் திருத்த விரும்பினார் வித்யாசாகர். 'ஆகாரை மாத்திக்கிட்டுவா!' என்று சொல்லி அவனை அனுப்பிவிட்டார்.

'ரா'விலுள்ள 'ஆ'வை எடுத்துவிட்டு 'ர' என்று உச்சரிக்க வேண்டும் என்பது அவரது குறிப்பு. இதை அந்தப் பிராமணன் புரிந்துகொள்ள வில்லை. 'ஆகார்' என்றால் 'உருவம்' அல்லது 'தோற்றம்' என்றொரு பொருள் உண்டு. அவன் தன் தோற்றத்தை மாற்றிக்கொண்டு வந்து மறுபடியும் 'எனக்கு துராவஸ்தா' என்று சொன்னான்.

வித்யாசாகர் மீண்டும் அவனைத் திருப்பியனுப்பிவிட்டார். 'ஆகாரத்தை மாத்திக்கிட்டு வா!'

பிராமணனுக்கு ஒன்றும் புரியவில்லை. அவன் வேறொரு பண்டிதரிடம் சென்று இந்த விஷயத்தைச் சொல்லி வருந்தினான். பண்டிதர் அவனுடைய பிழையைத் திருத்தினார்.

அவன் மறுபடியும் வித்யாசாகரிடம் வந்து, 'எனக்கு ரொம்ப துரவஸ்தா' என்று சொல்லவே, அவர் அவனுக்கு வேண்டிய உதவிகளைச் செய்தார்.

மத அனுஷ்டானங்களில் அவருக்கு நம்பிக்கையில்லை. மதவிஷயங்களில் மிகத் தீவிரமாக இருப்பவர்களை அவர் கேலி செய்வார்.

அவர் வசித்து வந்த பாதுர்பாகான் பகுதியிலேயே சசிபூஷண் என்ற பிரும்ம சமாஜப் பிரசாரகர் ஒருவரும் வசித்துவந்தார். ஆனால், சசி பூஷணுக்கு வித்யாசாகரின் வீடு தெரியாது. ஒரு சமயம், சாந்த்மோகன் மைத்ரா என்பவர் வித்யாசாகரைச் சந்திக்க விரும்பி சசிபூஷணிடம் வந்தார். சசிபூஷண் எவ்வளவோ அலைந்தும் அவரால் வித்யாசாகரின் வீட்டைக் கண்டுபிடிக்க முடியவில்லை. கடைசியில் மைத்ராவே எப்படியோ வித்யாசாகரின் வீட்டைக் கண்டுபிடித்துவிட்டார்.

அவர் இவ்விஷயத்தை வித்யாசாகரிடம் கூறியபோது வித்யாசாகர் சிரித்துக்கொண்டே சசிபூஷணிடம் சொன்னார்: 'ஏம்ப்பா, இந்தப்

பக்கத்திலேயே வசிக்கற உன்னாலே இவருக்கு என் வீட்டைக் காட்ட முடியலே. நீ எப்படி மத்தவங்களுக்குப் பரலோகத்துக்கு வழிகாட்டப் போறே? இந்த வேலை உனக்கு சரிப்படாது, விட்டுடு!''

சிவநாத் சாஸ்திரி தம் இளவயதில் தம் குடும்பத்தினரின் எதிர்ப்பைப் பொருட்படுத்தாமல் பிரும்ம சமாஜத்தில் சேர்ந்துவிட்டார். இதனால் மனம்வெறுத்துப்போன அவருடைய தந்தை காசிக்குப் போய் அங்கேயே வசிக்கத் தொடங்கினார்.

ஒரு சமயம், அவர் கல்கத்தா வந்தபோது வித்யாசாகரைச் சந்தித்தார்.

வித்யாசாகர் அவரைக் கேட்டார்: 'நீ காசியிலே இருக்கியாமே? கஞ்சா சாப்பிடக் கத்துக்கிட்டிருக்கியா?'

காசிக்கும் கஞ்சாவுக்கும் என்ன தொடர்பு என்று பெரியவருக்குப் புரியவில்லை.

வித்யாசாகர் விளக்கினார்: 'காசியிலே செத்துப்போறவங்க தாங்களும் சிவனாயிடுவாங்களாம். சிவனுக்குக் கஞ்சா சாப்பிடப் பிடிக்கும். நீயும் செத்தபிறகு சிவனாகி கஞ்சா சாப்பிடணுமே! அதுக்கு இப்பவே பழகிக்க வேண்டாமா?'

சிவநாத் சாஸ்திரி போல் பிரும்மசமாஜத்தில் சேர்ந்து தம் பெற்றோரின் மனத்தைப் புண்படுத்திய இன்னொருவர் ராம்தனுலாகிரி. அவர் தம் பூணூலைச் துறந்தது அவருடைய தந்தையை மிகவும் வருத்திற்று. ஆனால், ராம்தனு அதைப் பொருட்படுத்தவில்லை. 'நான் சத்தியத்தை நம்புவேன். பிறரது உணர்ச்சிகளைப் பற்றி எனக்குக் கவலையில்லை' என்று சொல்லிவிட்டார்.

பின்னர் ஒருசமயம் அவர் வித்யாசாகரிடம், 'வீட்டிலே சமையலுக்கு ஆளில்லாமே ரொம்பக் கஷ்டமாக இருக்கு. ஒரு நல்ல பிராமண சமையல்காரன் இருந்தா சொல்லுங்க' என்றார்.

வித்யாசாகர் ஆச்சரியப்பட்டுக் கேட்டார்: 'ஏம்பா உனக்குத்தான் சாதி மத வித்தியாசமெல்லாம் கிடையாதே! முஸ்லிம் சமையல்காரனைக் கூட வச்சுக்கலாமே! ஏன் பிராமணன்தான் வேணுங்கறே?'

ராம்தனு தலையைச் சொறிந்துகொண்டு, 'எனக்கு ஆட்சேப மில்லேதான். ஆனா, வீட்டிலே...' என்று இழுத்தார்.

வித்யாசாகர் கேலியாகச் சிரித்தார்: 'பெத்த அப்பன் 'பூணூலை எறிஞ்சுடாதே!'ன்னு கெஞ்சினபோது அவர் பேச்சைக் கேக்காமே அவர் மனத்தை நோகவச்சே. இப்போ உன் பெண்டாட்டி மனம் நோகக் கூடாதுன்னு பிராமண சமையல்காரன் தேடறியாக்கும்! பேஷ் பேஷ்!'

ஒரு சமயம் வித்யாசாகர் சிவநாத் சாஸ்திரியுடனும் இன்னும் சில நண்பர்களுடனும் ஒரு வீட்டுத் திண்ணையிலமர்ந்து உரையாடிக் கொண்டிருந்தார். அப்போது அங்கே ஒரு வங்காளிப் பாதிரி வந்தார். அவர் வித்யாசாகரைப் பார்த்ததில்லை. அவர் அவர்களிடம் வந்து ஏசுவின் பெருமையைப் பற்றி உற்சாகமாகப் பேசத்தொடங்கினார். வித்யாசாகர் அவரை இடைமறித்து, 'உங்களுக்கு என்ன வேணும்?' என்று கேட்டார்.

'உங்கள் மோட்சந்தான் நான் வேண்டுவது' - பாதிரி பதிலளித்தார்.

வித்யாசாகர் அவரிடம் சொன்னார்: 'இவங்களுக்கு இளவயசு. ரொம்பநாள் உலகத்திலே வாழவேண்டியவங்க. இவங்களை இப்பவே மோட்சத்துக்கு அனுப்பவேண்டாம். நீங்க சொல்ல விரும்புவதை என்கிட்டே சொல்லுங்க, நான் கிழவன்!'

அவருடைய கேலியைப் புரிந்துகொண்ட பாதிரி அங்கிருந்து நழுவினார்.

தம் முதிர்ந்த வயதில் ஓர் இளம் பெண்ணை மணந்துகொண்டிருந்த நண்பரொருவரின் வீட்டுக்கு வித்யாசாகர் போயிருந்தார். இருவரும் வீட்டுத்திண்ணையிலமர்ந்து உரையாடினர். ஆனால், நண்பரின் கவனம் பேச்சில் இல்லையென்பதைக் கவனித்தார் வித்யாசாகர். அவர் நண்பரிடம் சொன்னார்: 'பேசினது போதும், உள்ளே போப்பா. மனத்துக்குக் குளிர்ச்சியாக இருக்கும்!'

வித்யாசாகர் எளிய உணவு உண்பவர்தாம். ஆனால், நல்ல உணவை ரசிக்கத் தெரிந்தவர். அவரும் அவர் போன்ற சிலரும் சாப்பாட்டுப் பிரியர்கள் சங்கம் ஒன்று அமைத்தனர். அவர்கள் முறைவைத்து ஒவ்வொரு உறுப்பினர் வீட்டிலும் விருந்து சாப்பிட்டு மகிழ்வர்.

ஒருசமயம் இத்தகைய விருந்து ஒன்றுக்குப் பிறகு. ஓர் உறுப்பினர் வயிற்றுக் கோளாறால் படுத்தபடுக்கையாகி விட்டார்.

மற்ற உறுப்பினர்கள் கூறினார்கள்: 'இந்த மனிதருக்கு உறுப்பினராக இருக்கத் தகுதியில்லை. இவரை விலக்கிவிட வேண்டும்.'

இந்தக் கருத்தை எதிர்த்தார் வித்யாசாகர். அவர் சொன்னார்: 'பார்க்கப் போனால் இவருக்குத்தான் உறுப்பினராக இருக்கத் தகுதி அதிகம். சாப்பாட்டுக்காக உயிரையே தியாகம் செய்யத் துணிந்தவரல்லவா இவர்!''

மதன்மோகன் தர்க்காலங்கார் இறந்த பிறகு அவரது வயது முதிர்ந்த தாய்க்கு வித்யாசாகர் பணஉதவி செய்த செய்தி முன்னமே கூறப் பட்டுள்ளது.

அந்த மூதாட்டி முதன்முதலில் வித்யாசாகரிடம் உதவி வேண்டி வந்தபோது சொன்னார்: 'நீ எனக்கு மாதம் அஞ்சுரூபாய் கொடுத்தாலும் போதும். ஆனா, எனக்குக் கண்ணு சரியாத் தெரியலே. ஆகையாலே சமையல் செய்ய ஆள் வச்சுக்கணும். எனக்கு மாதம் பத்துரூபாய் கொடு.'

எலும்புந்தோலுமாக இருந்த கிழவியைப் பார்க்கப் பரிதாபமாக இருந்தது வித்யாசாகருக்கு. 'சரி, தரேன். நீங்க காசியிலே போய் இருங்க.'

சிறிது காலங்கழித்து வித்யாசாகர் காசிக்குப் போயிருந்தபோது, அந்த அம்மணி அவரைப் பார்க்க வந்தார். வித்யாசாகருக்கு அவரை அடையாளம் தெரியவில்லை.

'ஈஸ்வரா, என்னைத் தெரியலியா? நான்தான் மதனோட அம்மா!' என்று அந்த அம்மாள் சொன்னபிறகுதான் வித்யாசாகர் அவரை அடையாளம் கண்டுகொண்டார்.

பிறகு வித்யாசாகர் சொன்னார்: 'நீங்க என்னை மோசடிபண்ணி ஏமாத்திட்டீங்க!'

மூதாட்டி திடுக்கிட்டு, 'என்னப்பா சொல்றே நீ?' என்று கேட்டார்.

'நான் முன்னாலே உங்களைப் பார்த்தபோது இளைச்சுப்போய் எலும்புந் தோலுமாக இருந்தீங்க. நீங்க ரொம்பநாள் பிழைச்சிருக்க மாட்டீங் கன்னு நினைச்சுத்தான் நான் உங்களுக்கு மாதம் பத்துரூபாய் கொடுக்க ஒப்புக்கிட்டேன். இப்போ உங்க உடம்பைப் பார்த்தா இன்னும் இருபது வருஷமாவது உயிரோட இருப்பீங்கன்னு தோணுது. இது முன்னா லேயே தெரிஞ்சிருந்தா நான் மாசம் பத்து ரூபாய் கொடுக்க ஒப்புத்துக் கிட்டிருக்க மாட்டேன். நீங்க பண்ணினது மோசடியில்லையா?'

வித்யாசாகரின் பேச்சைக் கேட்டுச் சிரித்துவிட்டார் மூதாட்டி.

நண்பர்களுடன் உரையாடும்போதும் கொள்கைப் பிரசாரக் கட்டுரை களிலும் வித்யாசாகர் நகைச்சுவைக் கதைகளைப் பயன்படுத்தினார். அங்கதச் சுவைமிக்க இக்கதைகளில் மாதிரிக்கு ஒருசில:

**நரகமே தேவலை!**

ஓர் இளைஞன் ஒழுக்கங்கெட்ட நடத்தை கொண்டிருந்தான். அவனைத் திருத்த விரும்பிய அவனுடைய குரு அவனைக் கூப்பிட்டுக் கேட்டார்: 'இந்த மாதிரி நடந்துகிட்டா நீ நரகத்துக்குத்தான் போவே. உனக்கு நரகத்துக்குப் போகப் பயமாக இல்லையா?'

இளைஞன் சிரித்துக்கொண்டே பதிலளித்தான்: 'இதோ பாருங்க! பெரிய பெரிய ராஜாக்கள், பெரிய மனுசங்க, பணக்காரங்க, அழகிகள், என்னோட சகாக்கள் இவங்க எல்லாரும் நரகத்துக்குத் தான் போவாங்க. உங்க மாதிரி சில குடுமிப் பண்டிதங்கதான் சுவர்க்கத்துக்குப் போவாங்க. எனக்கு சுவர்க்கத்திலே எப்படிப் பொழுது போகும்? நரகத்திலேதான் நான் சந்தோஷமாக இருப்பேன்!'

**கிழவயதில் மணந்துகொண்டால் சுவர்க்கம் போகலாம்!**

ஒரு பெரிய மனிதர் தம் முதிர்ந்த வயதில் ஓர் இளம் பெண்ணைக் கல்யாணம் செய்துகொண்டார். வித்யாசாகர் அவரிடம், 'உங்களுக்கு சுவர்க்கம் திறந்து வச்சிருக்கு' என்று சொன்னார்.

பெரிய மனிதருக்கு ஒன்றும் புரியவில்லை.

தம் கூற்றை விளக்க ஒரு கதை சொன்னார் வித்யாசாகர்:

மனிதர்கள் இறந்த பின் சுவர்க்க வாசலில் போய் நிற்பார்கள். வாயில் காப்போன் அவர்கள் செய்த புண்ணிய பாவங்களை ஆராய்ந்து அவர்களை சுவர்க்கத்துக்கோ நரகத்துக்கோ அனுப்புவான்.

ஒருநாள் ஒரு மனிதன் சுவர்க்க வாசலுக்கு வந்தான். விசாரித்ததில் அவன் தன் வாழ்வில் நல்ல காரியமும் செய்யவில்லை, கெட்ட காரியமும் செய்யவில்லை என்று தெரிந்தது.

அவனை எங்கே அனுப்புவது?

வாயில்காப்போன் அந்த மனிதனை மேலும் விசாரித்ததில், அவன் தன் கிழவயதில் ஓர் இளம்பெண்ணை மணந்துகொண்டான் என்று தெரிந்தது.

வாயிற்காப்போனின் பிரச்னை தீர்ந்துவிட்டது. அவன் சொன்னான்: 'உனக்குப் பூலோகத்திலேயே நரக அனுபவம் கிடைச்சுட்டது. அதனாலே நீ தாராளமா சுவர்க்கத்துக்குப் போகலாம்!'

இந்தக் கதையைக் கேட்டு பெரிய மனிதர் வெட்கித் தலைகுனிந்தார்.

**கபடஉபதேசி**

பிறருக்கு மட்டும் நல்லொழுக்கம் போதிக்கும் கபட உபதேசிகளைப் பற்றிய ஒரு கதை:

ஒரு கபட உபதேசிக்கு ஓர் ஆசைநாயகி உண்டு. ஒருநாள் உபதேசி தன் உரையில் பாவிகளுக்கு நரகத்தில் அளிக்கப்படும் தண்டனையைப் பற்றி விரிவாகப் பேசினான். நரகத்தில் இரும்பாலான இலவமரம் ஒன்று இருக்குமாம். அதன் அடிமரத்தில் கூர்மையான முட்கள்

முளைத்திருக்குமாம். யமதூதன் ஒழுக்கங்கெட்ட பெண்களை அங்கே இழுத்துக்கொண்டுபோய் அந்த மரத்தை இறுகத் தழுவிக் கொள்ளும்படி சொல்வானாம்.

உபதேசியின் ஆசைநாயகியும் அன்று அவனது உரையைக் கேட்க வந்திருந்தாள். அவனுடைய வர்ணனையை கேட்டு அவளுக்கு நடுக்க மேற்பட்டது.

அன்றிரவு உபதேசி வழக்கம்போல் அவள் வீட்டுக்கு வந்தான். ஆனால், அவளோ அவனை நெருங்க மறுத்தாள்.

அவளுடைய மறுப்புக்குக் காரணத்தைக் கேட்டு அறிந்துகொண்ட உபதேசி சிரித்துக்கொண்டு சொன்னான்: 'அடி அசடே! இதுக்காகவா பயந்துட்டே? ஒரு காலத்திலே இலவமரத்திலே முள்முள்ளாக இருந்தது உண்மைதான். ஆனா, யுகயுகமா எவ்வளவோ பொம் பளைங்க அதை இறுகத் தழுவித்தழுவி அந்த முள்ளெல்லாம் மழுங்கிப் போயிடுச்சு. இப்போ அந்த அடிமரம் எம்மாதிரி வழவழன்னு இருக்கு. நீ பயப்படாமே என் கிட்டவா!'

**பிடிவாதக்காரப் பண்டிதர்**

ஒரு தர்க்க நிபுணர் தமக்கு ஒரு குறிப்பிட்ட விஷயத்தைப் புரியவைப் பவருக்கு தம் சொத்து முழுவதையும் கொடுத்து விடுவதாகச் சபதம் செய்தார்.

இதைக்கேட்டு அவரது மனைவி பயந்துவிட்டாள். 'இப்படியெல்லாம் சபதம் செய்யாதீங்க! அப்புறம் நாம நடுத்தெருவிலே நிற்க வேண்டியிருக்கும்!'

தர்க்க நிபுணர் அவளைச் சமாதானம் செய்தார். 'நீ கவலைப்படாதே! நான் புரிஞ்சுக்கமாட்டேன்னா, யாராலே எனக்குப் புரிய வைக்க முடியும்?'

**வசதியான விளக்கம்**

இரு சகோதரர்கள் இருந்தனர். மூத்தவர் தர்க்க நிபுணர்; இளையவர் ஸ்மிருயில் - அதாவது விதிமுறைகளில் - வல்லவர்.

அந்த ஊரில் ஒருவருடைய மூன்று வயதுப் பேரன் இறந்துவிடவே, அவர் அக்குழந்தையின் சடலத்தை எரிப்பதா அல்லது புதைப்பதா என்று இளையவரைக் கேட்க வந்தார். அப்போது இளையவர் வீட்டிலில்லை. மூத்தவர் என்ன பிரச்னை என்று கேட்டுவிட்டு புதைத்துவிடலாம் என்று சொன்னார்.

வந்தவர் திரும்பிப் போகும்போது வழியில் இளையவரைப் பார்த்தார். இளையவர் சடலத்தை எரிக்கச் சொல்லிவிட்டு வீட்டுக்கு வந்து அண்ணனிடம் கேட்டார்: 'நீங்க ஏன் சடலத்தைப் புதைக்கச் சொன்னீங்க?'

மூத்தவர் சொன்னார்: 'எனக்குச் சரியான விதி தெரியாது. அதனால்தான் புதைக்கச் சொன்னேன். புதைச்சுவச்சா, பின்னாலே எரிக்கணும்னு தெரிஞ்சா எடுத்து எரிச்சடலாமே! புதைக்கறதுதான் சாத்திர விதின்னு வச்சுக்கோ. நான் எரிக்கச் சொல்லியிருந்தால் அப்புறம் புதைக்கச் சடலம் எங்கே கிடைக்கும்?'

சாத்திரப் பண்டிதர்கள் என்று சொல்லிக்கொள்பவர்கள் தங்கள் வசதிக்கேற்ப சாத்திரங்களுக்கு விளக்கம் தருகிறார்கள் என்பதைக் குறிப்பிடவே இந்தக் கதை.

**இச்சகத்தில் வித்தகர்கள்**

ஒரு செல்வந்தர் இருந்தார். அவரை எப்போதும் சில துதிபாடிகள் சூழ்த்திருப்பர்.

ஒருநாள் செல்வந்தர் சாப்பிட உட்கார்ந்தார். இலையில் பொட்டல் என்ற காயின் கூட்டு பரிமாறப்பட்டது. செல்வந்தர் ஒரு பொட்டல் துண்டை வாயில் போட்டுப்பார்த்து, 'பொட்டல் நல்லாயில்லே' என்றார். உடனே அருகிலிருந்த துதி பாடிகள், 'ஆமா, ஆமா! பொட்டலும் ஒருகாயா?' என்றார்கள்.

செல்வந்தர் இன்னுங்கொஞ்சம் கூட்டு சாப்பிட்டார். அது அவருக்குப் பிடித்துப் போய்விட்டது. 'பொட்டல் நல்லாத்தான் இருக்கு' என்று அவர் சொன்னார். உடனே மற்றவர்கள், 'ஆகா, பொட்டல் ரொம்ப அருமையான காய்!' என்றார்கள்.

செல்வந்தர் வியப்புடன் கேட்டார்: 'நீங்க கொஞ்சநேரம் முன்னாலே பொட்டல் ரொம்ப மோசம்னு சொன்னீங்க/ இப்போ ரொம்ப நல்லதுங் கறீங்க! ஏன் இப்படி மாறிட்டீங்க?'

துதிபாடிகள் சற்றும் தயக்கமின்றிப் பதிலளித்தனர்: 'பாருங்க! நாங்க பொட்டலுக்கும் அடிமையில்லே, கூட்டுக்கும் அடிமையில்லே. நாங்க உங்க அடிமைகள். உங்களுக்குப் பிடிச்ச மாதிரி பேசறதுதான் எங்க கடமை!'

**பிறருக்காகப் பிரம்படி**

ஒருசமயம் சிலர் வித்யாசாகரிடம் வந்து சொன்னார்கள்: 'ஒவ்வொருத்தர் ஒவ்வொரு கடவுளைக் கும்பிடச் சொல்றாங்க. எந்தக்

கடவுளைக் கும்பிடறதுன்னு எங்களுக்குக் குழப்பமாக இருக்கு. நீங்கதான் எங்களுக்கு வழிகாட்டணும்!'

வித்யாசாகர் சிரித்துக்கொண்டு சொன்னார்: 'நான் உங்களுக்கு உபதேசம் பண்ணத் தயாரில்லே. பிறத்தியாருக்காகப் பிரம்படிபட எனக்கு இஷ்டமில்லே.'

'பிரம்படியா? கடவுளுக்கும் பிரம்படிக்கும் என்ன சம்பந்தம்?' என்று அவர்கள் குழம்பினார்கள்.

தம் கூற்றை விளக்க ஒரு கதை சொன்னார் வித்யாசாகர்:

ஒரு மனிதன் இறந்தபின் அவனுடைய உயிரை எமதூதர்கள் எமனிடம் கொண்டு சென்றார்கள்.

'நீ என்ன சாமியைக் கும்பிட்டே?' எமன் அவனைக் கேட்டான்.

அந்த மனிதன் தான் கும்பிட்ட கடவுளின் பெயரைச் சொன்னான்.

எமன் தன் தூதர்களிடம் சொன்னான்: 'இவன் சரியான சாமியைக் கும்பிடலே. இவனுக்கு அஞ்சு பிரம்படி கொடுங்க!'

மனிதன் ஓர் உபதேசியின் பெயரைச் சொல்லி, 'அவர் சொல்லித்தானே

# 22

## கருணைக் கடல்

'வித்யாசாகர் வங்காளத்தில் தம் கருணைக்காகப் புகழ் பெற்றுள்ளார். ஆனால், அவரது கருணையில் வங்காளிகளுக்கு இயற்கையான இதயமென்மை மட்டுமல்ல, குணத்தின் வலிமையும் வெளிப் படுகிறது. அவரது கருணை தாற்காலிகமான உணர்வுக் கிளர்ச்சியல்ல. அது பிறரது துன்பத்தைத் துடைப் பதற்காகத் தன்னைக் கடுமையான துன்பத்தில் வீழ்த்திக் கொள்ள கணநேரமும் தயங்காது.

வித்யாசாகரின் கருணை பலம் வாய்ந்தது. ஆண்மை பொருந்தியது, எளிமையானது, சஞ்சலமற்றது. அது பயமின்றி, தயக்கமின்றி, நேரே விரைந்துசென்று தன் கடமையைச் செய்யும்.'

**-ரவீந்திரர்**

ரவீந்திரரின் மேற்கண்ட கூற்றின் உண்மையைக் காட்டும் பல நிகழ்ச்சிகளை வித்யாசாகரின் வாழ்க்கையில் காணலாம். அவர் தம் சொந்தப் பொறுப்பில் பணம் கடன் வாங்கி மதுசூதனுக்கு உதவிய நிகழ்ச்சி முன்பே விவரிக்கப்பட்டுள்ளது.

எஃகின் உறுதியும் மலரின் மென்மையும் - வித்யா சாகரிடம் ஒருங்கே அமைந்திருந்தன. தம் கொள்கை களைச் செயல்படுத்தவும் தம் கவுரவத்தைப் பாது காத்துக்கொள்ளவும் சமூகத்துப் பெரிய மனிதர் களையும் அரசாங்க அதிகாரிகளையும் எதிர்த்து நின்ற அவர் இன்னலுறும் மக்களைக் கண்டால், சிறு குழந்தைபோல் அழுதுவிடுவார். வலியச்சென்று அவர்களுக்கு உதவுவார்.

அரசாங்கப் பதவியை விட்டு விலகிய பின்னும் வித்யாசாகர் தம் புத்தகங்கள் விற்பனை மூலம்

நிறையச் சம்பாதித்தார். ஒரு கட்டத்தில் அவரது சராசரி மாத வருமானம் நாலாயிரம் ரூபாயாக இருந்தது. இந்த வருமானத்தின் பெரும்பகுதியை அவர் விதவை மறுமணம் போன்ற சமூக சீர்திருத்தங்களுக்காகவும், ஏழைமக்களுக்கு உதவவும் செலவழித்தார். அவரது உயிலில் சுமார் ஐம்பது பேர்களுக்கு மாத உதவி செய்ய ஏற்பாடு செய்யப்பட்டிருந்தது.

வித்யாசாகர் எவ்வித விளம்பரமும் இல்லாமல் ஏழை எளியவர்களுக்கு உதவி செய்தார். ஆகவே, அவருடைய கொடைச் செயல்களை முழுமையாகப் பட்டியலிடுவது இயலாத காரியம். அவரது வரலாற்றை எழுதியுள்ளவர்களும் விவரித்துள்ள நிகழ்ச்சிகளைத் தொகுத்தால் அதுவே ஒரு புத்தகமாகி விடும். எனினும், அவருடைய கருணையின் தன்மையையும் வீச்சையும் விளக்க ஒரு சில நிகழ்ச்சிகள் இங்கு கூறப்படுகின்றன.

வக்கீல் ஸ்ரீநாத் தாசின் பிள்ளை உபேந்திரநாத் தாஸ், தந்தையின் விருப்பத்துக்கு மாறாக ஒரு விதவையை மணந்துகொண்டதால் குடும்பத்திலிருந்த விரட்டப்பட்டுப் பல இன்னல்களுக்கு ஆளானார். பிறகு, கடும் நோய்வாய்ப்பட்டு சிவநாத் சாஸ்திரியின் வீட்டில் அடைக் கலம் புகுந்தார். அவரது நிலை கவலைக்கிடமாயிற்று. அவர் கடைசி முறையாகத் தம் தந்தையைப் பார்க்க விரும்பினார். ஆனால், ஸ்ரீநாத் தாசோ தம் மகனுடன் உறவை முற்றிலும் துண்டித்துக்கொண்டிருந்தார்.

ஸ்ரீநாத் தாஸ் வித்யாசாகரின் நண்பர். தந்தையும் மகனும் சந்திக்கும் ஏற்பாட்டை வித்யாசாகர் ஒருவரால்தான் செய்ய முடியுமென்று உணர்ந்த சிவராத் சாஸ்திரி செய்ய வித்யாசாகரிடம் சென்று அவரது உதவியை வேண்டினார். வித்யாசாகரும் உதவி செய்ய ஒப்புக் கொண்டார்.

அவர் ஒரு நாள் காலையில் திடீரென்று ஸ்ரீநாத் தாசின் வீட்டுக்குப் போய், ஸ்ரீநாத்திடம், 'ஒரு இடத்துக்குப் போகணும். வண்டி கொண்டுவரச் சொல்லு!' என்றார்.

இருவரும் வண்டியில் ஏறிக்கொண்டனர். போகும் வழியில் வித்யாசாகர் ஸ்ரீநாத்திடம் உபேந்திரநாத்தின் பரிதாப நிலையைக்கூறி, 'உபேன் சாகக்கிடக்கிறான். உன்னைப் பார்க்க ஆசைப்படறான். அதுக்காகத்தான் உன்னைக் கூட்டிக்கிட்டுப் போறேன்' என்று சொன்னார்.

ஸ்ரீநாத்துக்குப் பிள்ளையைச் சந்திக்க இஷ்டமில்லை. அவர் வண்டியைத் திருப்பச் சொன்னார். வித்யாசாகருக்குக் கோபம் வந்து விட்டது. அவர் சொன்னார்: 'சரி, அப்படீன்னா நான் இங்கேயே எறங்கிக்கறேன். இனிமேல் உனக்கும் எனக்கும் எந்த உறவுமில்லை!'

உடனே பணிந்துவிட்டார் ஸ்ரீநாத். பிள்ளையைப் பார்த்துவிட்டுப் போனார்.

சிவநாத் சாஸ்திரியும் தந்தையின் விருப்பத்துக்கு மாறாகப் பிரும்ம சமாஜத்தில் சேர்ந்ததற்காக வீட்டைவிட்டு விரட்டப்பட்டவர்தாம். வித்யாசாகர், சாஸ்திரியின் செயலை ஆதரிக்காவிட்டாலும் அவரைத் தம் மகன்போல் நேசித்தார். சாஸ்திரிக்கு அவரது உதவி தேவைப் பட்டபோதெல்லாம் தயக்கமின்றி உதவினார்.

பிரசன்னகுமார் சர்வாதிகாரி என்பவர் இந்துக் கல்லூரியில் கல்வி கற்றுச் சிறப்பாகத் தேறியவர். அவர் டாக்கா கல்லூரியில் சொற்ப சம்பளத்தில் ஆசிரியராகச் சில ஆண்டுகள் பணிபுரிந்துவிட்டு பிறகு நிர்வாகத்தின் அனுமதியின்றி வேலையை விட்டுவிட்டு கல்கத்தா வந்துவிட்டார். இந்த முறையற்ற செய்கை காரணமாக அவருக்கு வேறொரு வேலையும் கிடைக்கவில்லை. அவரது நிலைபற்றிக் கேள்வியுற்ற வித்யாசாகர், அவரும் அவருடைய சகோதரர்களும் இலவசமாகத் தம் வீட்டில் தங்க இடமளித்தார். அவர்கள் தங்கள் உணவுச் செலவை மட்டும் ஏற்றுக் கொண்டார்கள். பிறகு வித்யாசாகர் டாக்டர் மோவாட்டிடம் தமக்கிருந்த செல்வாக்கைப் பயன்படுத்தி பிரசன்னகுமாருக்கு இந்துக் கல்லூரியிலேயே ஓர் ஆசிரியர் வேலை வாங்கிக் கொடுத்தார். பிற்காலத்தில் பிரசன்னகுமார் சம்ஸ்கிருதக் கல்லூரியிலும் பஹரம்பூர்க் கல்லூரியிலும் முதல்வராகவும் மாநிலக் கல்லூரிப் பேராசிரியராகவும் பதவி உயர்வு பெற்று ஆயிரம் ரூபாய்க்கும் அதிகமாகச் சம்பளம் பெற்றார்.

ராஜாராம் மோகனின் புதல்வர் ராமப்பிரசாத் ராய் நந்தகுமார் என்ற சம்ஸ்கிருதப் பண்டிதரை அப்போது சம்ஸ்கிருதக் கல்லூரியின் முதல்வராக இருந்த வித்யாசாகரிடம் அனுப்பினார். அப்போது கல்லூரியில் வேலையெதுவும் காலி இல்லை. மேலும் நந்தகுமார் சம்ஸ்கிருதக் கல்லூரியின் மாணவரல்லவாததால் அவருக்கு அக்கல்லூரியில் பணிபுரிய உரிமையுமில்லை. எனினும், வித்யாசாகர் கல்வி இயக்குநரின் எதிர்ப்பையும் மீறிச் சிறிது காலத்துக்கு நந்தகுமாரை முப்பது ரூபாய் சம்பளத்தில் வேலையிலமர்த்தினார். பிறகு வேறோர் ஊரில் அவருக்கு 80 ரூபாய் சம்பளத்தில் ஒரு வேலை பார்த்துக் கொடுத்தார்.

சில ஆண்டுகளுக்குப் பின் நந்தகுமார் நோய்வாய்ப்பட்டார். வித்யாசாகர் அவரைக் கல்கத்தாவுக்கு அழைத்துவந்து சிகிச்சையளித்தார். ஆனால், சிகிச்சை பலனளிக்காமல் அவர் இறந்துவிட்டார். வித்யாசாகர் நந்தகுமாரின் மனைவியையும் நான்கு தம்பிகளையும் பராமரித்ததோடு, தம்பிகள் கல்வி கற்று வாழ்க்கை நடத்தவும் வசதி செய்துகொடுத்தார்.

வித்யாசாகர் ஒருநாள் தம் ஊழியரொருவரிடம், 'கொலுதோலாவில் இன்ன விலாசத்தில் இன்ன பெயருள்ள ஒரு மதராசி வறுமையால் கஷ்டப்பட்டுக் கொண்டிருக்கிறாராம். நீ உடனே அங்கே போய் விவரமறிந்து வா' என்று சொன்னார்.

ஊழியர் அவ்வாறே அங்கே போனார். அங்கே ஒரு தென்னிந்தியர் தம் மனைவி, 2 பிள்ளைகள், 5 பெண்களுடன் தங்கியிருந்தார். இரண்டு மாத வாடகை பாக்கி. வீட்டுக்காரர் அவரைக் காலி செய்யச் சொல்லிக் கொண்டிருந்தார். அவர் இரண்டு மூன்று நாள்களாகக் குடும்பத்தோடு பட்டினி. அவர் வித்யாசாகரின் ஊழியரிடம் சொன்னார்: 'நான் கல்கத்தாவிலே ரொம்பப் பேர்கிட்டே உதவிகேட்டுப் போனேன். ஒருத்தரும் உதவலே. யாரோ ஒருவர் எனக்கு வித்யாசாகரைப் பத்திச் சொல்லி அவருக்குதானே ஒரு கடிதம் எழுதி என்கிட்டே கொடுத்து அதைத் தபால் பெட்டியிலே போடச் சொன்னார். நான் அப்படியே போட்டுவிட்டு விதிப்படி நடக்கட்டும்னு காத்திருக்கேன்.'

இந்தச் செய்தியைக் கேட்டதும் வித்யாசாகர் ஊழியரிடம் அந்தத் தென்னிந்தியரின் வாடகை பாக்கிக்காக 30 ரூபாயும், சாப்பாட்டுக்காக 10 ரூபாயும், ஒன்பது உருப்படி துணிகளும் கொடுத்தனுப்பி, 'நீங்க உங்க ஊருக்குத் திரும்பிப் போறதாயிருந்தால் பயணச்செலவைத் தரேன்' என்று செய்தியனுப்பினார்.

தென்னிந்தியர் தம் ஊர் திரும்ப விரும்பவே, வித்யாசாகர் அவருக்கு 100 ரூபாய் கொடுத்து அவரைக் கப்பலில் ஏற்றிவிட ஏற்பாடு செய்தார்.

வித்யாசாகரின் கருணை பகைவனுக்கும் அருளும் தன்மை வாய்ந்தது.

ஒருசமயம் பள்ளி இன்ஸ்பெக்டர் பிராட்துரை அவரைக் கேட்டார்: 'உங்க விதவை மறுமணக் கட்டுரையை எதிர்த்து எழுதப்பட்ட கட்டுரைகளிலே யாரோட கட்டுரை சிறந்தது?'

தம்மைக் கடுமையாகத் தாக்கியவரின் பெயரைக் குறிப்பிட்டார் வித்யாசாகர். பிராட்துரை அவரை உதவி இன்ஸ்பெக்டராக நியமித்தார். வித்யாசாகரின் பரிந்துரையால்தான் தமக்கு வேலை கிடைத்தது என்று தெரிந்துகொண்டு அந்த மனிதர் அவரிடம் வந்து, 'நீங்கதான் தயவு பண்ணி எனக்கு வேலை போயிடாமே பார்த்துக்கணும்!' என்று கேட்டுக்கொண்டார்.

வித்யாசாகர் சிரித்துக்கொண்டே அவருக்கு அபயமளித்தார்.

வித்யாசாகர் ஒழுங்குமுறைகளில் கண்டிப்பானவர். அவர் தாமும் பொய் பேசமாட்டார், பிறர் பொய் சொன்னாலும் பொறுக்கமாட்டார். ஆனால், பிறருக்கு உதவி செய்வதற்காகப் பொய் சொல்லத் தயங்கமாட்டார்.

ஒரு சமயம் அவர் தெருவில் போய்க்கொண்டிருந்தபோது ஒரு வீட்டிலிருந்து பெரும் அழுகையொலி கேட்டது. அவர் இதன் காரணத்தை அண்டை அயலாரிடம் விசாரித்தார். அந்தக் குடும்பத் தலைவர் நீண்டகாலம் நோயால் வருந்திவிட்டு அப்போதுதான் இறந்து விட்டதாகத் தெரிந்துகொண்டார். குடும்பத்திலிருந்த பணமெல்லாம் சிகிச்சைக்குச் செலவாகிவிட்டதாம். இறந்தவரின் மனைவியும் குழந்தைகளும் அநாதைகளாகிவிட்டனர். ஈமச்சடங்குகளைச் செய்யக் கூட வசதி இல்லையாம்.

வித்யாசாகர் இறந்துபோனவரின் பெயரைக் கேட்டுத் தெரிந்துகொண்டு உள்ளேபோய் இறந்தவரின் மனைவியிடம் சொன்னார்: 'அம்மா, உன் புருஷன் இறந்து போயிட்டாரேன்னு இடிஞ்சுபோயிடாதே! அவர் உன் குடும்பத்துக்குத் தேவையான பணத்தை என்கிட்ட கொடுத்துவச் சிருக்கார். இந்தா, இந்தப் பணத்தை வச்சுக்கிட்டு ஈமச்சடங்குகளைச் செய். அப்புறம் மாசா மாசம் உனக்குப் பணம் கொடுக்கறேன்.'

ஒரு நாள் ஓர் ஏழைப் பையன் அவரிடம் வந்து அடைக்கலம் வேண்டினான். ஏற்கெனவே பலருக்கு அடைக்கலமளித்து அவர் களுக்குப் பண உதவி செய்துவந்த வித்யாசாகர், 'உனக்கு உதவி செய்ய எனக்கு வசதியில்லேப்பா' என்று சொல்லிவிட்டு வெளியே போய்விட்டார்.

அவர் வெகுநேரங்கழித்து வீடு திரும்பியபோது அந்தப் பையன் இன்னும் தம் வீட்டு வாசலிலேயே நின்றுகொண்டிருப்பதைக் கண்டு அவனைக் கூப்பிட்டு அவனுடைய வரலாற்றை விசாரித்தார்.

பையன் சொன்னான்: 'நான் உண்மையிலே அநாதையில்லே. எனக்கு அம்மாதான் இல்லே. அப்பா இருக்கார், சித்தி இருக்கா. சித்தியோட கொடுமை தாங்காமதான் நான் வீட்டைவிட்டு ஓடி வந்துட்டேன். நீங்க கருணைக்கடல்னு கேள்விப்பட்டு உங்ககிட்டே வந்திருக்கேன். நீங்களும் உதவலேன்னா நான் பட்டினி கிடந்து சாக வேண்டியதுதான்.'

அவனுடைய பரிதாபக் கதையைக் கேட்டு வித்யாசாகரின் கண்களிலிருந்து நீர் ஆறாகப் பெருகியது. அவர் பையனைத் தம் மடியில் வைத்துக்கொண்டு வெகுநேரம் அழுதார். பிறகு அவன் தங்குவதற்கும் படிப்பதற்கும் தேவையான ஏற்பாடுகள் செய்தார்.

வித்யாசாகரின் இளகிய மனத்தைப் பயன்படுத்திக்கொண்டு அவரை ஏமாற்றியவர் பலர். ஆனால், மனிதனை சந்தேகித்து அவனுக்கு உதவ மறுப்பதைக் காட்டிலும், அவனை நம்பி ஏமாறுவது மேல் என்பது வித்யாசாகரின் கருத்து.

ஒருசமயம் ஒருவன் அவரிடம் வந்து, 'நான் வெளியூர்க்காரன். என்னிடமிருந்த பணமெல்லாம் திருட்டு போய்விட்டது. நான்

ஊருக்குத் திரும்பிப்போக பண உதவி செய்யுங்க' என்றாள். அவர் பணம் கொடுத்தார். அவன் அவருடைய வீட்டிலிருந்து வெளியே வந்து அங்கிருந்த தன் நண்பனிடம், 'இந்த வித்யாசாகர் சரியான ஏமாளி. இவரை ஏமாத்தறது ரொம்பச் சுலபம்' என்று சொல்லிக் கொண்டே போனான்.

இதைக் கேட்டுக் கொண்டே வந்த வித்யாசாகரின் நண்பரொருவர் இந்த விஷயத்தை அவரிடம் சொல்லி, 'நீங்க ஏன் இந்த மாதிரி எல்லாருக்கும் உதவி பண்ணி ஏமாந்து போறீங்க?' என்று கேட்டார்.

'உதவி செய்யறபோது ஒவ்வொரு சமயம் இந்தமாதிரி ஏமாறத்தான் நேரும். இதுக்காக ஒருத்தருக்கும் உதவாமே இருந்தால் உண்மையாகவே கஷ்டப்படறவங்களுக்கு உதவி கிடைக்காமே போயிடும். பிறரை ஏமாத்தறதைவிட ஏமாந்து போறது எவ்வளவோ மேல்' என்று பதிலளித்தார் வித்யாசாகர்.

வித்யாசாகர் வர்த்தமானில் தங்கியிருந்தபோது, அநாதைப் பெண்கள் அவரிடம் உதவி வேண்டி அவ்வப்போது வருவார்கள். அவரும் அவர்களுக்குப் பணம், துணிமணிகள் கொடுத்து உதவி செய்வார்.

ஒரு பெண்மணி வித்யாசாகரிடம் உதவி பெற்றுச்சென்ற மறுவாரமே மறுபடியும் அவரிடம் யாசகத்துக்கு வந்துவிட்டாள். அவருடைய சமையற்காரன் ஹரகாளி, 'நீ வித்யாசாகர் ஒரு ஏமாளின்னு நினைச்சுக் கிட்டியா?' என்று அவளை அதட்டினான். இதைக்கேட்டு வித்யா சாகருக்குக் கோபம் வந்துவிட்டது. தம்மிடம் உதவி கேட்க வந்தவளை ஹரகாளி அவமானம் செய்தது அவருக்குப் பொறுக்கவில்லை. அவர் அவன் வேலையிலிருந்து நீக்கிவிட்டார். ஆனால், அவனையும் கைவிட்டு விடவில்லை. அவனுக்கு மாதம் இரண்டு ரூபாய் கொடுக்க ஏற்பாடு செய்தார்.

ஒரு சமயம் வித்யாசாகர் மிகவும் போற்றி வைத்திருந்த கடிகாரமொன்று திருட்டு போய்விட்டது. திருடியவன் அவருடைய நண்பரின் மகன்தான். அவன் கடிகாரத்தை ஒரு பலசரக்குக் கடைக்காரனிடம் இருபது ரூபாய்க்கு அடகு வைத்திருந்தான். வித்யாசாகர் விஷயம் தெரிந்து, தாமே பணத்தைக் கொடுத்து கடிகாரத்தை மீட்டுக்கொண்டார். திருடனைப் போலீஸில் ஒப்படைக்க வேண்டுமென்று மற்றவர்கள் கூறியதை வித்யாசாகர் ஏற்றுக்கொள்ளவில்லை. அவர் திருடனைக் கூப்பிட்டுச் சொன்னார்: 'நான் உன் தாத்தா வீட்டிலே எவ்வளவோ சாப்பிட்டிருக்கேன். அவருக்கு எவ்வளவோ கஷ்டம் கொடுத்திருக்கேன். உனக்கு என்ன வேணும்னாலும் என்னைக் கேளு, நான் தரேன்.'

வித்யாசாகருக்குத் தெரிந்த இருவர் தாங்கள் வாங்கிய 500 ரூபாய்க் கடனை திருப்பிக் கொடுக்காததால் அவர்கள்மேல் வாரண்டு பிறப்பிக்கப்பட்டது.

காவலர்கள் அவர்களைச் சிறைக்கு அழைத்துச் சென்றனர். அவர்கள் செல்லும் வழியில் தம் நண்பரொருவர் வீட்டில் வித்யாசாகர் உரையாடிக் கொண்டிருந்தார். கடனாளிகள் அவரைச் சரணடைந்தனர். அப்போது வித்யாசாகரிடமும் பணமில்லை. அவர் தம் நண்பரிடம் 500 ரூபாய் கடன்வாங்கிக் கொடுத்து அவர்களை விடுவித்தார்.

பிற்காலத்தில் அக்கடனாளிகள் இருவரும் வசதியாக வாழ்ந்தனர். ஆனால், வித்யாசாகருக்குப் பணத்தைத் திருப்பித்தரவில்லை. சிறிதுகாலத்தில் அந்தத் தொகை வட்டியோடு 800 ரூபாயாகிவிட்டது. வித்யாசாகர் தாமே அக்கடனைத் தீர்க்க நேர்ந்தது. இந்த மாதிரி அவரிடம் பணம் பெற்ற பலர் அவருக்குப் பணத்தைத் திருப்பித்தர வில்லை. ஆனால் வித்யாசாகர் பிறருக்கு உதவுவதை நிறுத்தவில்லை. யாராவது இதுபற்றி அவரைக் கேட்டால் அவர் சொல்வார்: 'கஷ்டப் படறவங்களுக்கு உதவறது என்கடமை. வாங்கற கடனை திருப்பிக் கொடுக்கறதும் கொடுக்காததும் அவங்க இஷ்டம்.'

நவீன் சந்திர சென் என்ற ஏழை மாணவர் பி.ஏ. படித்துக் கொண்டிருந்தார். இறுதித்தேர்வுக்கு மூன்று மாதங்கள் முன்னால் அவருடைய தந்தை அவரை நிர்க்கதியாக விட்டுவிட்டு இறந்து போனார். நவீன் சந்திர சென் வித்யாசாகரிடம் போய் தம் பரிதாபக் கதையைச் சொல்ல, அதைக்கேட்டு வித்யாசாகர் அழுதுவிட்டார். பிறகு அவர் சொன்னார்: 'நானும் ஒரு காலத்தில் வறுமையால் கஷ்டப் பட்டவன்தான். கவலைப்படாதே! உனக்குத் தேவைப்படும் பணத்தை நான் மாதாமாதம் தரேன்!'

பிற்காலத்தில் நவீன் சந்திர சென் டெபுடி மாஜிஸ்திரேட் பதவி வகித்தார். ஒரு சிறந்த கவியாகவும் திகழ்ந்தார். ஆபத்துக்காலத்தில் தமக்குக் கைகொடுத்த வித்யாசாகரை அவர் மறக்கவில்லை. அவர் 'பிளாசி யுத்தம்' என்ற தம் காவியத்தை வித்யாசாகருக்கு சமர்ப்பணம் செய்தார்; வித்யாசாகரின் மரணத்துக்குப்பின் 'மானவ் ஈஸ்வர்' என்ற தலைப்பில் ஓர் இரங்கற் கவிதையும் இயற்றினார்.

காளிசரண்கோஷ் என்பவர் வித்யாசாகரின் நண்பர். அவருடைய பிள்ளை இறந்து போனதால் அவருடைய மனைவி குந்திபாலாவுக்குப் பைத்தியம் பிடித்துவிட்டது. வித்யாசாகர் குந்திபாலாவிடம் மிகுந்த பாசங் கொண்டிருந்தார். தனக்கு வித்யாசாகர் சோறு ஊட்டினால்தான் சாப்பிடு வேனென்று பிடிவாதம் பிடித்தாள் அந்தப் பெண்மணி. வித்யாசாகர் இந்தப் பொறுப்பை ஏற்றுக்கொண்டு சிலமாதங்கள் வரை தினம் இருமுறை அவர் வீட்டுக்குப் போய் அவளுக்குச் சோறு ஊட்டிவிட்டார்.

ஒருசமயம் அவர் தம் கிராமத்திலிருந்து கல்கத்தாவுக்கு நடந்து வந்து கொண்டிருந்தபோது, வழியில் ஒரு கிழவன் ஒரு பெரிய மூட்டையைத்

தூக்கிக்கொண்டு நடக்க முடியாமல் தவிப்பதைக் கண்டார். வேறு ஊரில் வேலைபார்க்கும் அந்தக் கிழவரின் பிள்ளை அந்த மூட்டையை அவரிடம் கொடுத்து சொந்த ஊருக்கு அனுப்பியிருந்தான். அந்த ஊர் அங்கிருந்து ஐந்தாறு மைல். வித்யாசாகர் அந்த மூட்டையைத் தாமே சுமந்து கொண்டுபோய் கிழவரின் வீட்டில் சேர்பித்துவிட்டு பிறகு தம் பயணத்தைத் தொடர்ந்தார்.

அவுரிச்சாயத்தொழில் செய்துவந்த வெள்ளையர்கள் அவுரிப்பயிர் விவசாயம் செய்யும்படி விவசாயிகளைக் கட்டாயப்படுத்தித் துன் புறுத்தினர். அரசாங்கம் அந்த வெள்ளையர்களுக்கு ஆதரவாக இருந்தது. அவர்களது கொடுமையால் விவசாயிகள் படும் துன்பங்களை உருக்கமாகச்சித்திரித்து தீனபந்து மித்ரா என்பவர் 'நீல்தர்ப்பண்' என்ற நாடகம் எழுதினார்.

இந்த நாடகத்தின் அரங்கேற்றத்துக்கு வித்யாசாகர் வந்திருந்தார். இந்த நாடகத்தில் அர்த்தேந்து சேகர் முஸ்தாஃபி என்ற நடிகர் கொடுமைக்கார வெள்ளையனாக அருமையாக நடித்தார். அவரது நடிப்பில் மெய்மறந்த வித்யாசாகர் உணர்ச்சிவசப்பட்டு தம் செருப்பைக் கழற்றி அவர் மேல் எறிந்துவிட்டார்! செருப்படி பட்ட நடிகரோ, 'இது என் நடிப்புக்குக் கிடைத்த பெரிய பரிசு!' என்று சொல்லி ஆனந்தக் கூத்தாடினார்.

வித்யாசாகர் சந்தன் நகரில் தங்கியிருந்தபோது அருகிலுள்ள பத்ரேசுவர் என்ற கிராமத்திலிருந்த ஒரு பெரியவர் அவரைத் தம் வீட்டுக்கு அழைத்தார். ஒருநாள் வித்யாசாகர் தம் தம்பி சம்புசந்திரருடன் அவர் வீட்டுக்குப் போனார். பெரியவரின் பிள்ளை தன் கையால் ஹுக்காவில் புகையிலை போட்டுக் கொண்டுவந்து ஹுக்காவை வித்யாசாகரிடம் கொடுத்தான். அந்தப் பையன் ஒரு தொழுநோயாளி. வித்யாசாகர் சற்றும் தயங்காமல் அவனிடமிருந்து ஹுக்காவை வாங்கிக் கொண்டார்.

சந்தன்நகருக்குத் திரும்பிச் செல்லும்போது சம்புசந்திரர் வித்யா சாகரரிடம், 'என்ன அண்ணா, அந்தப் பையன் தொழுநோய்க்காரன்னு தெரிஞ்சும் அவர் கொடுத்த ஹுக்காவை வாங்கிக்கிட்டீங்களே!' என அண்ணனைக் கடிந்து கொண்டார். வித்யாசாகர் சொன்னார்: 'அவன் தொழுநோய்க்காரன்தான். இருந்தாலும் அவன் இவ்வளவு பிரியமா ஹுக்காவைக் கொடுக்கறபோது நான் வாங்கிக்கலேன்னா அவன் மனம் எவ்வளவு கஷ்டப்படும்!'

ஒருநாள் அவர் சந்தன்நகரில் வீட்டு மொட்டை மாடியில் அமர்ந்திருந்த போது, ஒரு குருட்டு முஸ்லிம் பிச்சைக்காரன் தம் மனைவியின் கையை பிடித்துக்கொண்டு தெருவில் பாடியவாறு பிச்சையெடுத்துக்கொண்டு போனான். வித்யாசாகர் அவனையழைத்து அவனுடைய வரலாற்றை விசாரித்தார். அவனது சோகக் கதையைக் கேட்டு அவர் கண்களில் நீர் பெருகியது.

இறுதியில் அவர் அவனைக் கேட்டார்: 'உனக்கு என்ன சாப்பிட ஆசையாக இருக்கு?'

பிச்சைக்காரன் தயங்கித் தயங்கிச் சொன்னான், 'நான் லுச்சி சாப்பிட்டதேயில்லை, பாபு. அது சாப்பிட ஆசையாக இருக்கு.'

மைதா மாவைக் கொண்டு பொரிக்கப்படும் பூரிக்கு 'லுச்சி' என்று பெயர்.

வித்யாசாகர் உடனே தம் பெண்ணை லுச்சி பொரிக்கச் சொல்லி பிச்சைக்காரத் தம்பதிக்கு வயிறார விருத்திட்டார். பிறகு அவர்களிடம் இரண்டு ரூபாய் கொடுத்து, 'மறுபடி வாங்க' என்று கூறி விடையளித்தார்.

வித்யாசாகர் ஃபராஷ்டாங்காவில் தங்கியிருந்தபோது ஒரு நாள் பெண்மணி ஒருவர் ஒரு குழந்தையைத் தூக்கி கொண்டு கங்கைக் கரையில் உலவிக் கொண்டிருப்பதைப் பார்த்தார். அந்தக் குழந்தையின் ஒருகால் சூம்பிச் சுருங்கியிருந்தது. இதுபற்றி அவர் அப்பெண்மணியை விசாரித்தார். அந்தக் குழந்தை பிறந்தபோது அதன் கால்கள் ஆரோக்கிய மாகத்தான் இருந்தனவாம். ஆனால் பின்னர் ஒரு கால் கொஞ்சம் கொஞ்சமாக சூம்பத் தொடங்கிவிட்டதாம்.குழந்தையின் பெற்றோர் சாதாரண நிலையிலுள்ளவர்கள். அவர்கள் தங்கள் பொருளையெல்லாம் செலவு செய்து மருத்துவம் செய்தும் குணமேற்படவில்லையாம்.

வித்யாசாகர் அப்பெண்மணியோடு குழந்தையின் வீட்டுக்குச் சென்றார். குழந்தையின் தந்தையைக் கேட்டார்: 'உங்க குழந்தையைக் கல்கத் தாவுக்குக் கொண்டுபோய் வைத்தியம் பார்க்கலாமே!'

'அவ்வளவு வசதி எனக்கு இல்லையே!'

'நீங்க அங்கே குழந்தையைக் கொண்டுபோய் வைத்தியம் செஞ்சுக்க யாராவது ஏற்பாடு செஞ்சா அங்கே போவீங்களா?'

தமக்குச் சற்றும் அறிமுகமில்லாத ஒருவர் இவ்வாறு தம்மிடம் சொல்வதைக் கேட்டு குழந்தையின் தந்தைக்கு ஒன்றும் புரியவில்லை. இந்த ஆள் ஒரு பைத்தியமோ?

அவர் சுவாரசியமில்லாமல் பதிலளித்தார்: 'போகலாந்தான். ஆனா...'

இதற்குள் அங்கு ஒரு சிறுகூட்டம் கூடிவிட்டது. வித்யாசாகர் அங்கு மேலும் நிற்க விரும்பாமல் அவரிடம் தம் வீட்டு விலாசத்தைக் கொடுத்து, 'நீங்க கல்கத்தா போறதானால் சாயந்திரம் என்னை இந்த விலாசத்திலே பாருங்க' என்று சொல்லிவிட்டுப் போய்விட்டார்.

அங்கிருந்தவர்கள் யாரும் வித்யாசாகரைப் பார்த்ததில்லை. ஆனால், குறிப்பிட்ட விலாசத்தில் அவர் தங்கியிருப்பது சிலருக்குத் தெரியும்.

அவர்கள் விலாசத்தைப் பார்த்துவிட்டு ‘இது வித்யாசாகரோட விலாசமாச்சே!’ என்றார்கள்.

குழந்தையின் தந்தைக்கு ஒரே திகைப்பு, வியப்பு. அவர் வித்யாசாகரிடம் ஓடோடிச்சென்று, ‘நீங்க யாருன்னு தெரியாமே...’ என்று பேசத் தொடங்கினார்.

வித்யாசாகர் சிரித்துவிட்டு, ‘அதிருக்கட்டும். என்ன முடிவு செஞ்சீங்க?’ என்று கேட்டார்.

குழந்தைக்குக் கல்கத்தாவில் மருத்துவம் செய்யப்பட்டது. கால்ஊனம் முற்றிலும் தீராவிட்டாலும் அது மேலும் சூம்புவது தடுக்கப்பட்டது.

கல்கத்தாவில் விலைமாதர் வசிக்கும் பகுதியான சோனாகாச்சியில் ஒருநாள் நள்ளிரவில் வித்யாசாகர் நடந்துபோய்க் கொண்டிருந்தார். அங்கு ஒரு விலைமாது வாடிக்கைக்காரனுக்காகத் தெருவில் காத்துக் கொண்டிருப்பதைப் பார்த்து அவருக்கு அவள்மேல் இரக்கம் ஏற்பட்டது. அவர் அவளிடம் சிறிது பணம் கொடுத்து, ‘இனியும் காத்திருக்காதே, அம்மா! வீட்டுக்குப் போய் ஓய்வு எடுத்துக்க!’ என்றார்.

என்னே அவரது கருணை!

# 23

## வித்யாசாகர் என்ற மனிதர்!

'வித்யாசாகரின் வரலாற்றைப் பயின்றால் நமக்குத் தோன்றுவது அவர் ஒரு பெரிய வங்காளி என்பதல்ல; மரபு முறைப்படி இந்துவாக இருந்தார் என்பதல்ல; அவர் இவற்றைவிடப் பெரியவராக, உண்மையான மனிதராக இருந்தார் என்பதுதான்!'

'வித்யாசாகரின் முக்கியமான குணச்சிறப்பு அவரது கருணையுமல்ல, கல்வியறிவுமல்ல; அது அவரது வெல்லப்படாத ஆண்மையும், அழியாத மனிதத் தன்மையுமாகும்.'

**-ரவீந்திரர்**

'வித்யாசாகரை நான் நம்மில் முதல் மனிதராகக் கருதுகிறேன்.'

**-மைக்கேல் மதுசூதன்**

எளிமை, கருணை, பெற்றோரிடம் பக்தி, துணிவு, தன்மான உணர்வு, புரட்சி நோக்கு இவற்றின் ஒட்டு மொத்தமான வெளிப்பாடுதான் வித்யாசாகர் என்ற மனிதர். இச்சிறப்புகளின் அசாதாரணத் தன்மை காரணமாகத்தான் அவர் மக்களின் மனத்தில் ஓர் அழியா இடத்தைப் பெற்றுள்ளார்.

மிகச் சாதாரணத் தோற்றமுடையவர் அவர். பார்த்தவர் கவனத்தை ஈர்க்கவல்ல கவர்ச்சியெதுவும் அவரிட மில்லை. அவரது உடை மிகவும் எளிமையானது - ஒரு முரட்டுக்கதர் வேட்டி, துண்டு, சாதாரணச் செருப்பு. பிற்காலத்தில் உடல்நிலை குன்றியபோது, அவர் மருத்துவர் ஆலோசனைப்படி, குளிர்காலத்தில் ஃபிளானல் சட்டையணிந்து அதற்குமேல் ஒரு கம்பளிப்போர்வையைப் போர்த்திக்கொண்டிருப்பார்.

இந்த எளிமை அவருக்கு இயல்பானது. ஆடம்பர ஆடை அவருக்குச் சங்கடமளித்தது.

வங்காளத்தின் துணைநிலை ஆளுநர் ஹேலிடே அவருடைய நண்பர். அவர் வியாழக்கிழமைதோறும் ஹேலிடேயைச் சந்திக்கச் செல்வார். அவர் இனி தம்மைச் சந்திக்க வரும்போது அந்தக்கால மரபுப்படி பேண்ட், கோட், தலைப்பாகை அணிந்து வரவேண்டுமென்று ஹேலிடே விருப்பம் தெரிவித்தார். அவ்வாறே வித்யாசாகரும் சிலமுறைகள் ஆளுநரைச் சந்தித்தார். பிறகு ஒருநாள் அவர் ஹேலிடேயிடம் சொன்னார்: 'இதுதான் நம்ம கடைசிச் சந்திப்பு. இனிமேல் நான் உங்களுக்குச் சொல்ல விரும்புவதை கடிதத்திலே எழுதுகிறேன்.'

ஹேலிடே வியப்புடன், 'ஏன்?' என்று கேட்டார்.

வித்யாசாகர் பதிலளித்தார்: 'உங்கள் விருப்பப்படி உடையணிந்து கொண்டால் கோமாளி மாதிரி இருக்கிறேன். இனி இந்த உடையணிய எனக்கு இஷ்டமில்லை.'

ஹேலிடே சிரித்துவிட்டு, 'பண்டிதரே, உங்களிஷ்டப்படி உடையணிந்துகொண்டு வரலாம்' என்று சொன்னார்.

ஒருசமயம் சில பெரிய மனிதர்கள் வித்யாசாகரைச் சந்திக்க வந்தனர். அப்போது ஒருவர் வித்யாசாகர் வீட்டுத் தோட்டத்தில் வேலை செய்து கொண்டிருந்தார். வந்தவர்கள் அவரிடம், 'வித்யாசாகரைப் பார்க்கணும்' என்று சொன்னார்கள். அவர் அவர்களை வராந்தாவில் அமரச் செய்துவிட்டு உள்ளேபோனார். சற்று நேரங்கழித்து அவரே வெளியே வந்து, 'நான்தான் வித்யாசாகர். உங்களுக்கு என்ன வேணும்?' என்று கேட்டார்.

ஆளுநர் முதல் அன்றாடங்காய்ச்சி வரை பலதரப்பட்ட மனிதர்கள் வித்யாசாகரின் நண்பர்கள். அவர்களெல்லோரையும் அவர் ஒரே மாதிரியாக நடத்தினார்.

அவர் ஒரு பெரிய மனிதர் வீட்டுக்கு எப்போதாவது போவதுண்டு. அந்த வீட்டுக்குப் போகும் வழியில் அவருக்குப் பரிச்சயமான ஒருபலசரக்குக் கடைக்காரன் இருந்தான். ஒருநாள் அவர் அந்தக்கடை வாசலில் உட்கார்ந்துகொண்டு ஹுக்கா பிடித்துக்கொண்டிருந்தபோது, அந்தப் பெரிய மனிதர் அந்தத் தெருவழியே வண்டியில் போனார். வித்யா சாகரை அந்தக்கடையில் பார்க்க அவருக்குச் சங்கடமாகிவிட்டது. பிறகு அவர் வித்யாசாகரைச் சந்தித்தபோது சொன்னார்: 'நீங்க இந்தமாதிரி கடைக்காரங்களோட உட்கார்ந்து பேசிக்கிட்டிருக்கறதைப் பார்க்க எனக்கு அவமானமாக இருக்கு.'

வித்யாசாகர் பதிலளித்தார்: 'நான் உங்களுக்காக இவங்களோட பழகறதை விடமுடியாது. உங்களுக்கு அவமானமாக இருந்தா நான் இனிமேல் உங்க வீட்டுக்கு வரலே.'

வித்யாசாகர் எளிமையாக உடையணிந்து கொண்டதற்குக் காரணம் அவரது இயல்பான எளிமை மட்டுமல்ல, அவருக்கிருந்த அசாதாரணத் தன்மான உணர்வுந்தான். இந்துக் கல்லூரித் தலைவர் காருக்குப் புத்தி புகட்டியது, சம்ஸ்கிருதக் கல்லூரித் துணைச் செயலாளர், முதல்வர் பதவிகளைத் துறந்தது, ஏஷியாட்டிக் சொஸைட்டி நிகழ்ச்சி, தம் கடனைத் தீர்க்க நிதி சேகரிக்கும் யோசனையை எதிர்த்தது, தம்மைப் பற்றித் தவறான கருத்துக்கு இடமளித்த அரசாங்க அறிவிப்பைத் தாக்கியது, தம் புத்தகங்களின் விலையைக் குறைக்க அரசாங்கம் விடுத்த வேண்டுகோளை நிராகரித்தது இவைபோன்ற பல நிகழ்ச்சிகள் அவரது தன்மானத்தின் வெளிப்பாடுகளாகும்.

ஒருசமயம் ஒரு வங்காளியின் மேல் மோசடிக் குற்றம் சாட்டப்பட்டது. அவ்வழக்கை விசாரித்த உயர் நீதிமன்ற நீதிபதி சர் மார்வென்ட் லாரென்ஸ் தம் தீர்ப்பில், வங்காளிகள் எல்லாருமே மோசக்காரர்கள்; பொய் சாட்சியம் சொல்பவர்கள் என்று வர்ணித்தார். வித்யாசாகரும் மற்ற வங்கப் பெரியவர்களும் ஒன்றுகூடி நீதிபதியின் கூற்றை எதிர்த்து பிரிட்டிஷ் அரசாங்கத்துக்கு ஒரு மனு அனுப்பினார்கள். அரசாங்கம் நீதிபதியைக் கண்டித்து எச்சரித்தது.

அரசாங்க அதிகாரிகளின் தான்தோன்றித்தனத்துக்கு எதிராகப் பொது மக்களைத் திரட்டிய முதல் இந்தியர் வித்யாசாகர் என்று சொல்லலாம்.

ஒரு சமயம் கல்கத்தா மருத்துவக் கல்லூரி முதல்வர் - ஒரு வெள்ளையர் - ஒரு மாணவரை அநியாயமாகத் திருடனென்று குற்றஞ்சாட்டிப் போலீஸில் ஒப்படைத்ததோடு வங்காளிகளைப் பற்றிக் கேவலமாகப் பேசினார். மாணவர்கள் அவருக்கெதிராகக் கிளர்ந்தெழுந்தனர். அவர்கள் தங்கள் இயக்கத்துக்கு நகரப் பெரியவர்களின் ஆதரவை நாடினர். ஆனால், பெரியவர்களோ வெள்ளையரை விரோதித்துக் கொள்ளத் துணியவில்லை. மாணவர் தலைவர் விஜயகிருஷ்ண கோஸ்வாமி - இவர் பிற்காலத்தில் ஒருபெரிய மதகுருவாகப் புகழ்பெற்றார் - வித்யாசாகரைன உதவியை நாடினார்.

வித்யாசாகர் முதலில் இந்த விவகாரத்தில் தலையிட விரும்பவில்லை. கோஸ்வாமிக்கு வித்யாசாகரின் தன்மான உணர்வுபற்றித் தெரியும். அவர் வித்யாசாகரிடம் சொன்னார்: 'இது வெறும் மாணவர் பிரச்னை அல்ல, இந்தியர்களின் தன்மானப் பிரச்னை. கல்லூரி முதல்வர் வங்காளிகளை அவமானப்படுத்தியிருக்கிறார்!'

வீறுகொண்டெழுந்தார் வித்யாசாகர். வங்காள ஆளுநர் பீடன் துரையிடம் சென்று புகார் செய்தார். முதல்வரின் நடத்தைபற்றி விசாரணை செய்யப்பெற்றது. இறுதியில் முதல்வர் தம் செய்கைக்கு மன்னிப்புக் கேட்டுக்கொண்டார்.

வித்யாசாகரின் காலத்தில் 'இளம் வங்காளி'கள் மேலைநாட்டு நாகரீக மோகத்தில் மூழ்கி கண்மூடித்தனமாக மேலைநாட்டுப் பழக்க வழக்கங்களைப் பின்பற்றினர் இந்தியப் பழக்கங்கள் எல்லாவற்றையும் தூற்றினர். அவர்களில் பலர் வித்யாசாகரின் நண்பர்களாக இருந்தாலும் அவர் அவர்களது இந்த அடிமை மனப்பான்மையை வெறுத்தார். அவர் தம் நடத்தையின் மூலம் இந்தியப் பண்பாட்டின் பெருமையை வலியுறுத்தியதோடு இந்தியன் என்ற முறையில் தன்மானத்தையும் வெளிப்படுத்தினார்.

வர்த்தமான் ஜமீன்தாருக்கு 'மகாராஜா' என்ற பட்டம் உண்டு. வர்த்தமானுக்கு வரும் அறிஞர்களை தம் அரண்மனையில் வரவேற்று விருந்தோம்புதல் ஜமீன்தார் குடும்பத்து மரபு.

ஒருசமயம் வித்யாசாகர் வர்த்தமானுக்குப் போய் தம் நண்பரொருவர் வீட்டில் தங்கியிருந்தார். அவர் வந்திருக்கும் செய்தி கேட்டு மகாராஜா அவரைச் சந்திக்க விரும்பினார். முதலில் வித்யாசாகர் மகாராஜாவைச் சந்திக்கப்போக விரும்பவில்லை. எனினும், இறுதியில் நண்பர்களின் வற்புறுத்தலுக்கிணங்கி மகாராஜாவை சந்திக்கச் சென்றார். மகாராஜா அவரைக் கவுரவித்து அவருக்கு 500 ரூபாயும் இரண்டு சால்வைகளும் பரிசளித்தார். ஆனால், வித்யாசாகர் இப்பரிசுகளை ஏற்றுக்கொள்ள வில்லை. 'நான் எவரிடமும் தானம் பெறுவதில்லை. எனக்கு சம்ஸ்கிருதக் கல்லூரியில் போதிய சம்பளம் கிடைக்கிறது. கிராமங்களில் பள்ளிகள் நடத்தும் ஏழைப் பிராமணர்களுக்கு இந்த சன்மானத்தைக் கொடுத்தால் அவர்களுக்கு எவ்வளவோ உதவியாக இருக்கும்' என்று சொல்லிவிட்டார்.

ஒரு சமயம் மகாராஜா பீர்சிங்கா கிராமத்தையும் அதன் சுற்றுப் புறத்தையும் வித்யாசாகருக்கு அளிக்க முன்வந்தார். வித்யாசாகர் கிராமமக்களிடமிருந்து வரி வசூல்செய்து அதன் ஒருபகுதியை மகாராஜாவுக்குக் கொடுத்தால்போதும். வித்யாசாகர் இந்த சன்மானத்தையும் ஏற்றுக்கொள்ளவில்லை. அவர் சொன்னார்: 'கிராமவாசிகள் கொடுக்கவேண்டிய வரியை நானே கொடுக்கக்கூடிய சக்தி எனக்குக் கிடைக்கும்போது நான் இந்தக் கொடையை ஏற்றுக்கொள்கிறேன்.'

வித்யாசாகரின் இந்த அசாதாரண நெஞ்சுறுதியின் ரகசியம் என்ன? அவர் மேலைநாட்டு இலக்கியத்தையும் பண்பாட்டையும் பயின்றதால்தான்

இந்த மனஉறுதியைப் பெற்றார் என்பது சிலரது கருத்து. ஆனால். இக்கருத்து சரியல்ல. அவரே ஒருசமயம் சிவநாத் சாஸ்திரியிடம் கூறினார்: 'என் மன உறுதிக்குக் காரணம் மேலைநாட்டுத் தாக்கந்தான் என்று சிலர் கூறுகிறார்கள். ஆனால், அது உண்மையல்ல. ஏனென்றால் எனக்கு முன்னோரான பூனோ ராம்நாத் இந்த உறுதியைத் தம் வாழ்வில் கடைப்பிடித்திருக்கிறார்.'

பூனோ ராம்நாத் என்பவர் வித்யாசாகரின் காலத்துக்கு முன்னால் வாழ்ந்த ஆசாரசீலரான ஓர் ஏழைப் பண்டிதர், தர்க்க சாத்திர வல்லுனர். அவரது அறிவுத்திறமையால் ஈர்க்கப்பட்ட ஜமீன்தார்களும் செல்வர்களும் அவருக்கு உதவ முன்வந்தனர். ஆனால், தன்மானம்மிக்க அவர் அவர்களது உதவியை ஏற்றுக்கொள்ளவில்லை. அவரது வீட்டில் சமைக்க எதுவுமில்லாவிட்டால் புளியிலையைக் குழம்பாக்கிச் சாப்பிட்டு திருப்தியோடு வாழ்ந்தார். உலக வாழ்வின் சுகபோகங் களைத் துரும்பென மதித்து, கனிகளும் கிழங்குகளுமே உணவாக, மரவுரியே உடையாகக் கொண்டு காடுகளில் வாழ்ந்த நம் பண்டைக் கால முனிவர்களின் வழித்தோன்றல் பூனோ ராம்நாத். அவரையே தம் இலட்சிய மனிதராகக் கொண்டிருந்தார் வித்யாசாகர்.

வித்யாசாகரின் இந்த அசாதாரண உறுதி காரணமாக வெள்ளையர்களும் அவரிடம் பெருமதிப்பு வைத்திருந்தனர். ஒருசமயம் ஹேலிடே கூறினார்: 'ஆயிரம் பெரிய மனிதர்கள் கூட்டாக முயன்றாலும் வித்யா சாகரின் உறுதியை வெல்லமுடியாது.'

அவரது அசாதாரண உறுதியைக் காட்டும் ஒரு நிகழ்ச்சி:

ஒருசமயம் அவரது முதுகில் ஒரு பிளவை புறப்பட்டிருந்தது. அது நன்றாகப் பழுத்ததும் அதை அறுப்பதற்காக ஒரு மருத்துவர் வந்தார். அதே சமயம் வித்யாசாகரின் நண்பரொருவர் அங்கு வந்து சற்றுநேரம் அவருடன் உரையாடிவிட்டு, 'சரி, நான் வரேன். நீங்க அறுவை சிகிச்சை செஞ்சுக்கங்க' என்றார். அப்போது மருத்துவர், 'நான் பிளவையை அறுத்துவிட்டேனே!' என்று சொல்ல நண்பருக்கு ஆச்சரியமாகி விட்டது. அவருடன் பேசிக்கொண்டிருக்கும்போதே அறுவை சிகிச்சை செய்து கொண்டிருக்கிறார் வித்யாசாகர். தம்மைப் போல் தன்மான உணர்வும் கொள்கையில் உறுதியும் கொண்டவர்களை வித்யாசாகர் பெரிதும் மதித்தார்.

ஓர் அரசாங்கப் பள்ளியில் ஆசிரியராக இருந்த சிவநாத் சாஸ்திரி அந்த வேலையை விட்டுவிட்டு பிரும்ம சமாஜத்தின் முழுநேரத் தொண்ட ரானபோது ஒருவர் வித்யாசாகரிடம் வந்து சொன்னார்: 'சாஸ்திரி ஒரு தறுதலை. நல்ல வேலையை விட்டுட்டான்!'

வித்யாசாகர் சிரித்துக்கொண்டே சொன்னார்: 'அவனா தறுதலை? அவன் எனக்குப் பிடித்தமான காரியத்தைத்தானே செஞ்சிருக்கான்!'

யாராவது அவரிடம் வந்து சாஸ்திரியைத் திட்டினால் அவர் சொல்வார்: 'நீ என்னதான் சொல்லு, அவனை நெஞ்சோடே கட்டித் தழுவிக்கிட்டா தான் என் மனவேதனை தணிஞ்சுபோறது.'

தானதருமங்களில் ஏராளமாகப் பொருளைச் செலவு செய்த அவர், தம் சொந்த வாழ்க்கையில் மிகவும் சிக்கனமாக இருந்தார். கடையிலிருந்து பொருள்களடங்கிய பொட்டலங்கள் வந்தால் அந்தப் பொட்டலக் காகிதத்தையும் சணல் நூலையும் வீணாக்காமல் சேர்த்துவைப்பார்.

அவரது சிக்கனத்தைக் காட்டும் ஒரு சுவையான நிகழ்ச்சி:

அவர் ஒரு சமயம் வெளியூர் போவதற்காக ரயில் நிலையத்துக்குச் சென்றார். அவர் அங்குபோய்ச் சேர்வதற்குள் ரயில் போய்விட்டது. அவர் ஆறணாக் கூலிகொடுத்து குதிரை வண்டியில் வீடு திரும்பினார். வீடு வந்தபின், 'ஆறணா வீண்செலவு' என்று அவர் வருத்தப்படுவதைக் கேட்டு அவருடைய பேரன் சொன்னான்: 'ஏன் தாத்தா,நீங்க நூத்துக் கணக்கிலே தான தருமம் செய்யறீங்க. இந்த ஆறணாவுக்கு ஏன் இப்படி வருத்தப்படறீங்க? வண்டிக்காரனுக்கு ஆறணா கிடைச்சுதேன்னு சந்தோஷப்படுங்களேன்!'

வித்யாசாகர் சொன்னார்: 'தானங்கொடுத்திருந்தா சந்தோஷப் பட்டிருப்பேன். ஆனால், இந்த ஆறணா வண்டிக்காரனுக்குச் சேர வேண்டிய கூலிதானே! இதிலே சந்தோஷப்பட என்ன இருக்கு?'

அதாவது வித்யாசாகருக்கு மகிழ்ச்சியளிப்பது கைம்மாறு எதிர்பாராமல் பிறருக்குச் செய்யும் உதவிதான்.

வித்யாசாகர் சுயசிந்தனையில் நம்பிக்கையுள்ளவர். ஒவ்வொருவரும் தம் நம்பிக்கையில் உறுதியாக இருக்க வேண்டும். அவரது சொல்லும் செயலும் ஒன்றாக அருக்க வேண்டும் என்று அவர் கருதினார்.

ஆகவே, அவர் இந்து மரபில் பிறந்து வளர்ந்தவராயினும் இந்து மதக் கருத்துகளிலும் பழக்கவழக்கங்களிலும் சீர்திருத்தங்கள் செய்யமுனைந்த பிரும்ம சமாஜிகளிடம் அவருக்கு அனுதாபமிருந்தது. அவர் பல பிரும்ம சமாஜிகளுக்கு உதவினார். ஆனால், தாம் பிரும்ம சமாஜத்தில் சேர்ந்துவிட வில்லை. இந்து மதத்தைக் குறைகூறி கிருத்துவமதத்தைத் தழுவியவர் களிடமிருந்து அவர் கருத்து வேறுபட்டாலும், அவர்களுடன் நட்புறவு கொண்டிருந்தார். இந்து மதத்தைக் கடுமையாகத் தாக்கிப் பிரசாரம் செய்த கிருஷ்ணமோகன் பந்த்யோபாத்தியாய் வித்யாசாகரின் சிறந்த நண்பர். கிருத்துவமதத்தைத் தழுவிய மதுசூதனுக்கு, அவர் உதவிய வரலாறு முன்பே கூறப்பட்டுள்ளது.

மதம் பற்றிய தத்துவக் கருத்துகளிலும் ஆசார அனுஷ்டானங்களிலும் அவரது புரட்சித்தன்மை வெளிப்பட்டது. தலைமுறை தலைமுறையாக இந்து மத ஆசாரங்களைக் கடைப்பிடித்துவந்த குடும்பத்தில் பிறந்தும் அவர் இந்தியத் தத்துவம் தவறானது என்று வெளிப்படையாகச் சொல்லத் தயங்கவில்லை.

வித்யாசாகர் ஆத்திகரா அல்லது நாத்திகரா? கடவுள் பற்றி அவரது கருத்து என்ன? இந்தக் கேள்விகளுக்குத் திட்டவட்டமான பதில்கள் இன்றுவரை கிடைக்கவில்லை. காரணம், அவர் கடவுளைப் பற்றியோ தம் கடவுள் நம்பிக்கையைப் பற்றியோ பேசுவதைத் தவிர்த்தார். யாராவது அவரை இதுபற்றி யோசனை கேட்டால் அவர், 'நான் பிறத்தியாருக்காகப் பிரம்படி பட தயாரில்லை!' என்று சொல்லிவிடுவார்.

அவர் ஒரு பிராமணனுக்கு விதிக்கப்பட்டிருந்த அன்றாட அனுஷ்டானங்களைக் கடைப்பிடிக்கவில்லை. அவர் சிறுவயதில் ஒழுங்காக சந்தியாவந்தனம் செய்யாமல் மந்திரங்களை மறந்துவிட்டு, அதற்காக டாகுர்தாஸிடம் செம்மையாக உதைவாங்கினார். அவர் கோயில்களுக்குப் போவதில்லை. காசிக்குப் பல முறைகள் சென்றும் ஒருமுறைகூட விஸ்வநாதர் கோயிலுக்கு அவர் போகவில்லை. அவரது காலத்தில் நடமாடும் கடவுளாகக் கருதிப் பலராலும் போற்றப்பட்ட ராமகிருஷ்ணர் தாமே அவரை வந்துபார்த்து விட்டுப் போனபிறகும் வித்யாசாகர் அவரைச் சந்திக்கச் செல்லவில்லை.

அவரது காலத்தில் இந்துமதப் பழைமைவாதிகள், பிரும்ம சமாஜிகள், கிருத்துவப் பாதிரிகள் ஆகியோரிடையே கடவுள் தத்துவம் பற்றி காரசாரமான விவாதங்கள் நிகழ்ந்தன. ஆயினும், வித்யாசாகர் இவற்றில் கலந்துகொள்ளவில்லை, கடவுள் தத்துவம் பற்றி எழுதவுமில்லை. மதம் என்பது மனிதனின் சொந்த விஷயம், அவன் தனக்கு விருப்பமான கடவுளைத் தொழலாம் என அவர் கருதினார். மனிதன் கடவுளைப் பற்றிக் கவலைப்படாமலேயே இலட்சிய வாழ்க்கை வாழமுடியும் என்பது அவரது கருத்து. 'மக்கள் சேவையே மகேசன் சேவை' என்பது அவரது வாழ்க்கையின் குறிக்கோளாக இருந்தது. காசியில் ஒருவர் அவரைக் கேட்டார்: 'நீங்க இவ்வளவு உசந்த மனுஷராக இருந்தும் ஏன் சுவர்க் கத்துக்கோ வைகுண்டத்துக்கோ ஆசைப்படல்லே?'

'மனிதனுக்குச் சேவை செய்யும் வாய்ப்பு இல்லாத சுவர்க்கமோ வைகுண்டமோ எனக்கு வேண்டாம்!' என்று பதிலளித்தார் வித்யாசாகர்.

எனினும், அவர் கடவுளை மறுத்ததில்லை. அவர் மாணவராக இருந்த போது வானம், பூமி இவற்றை வருணித்து எழுதிய சம்ஸ்கிருதக் கவிதையில் 'பிரும்மாண்டமாக வெளிப்படும் பெருங்கடவுளுக்கு' வணக்கம் தெரிவிக்கிறார். பிற்காலத்தில் அவர் இயற்றிய 'போதோதய்'

என்ற நூலில் 'கடவுள் அறிவுமயமானவர், உருவற்றவர்' என்று கூறியுள்ளார்.

மனிதக் கொடுமையாலோ விபத்துகளாலோ மனித இனத்துக்கு பெருமளவில் துணன்பம் நேரும்போது வித்யாசாகரின் கடவுள் நம்பிக்கை ஆட்டங்கண்டதுண்டு. அவர் ஒரு சமயம் செங்கிஸ்கான் செய்த படுகொலைகளை நினைவுகூர்ந்து 'இதையெல்லாம் கடவுள் தடுக்கலியே! அவர் இருந்தால் இருக்கட்டும், எனக்கு அவர் தேவையில்லை!' என்று சொல்லியிருக்கிறார். இதேமாதிரி 'சர் ஜான் லாரென்ஸ்' என்ற ஒரு கப்பல் மூழ்கி 700-800 பேர் உயிர் இழந்தபோது அவர், 'இதையெல்லாம் பார்த்தால் கருணைமிக்க கடவுள் ஒருத்தர் இருக்கார்னு தோணலியே!' என்று சொன்னார்.

இயற்கைக்கு மாறான அற்புத நிகழ்ச்சிகளில் அவருக்கு நம்பிக்கை யில்லை. அவர் கற்பனையில்கூட அத்தகைய நிகழ்ச்சிகளுக்கு இடமளிக்க விரும்பவில்லை. வால்மீகி ராமாயணத்தின் உத்தரகாண்டத்தில் ராமன் சீதையின் தூய்மையை மறுபடியும் சோதிக்க விரும்பும்போது சீதைக்கு அதிர்ச்சி ஏற்படுகிறது. அப்போது பூமி பிளந்து அதில் சீதை மறைந்து விடுகிறாள். ஆனால், வித்யாசாகர் தாம் எழுதிய 'சீதார் வனவாஸ்' நூலில் சீதை அதிர்ச்சியடைந்து கீழே விழுந்து விடுவதாகவும் அந்த அதிர்ச்சியில் அவள் உயிரிழப்பதாகவும் சித்திரித்துள்ளார்.

வித்யாசாகர் மரபுவழி வந்த சில நியமங்களைக் கடைப்பிடித்தார். பிராமணர்களுக்குத் தடைசெய்யப்பட்ட உணவை அவர் சாப்பிடுவ தில்லை. அவர் துரைமார்களுடன் நெருங்கிய தொடர்பு கொண்டிருந் தாலும் அவர்களோடு உணவு உண்டதில்லை. சொந்த முறையில் எழுதப்பட்ட அவருடைய கடிதங்கள் 'ஸ்ரீ ஸ்ரீ ஹரி சரணம்' அல்லது 'ஸ்ரீ ஸ்ரீ துர்க்கா சரணம்' என்று தொடங்கும்.

வித்யாசாகர் முன்கோபி. எளிதில் உணர்ச்சிவசப்படுவார். ஆனால், உணர்ச்சிவசப்பட்டுத் தவறேதும் செய்துவிட்டால், பிறகு தம் தவறுக்காக வருத்துவார்.

அவர் ஒரு சமயம் ஏதோ ஒரு காரணத்துக்காக தாராகுமார் கவிரத்னா என்பவரைக் கடிந்துகொண்டார். சிறிது காலத்துக்குப்பின் வித்யா சாகர் கவிரத்னா குற்றமற்றவர் என்று புரிந்துகொண்டார். அவர் உடனே கவிரத்னாவின் வீட்டுக்குச் சென்று கண்களில் நீர் வழிய அவரிடம் மன்னிப்பு கேட்டுக் கொண்டார்.

தம்மிடமிருந்து கருத்து வேறுபட்டவர்களின் நற்குணங்களைப் போற்றும் பண்பு வித்யாசாகருக்கு இருந்தது.

வித்யாசாகருக்கு மிகப்பிடித்தமான விதவை மறுமண இயக்கத்தையும் பலதார மண எதிர்ப்பு இயக்கத்தையும் கடுமையாக எதிர்த்தார்

பங்கிம்சந்திரர். அது மட்டுமல்ல, 'வித்யாசாகர் வெறும் பாடப் புத்தங்கள் எழுதுபர்தானே!' என்றும் அலட்சியப்படுத்தினார். எனினும், வித்யாசாகருக்கு பங்கிம், சந்திரரிடம் மதிப்பு குறையவில்லை.

பங்கிம் சந்திரரைக் குறை கூறினால் வித்யாசாகர் மகிழ்ச்சியடைவார் என்று நினைத்து ஒருவர் வித்யாசாகரிடம் வந்து பங்கிம் சந்திரரை இழித்துப் பேசினார். இதைக் கேட்டுவிட்டு வித்யாசாகர் 'உன் பேச்சைக் கேட்டு எனக்கு அவர்மேலே மதிப்பு அதிகமாகி விட்டது. ஒருவர் பொறுப்பான அரசாங்கவேலை பார்த்துக்கிட்டுப் புத்தகமும் எழுதறது ஆச்சரியமான விஷயம். இதோபார், ஒரு ஷெல்ப் நிறைய பங்கிமோட புத்தகங்களை வாங்கி வச்சிருக்கேன்' என்று சொன்னார்.

பெற்றோரிடம் வித்யாசாகர் கொண்டிருந்த பக்தி ஒரு பழமொழியாக வழங்குகிறது. 'நான் விஸ்வநாதரை நம்பவில்லை. எனக்கு என் பெற்றோர்தாம் விஸ்வநாதரும் அன்னபூர்ணாவும்' என்று வித்யாசாகர் காசிப் புரோகிதர்களிடம் சொல்லிய நிகழ்ச்சி முன்னமே கூறப்பட்டுள்ளது. அவர் தம் பெற்றோர் உண்டு மீந்த எச்சிலையும் உண்ணுமளவுக்கு அவர்களிடம் பக்தி பூண்டிருந்தார்.

அவர் தம் தாயின் விருப்பப்படி, தம்பி சம்புசந்திரரின் திருமணத்தில் கலந்து கொள்வதற்காக தம் வேலையையே விட்டுவிடத் துணிந்ததும் ஆற்றை நீந்திக் கடந்த நிகழ்ச்சியும் முன்னரே கூறப்பட்டுள்ளது.

அவர் விதவை மறுமண இயக்கத்தை தம் வாழ்வின் மிகச்சிறந்த செயலாகக் கருதினார். பெற்றோர்களின் ஆதரவு இருந்ததால்தான் அவர் இந்த இயக்கத்தில் ஈடுபடமுடிந்தது. ஒருசமயம் டாகுர்தாஸ் அவரை வேடிக்கையாகக் கேட்டார்: 'ஈஸ்வரா, நான் விதவை மறுமணத்தை எதிர்த்திருந்தால் நீ என்ன செஞ்சிருப்பே?'

வித்யாசாகர் பதிலளித்தார்: 'நீங்க உயிரோடிருக்கிறவரை இந்த இயக்கத்தைத் தொடங்கியிருக்கமாட்டேன். உங்க காலத்துக்கப்புறம் இதிலே இறங்கியிருப்பேன்.'

தம் பெற்றோர் மனம் நோகக்கூடாதென்பதற்காக அவர் சிலசமயம் தம் கொள்ளைகளுக்கெதிராகச் செயல்பட நேர்ந்தது. டாகுர்தாசுக்குப் பெண் கல்வியில் நம்பிக்கையில்லை. ஆகையால், அவர் தம் மனைவிக்கும் பெண்களுக்கும் அதிகம் கல்வி கற்பிக்கவில்லை. அவர் ஒழுக்கம் பற்றி உறுதியான கொள்கைகள் உடையவராயினும் தம் தந்தையின் விருப்பத்தை மதித்து தம்பி ஈசான், பிள்ளை நாராயண் ஆகியோரின் ஒழுங்கற்ற வாழ்க்கையில் தலையிடவில்லை. தந்தையின் விருப்பத்தை நிறைவேற்றுவதற்காக அவர் தம் இஷ்டத்துக்கு மாறாக ஈசானின் கடன்களைத் தீர்த்துவைத்தார்.

வித்யாசாகரின் காலத்தில் அவருடைய பல கருத்துகள் புரட்சிகர மானவை, மற்றவர்கள் எண்ணிப்பார்க்கக்கூடத் துணியாதவை. விதவை மறுமணம், பலதார மண எதிர்ப்பு, சிறுவயதுத் திருமண எதிர்ப்பு, பெண்கல்வி, பிராமணரல்லாதாருக்கு சம்ஸ்கிருதக் கல்வி இவை போன்ற பல புரட்சிகரமான கருத்துகளைச் செயல்படுத்திக் காட்டினார். வித்யாசாகர்.

எனினும், அவருடைய புரட்சிக் கருத்துகளுக்கு சில எல்லைகளிருந்தன என்பதைக் குறிப்பிடத்தான் வேண்டம். உதாரணமாக அவர் 'கண்ணிய மான இந்துக்கள்' சம்ஸ்கிருதம் கற்க வசதி செய்து கொடுத்தாலும்ஒரு குறிப்பிட்ட சாதியெல்லைக்குக் கீழிருந்த இந்துக்களுக்கு அந்த வசதியை அளிக்கத் துணியவில்லை. அவர் சமஸ்கிருத் கல்லூரிய முதல்வராக இருந்தபோது 'சோனார் பணிக்' என்ற இந்து சாதியைச் சேர்ந்த சியாமாசரண்சென் என்பவர் தம் பிள்ளையை கல்லூரியில் சேர்க்க விரும்பி னார். அந்தப் பையனைச் சேர்த்துக் கொள்வதில் வித்யாசாக/ருக்குத் தனிப்பட்ட முறையில் ஆட்சேபமில்லாவிட்டாலும் அது மற்ற கல்லூரிப் பண்டிதர்களுக்குப் பிடிக்காது. அதன் விளைவாக மக்களிடையே சம்ஸ் கிருதக் கல்லூரியின் மதிப்பு தாழ்ந்துவிடும் என்று காரணங்காட்டி அவர் அந்தப் பையனை அனுமதிக்க மறுத்துவிட்டார்.

அவர் விதவை மறுமணத்தை ஆதரித்தாலும் கலப்புமணத்தை ஆதரிக்கவில்லை. அவருடைய ஏற்பாட்டில் விதவை மறுமணம் செய்து கொண்டவர்கள் ஒரே சாதியைச் சேர்ந்தவர்கள்.

எனினும், அந்தக்காலத்துச் சூழ்நிலையை மனத்தில் கொண்டால் வித்யாசாகர் நடைமுறை நோக்கில் செய்து கொண்ட சமரசங்கள் அவரது புரட்சிச் சாதனைகளின் முக்கியத்துவத்தைக் குறைந்துவிட மாட்டா.

சிறுவயதுத் திருமணங்களை எதிர்த்த அவர்தம் பெண்கள் வயதுக்கு வந்தபின்பே, அவர்களுக்குத் திருமணம் செய்துவைத்தாரென்பது குறிப்பிடத்தக்கது.

தம் கண் முன்னேயே தம் கனவுகள் பல இடிந்து சரிவதைப் பார்க்கும் துர்ப்பாக்கியம் அவருக்கு நேர்ந்தது. ஆங்கிலக்கல்வி மனிதனை உயர்த்தும் என்று நம்பி கல்வி வளர்ச்சிக்காகப் பாடுபட்ட அவர் கல்வி கற்றவர்கள் இன்னும் சுயநலக்காரர்களாக, நன்றிகெட்டவர்களாக, பிறரைச் சுரண்டுபவர்களாக மாறுவதைக் கண்டார். தாம் இவ்வளவு முயற்சியும் செலவும் மேற்கொண்டு நடத்திய விதவை மறுமண இயக்கம் பிசுபிசுத்துப் போவதையும் பழைமைவாதிகளின் செல்வாக்கு ஓங்குவதையும் அவர் தம் இறுதிக்காலத்தில் காணநேர்ந்தது. இதற்குக் காரணம் வித்யாசாகரின் புரட்சிகரமான கருத்துகள் ஏற்றுக்கொள்ளப் படும் சூழ்நிலை அவரது காலத்தில் உருவாகவில்லை. அவர் மறைந்து

ஒரு நூற்றாண்டுக்குப்பின் இக்காலத்தில்கூட 'சதி'யை ஒரு புனிதச் செயலாகப் போற்றுவோர் உள்ளனர். சட்டத்தை மீறி ஆயிரக்கணக்கான சிறுவயதுத் திருமணங்கள் ஆண்டுதோறும் நடைபெறுகின்றன. ஆகவே, இன்றுகூட வித்யாசாகரின் புரட்சிக் கருத்துகள் முழுமையாக ஏற்றுக் கொள்ளப்பட்டிருப்பதாகச் சொல்ல இயலாது.

வித்யாசாகர் 19-ம் நூற்றாண்டில் பிறந்து வாழ்ந்தவர்தாம். ஆனால், அவர் எக்காலத்துக்கும் உரியவர்.

நமது பண்டைய இலக்கியத்தில் ஓர் அற்புதக் கற்பனை இடம் பெறுகிறது. 'வடவை' என்றொரு குதிரை கடலில் வசிக்கிறதாம். அதன் வாயிலிருந்து எப்போதும் கனல் வெளிவந்து கொண்டிருக்குமாம். கடலுக்குள் கனல்! வித்யாசாகர் என்ற மனிதர் இந்த அற்புதக் கற்பனையின் வெளிப்பாடு ஆவார். அவர் கருணைக்கடல், அதேசமயம் புரட்சிக்கனல்!

ஆகவேதான் கவி சத்தியேந்திரநாத் தத்தா வித்யாசாகரை இவ்வாறு போற்றுகிறார்.

'கடலுக்குள் கனலின் இருப்பு கற்பனையில்லை; இதை நம்பாதவனும் உன்னைப் பார்த்தால் நம்புவது திண்ணம்!

---

## வித்யாசாகரின் வாழ்க்கையில்

## முக்கிய நிகழ்ச்சிகள்

| | | |
|---|---|---|
| *1820,* செப்டம்பர் *26* | - | வித்யாசாகர் பிறப்பு |
| *1829,* ஜுன் *1* | - | கல்கத்தா சம்ஸ்கிருதக் கல்லூரியில் நுழைவு |
| *1834* | - | தினமயிதேவியுடன் திருமணம் |
| *1839* | - | இந்துசட்டக் கமிட்டித் தேர்வில் வெற்றி |
| *1841,* டிசம்பர் *4* | - | கல்லூரிக் கல்வி நிறைவு |
| *1841,* டிசம்பர் *29* | - | வில்லியம் கோட்டைக் கல்லூரியில் பண்டிதராக நியமனம் |
| *1846,* ஏப்ரல் *6* | - | சம்ஸ்கிருதக் கல்லூரியின் துணைச்செயலாளர் |
| *1847* | - | சம்ஸ்கிருத அச்சகம் அமைப்பு |
| *1847,* ஜுலை | - | சம்ஸ்கிருதக் கல்லூரி துணைச் செயலாளர் பதவி ராஜிநாமா. |
| *1849,* மார்ச் *1* | - | வில்லியம் கோட்டைக் கல்லூரியின் தலைமை எழுத்தர் - பொருளாளர். |
| *1850,* டிசம்பர் *5* | - | சம்ஸ்கிருதக் கல்லூரியில் இலக்கியஆசிரியர். |
| *1851,* ஜனவரி *22* | - | சம்ஸ்கிருதக் கல்லூரி முதல்வர் |
| *1851,* ஜுலை *9* | - | காயஸ்தருக்கு சம்ஸ்கிருதக் கல்லூரியில் படிக்க அனுமதி |
| *1851,* ஜுலை | - | கல்லூரியில் பிரதமை, அஷ்டமிக்குப் பதிலாக ஞாயிறு விடுமுறை |
| *1852,* ஆகஸ்ட் | - | கல்லூரியில் ரூ. 2 நுழைவுக் கட்டண விதி |
| *1853* | - | பீர்சிங்காவில் இலவசப் பள்ளி அமைப்பு |
| *1854,* ஜுன் | - | கல்லூரியில் 1 ரூபாய் மாதச்சம்பள விதி |
| *1854,* டிசம்பர் | - | கல்லூரியில் கண்ணியமான இந்து மாணவர்களுக்கு அனுமதி |

| | | |
|---|---|---|
| *1855,* மே *1* | - | தெற்கு வங்காளப் பள்ளிகளின் உதவி இன்ஸ்பெக்டராகக் கூடுதல் பொறுப்பு |
| *1855,* ஜூலை *17* | - | சம்ஸ்கிருதக் கல்லூரியில் ஆசிரியர் பயிற்சிப் பள்ளி அமைப்பு |
| *1855,* ஆக. - டிச. | - | நான்கு வங்காள மாவட்டங்களில் 19 மாதிரிப் பள்ளிகள் அமைப்பு |
| *1855,* அக்டோபர் *4* | - | விதவை மறுமணத்தை அனுமதிக் அரசாங்கத்துக்கு விண்ணப்பம் |
| *1855,* டிசம்பர் *27* | - | பலதார மணத்தடை கோரி அரசாங்கத்துக்கு முதல் விண்ணப்பம் |
| *1856,* ஜூலை *16* | - | விதவை மறுமணம் சட்டம் அமல் |
| *1856,* டிசம்பர் *7* | - | முதல் விதவை மறுமணம் |
| *1856,* டிசம்பர் | - | கல்கத்தா பல்கலைக்கழகத்தின் ஃபெலோ |
| *1857* நவ. - *1858* மே | - | 4 மாவட்டங்களில் 35 பெண்பள்ளிகள் அமைப்பு |
| *1858* | - | தத்துவபோதினி சபையின் செயலாளர். |
| *1858,* நவம்பர் *3* | - | சம்ஸ்கிருதக் கல்லூரி முதல்வர் பதவி ராஜிநாமா |
| *1859,* மே | - | தத்துவபோதினி சபை கலைப்பு |
| *1861,* ஏப்ரல் | - | கல்கத்தா பயிற்சிப் பள்ளியின் செயலாளர் |
| *1863,* ஜூலை *4* | - | ராயல் ஏஷியாடிக் சொசைட்டியின் கவுரவ உறுப்பினர் |
| *1863,* நவம்பர் | - | வார்ட்ஸ் இன்ஸ்டிடியூஷனின் மேற்பார்வையாளர் |
| *1864* | - | கல்கத்தா பயிற்சிப்பள்ளி மெட்ரோ பாலிட்டன் இன்ஸ்டிடியூஷன் என்று பெயர்பெற்றது |
| *1865* | - | வார்ட்ஸ் இன்ஸ்டிடியூஷன் மேற்பார்வையாளர் பதவியிலிருந்து ராஜிநாமா |
| *1866,* பிப்ரவரி *1* | - | பலதார மணத்தடைக்காக இரண்டாவது விண்ணப்பம் |
| *1866* | - | விபத்தில் கல்லீரல் பழுதுபட்டது |
| *1869,* டிசம்பர் | - | பீர்சிங்கா கிராமத்திலிருந்து வெளியேற்றம் |
| *1870,* ஆகஸ்ட் *11* | - | மகன் நாராயணின் திருமணம் |
| *1871,* ஏப்ரல் *12* | - | பகவதிதேவி மரணம் |
| *1872,* ஜூன் *15* | - | இந்துக் குடும்ப நலநிதி அறங்காவலர் |

| | | |
|---|---|---|
| *1873*, ஜனவரி | - | மெட்ரோபாலிட்டன் கல்லூரி அமைப்பு |
| *1875*, மே *31* | - | உயில் தயாரிப்பு |
| *1876*, ஏப்ரல் *12* | - | டாகுர்தாஸ் மரணம் |
| *1877*, ஜனவரி | - | கல்கத்தாவில் சொந்த வீட்டில் வாழ்க்கை தொடக்கம் |
| *1880*, ஜனவரி | - | சி.ஐ.இ. விருது பஞ்சாப் பல்கலைக்கழகத்தின் ஃபெலோஷிப் |
| *1887*, ஜனவரி | - | மெட்ரோபாலிட்டன் கல்லூரி புதுக்கட்டடத்தில் இயங்கத் தொடங்கியது |
| *1885*, ஆகஸ்ட் *13* | - | தினமயிதேவி மரணம் |
| *1890*, ஏப்ரல் *14* | - | பீர்சிங்காவில் பள்ளி மீண்டும் தொடக்கம் |
| *1891*, ஜூலை *29* | - | வித்யாசாகர் மரணம் |

# உதவிய நூல்கள்


வங்காளி

*கருணாசாகர் வித்யாசாகர் - இந்திரமித்ரா (அரவிந்தகுஹா)*

*வித்யாசாகர் ஜீவன்சரித் ஓ பிரம் நிராஸ் - (சம்புசந்திர வித்தியாரத்னா)*

*வித்யாசாகர் ஓ பங்காலி சமாஜ் - (பிநய் சர்க்கார்)*

*வித்யாசாகர் சரித் - (ரவீந்திரநாத் தாகூர்)*

*ஈஸ்வர் சந்திர வித்யாசாகர் - (பிரஜேந்திரநாத் பந்த்யோபாத்தியாய்)*

*வித்யாசாகர் - (மணி பாக்சி)*

*ராம்தனுலாகிரி ஒதத்காலீன் வங்கசமாஜ் - (சிவநாத் சாஸ்திரி)*

*ஈஸ்வர் சந்திர வித்யாசாகர் ஓ உனிஸ் சதகேர் பாங்காலி சமாஜ் - (பத்ருதீன் உமர்)*

*ஆத்மசரித் - (சிவநாத் சாஸ்திரி)*

*வித்யாசாகர் - (சண்டிசரண் பந்த்யோபாத்தியாய்)*

*வித்யாசாகரேர் நிர்வாசித பத்ராவலி - (சந்தோஷ்குமார் அதிகாரி)*

*வித்யாசாகரேர் ஜீவனேர் சேஷ் தின்குலி - (சந்தோஷ்குமார் அதிகாரி)*

*ஆதுனிக் மானசிகதா ஓ வித்யாசாகர் - (சந்தோஷ்குமார் அதிகாரி)*

*வித்யாசாகரேர் சிட்சாநீதி ஓ வர்ணபரிசய் - (சந்தோஷ்குமார் அதிகாரி)*

*பாங்க்லாய் நவசேதனார் இதிஹாஸ் - (ஸ்வபன் பாசு)*

*வித்யாசாகர் பரிக்ரமா - (தொகுப்பு) - சந்தோஷ்குமார் அதிகாரி - (தீரேந்திரநாத் முகோபாத்தியாய்)*

*வித்யாசாகர் ஸ்மரணிகா - (தொகுப்பு) - (ஹரிபத சக்கரவர்த்தி)*

*வித்யாசாகர் கல்லூரி நூற்றாண்டு விழா மலர்.*

**ஆங்கிலம்**

*ஈஸ்வர் சந்திர வித்யாசாகர் - (சுபல் சந்திரமித்ரா)*

*வித்யாசாகர்: தி ட்ரெடிஷனல் மாடர்னைசர் - (அமலேஷ் திரிபாட்டி)*

*ஈசுவர் சந்திர வித்யாசாகர் அண்ட் ஹிஸ் எல்யூசிவ் மைல் ஸ்டோன்ஸ் - (அசோக் சென்)*

*எ நேஷன் இன் தி மேக்கிங் - (சுரேந்திரநாத் பானர்ஜி)*

*அன்பப்ளிஷ்டு லெட்டர்ஸ் ஆஃப் வித்யாசாகர் - (தொகுப்பு) - (அரவிந்தகுஹா)*

*ஈசுவர் சந்திர வித்யாசாகர் - (ஹிரண்மய் பானர்ஜி)*

**தமிழ்**

*ஈசுவர சந்திர வித்யாசாகர் - (எம்.வி.வெங்கட்ராம்)*

www.ingramcontent.com/pod-product-compliance
Lightning Source LLC
LaVergne TN
LVHW060448051026
849518LV00002B/680
* 9 7 8 8 1 8 3 6 8 1 3 8 4 *